बाबुलमोरा

रणजित देसाई

मेहता पब्लिशिंग हाऊस

- *या पुस्तकातील लेखकाची मते, घटना, वर्णने ही त्या लेखकाची असून त्याच्याशी प्रकाशक सहमत असतीलच असे नाही.*

Babulmora by ranjit desai

बाबुलमोरा : रणजित देसाई / कथासंग्रह

© मधुमती शिंदे व पारु नाईक

प्रकाशक : सुनील अनिल मेहता, मेहता पब्लिशिंग हाऊस,
१९४१, सदाशिव पेठ, माडीवाले कॉलनी, पुणे – ४११०३०.

मराठी पुस्तक प्रकाशनाचे हक्क मेहता पब्लिशिंग हाऊस, पुणे.

मुखपृष्ठ : चंद्रमोहन कुलकर्णी

प्रकाशनकाल : जानेवारी, १९९१ / जानेवारी, २००२ /
नोव्हेंबर, २००८ / पुनर्मुद्रण : ऑगस्ट, २०१३

P Book ISBN 9788177662634

E Book ISBN 9789386175441

ज्यावर माझं पुत्रवत प्रेम आहे
आणि
ज्यानं माझ्या जीवनामध्ये गेली चाळीस वर्षे साथ दिली त्या
पांडुरंग कुंभार
यांना —

निवेदन

आज मेहता पब्लिशिंग हाऊसतर्फे माझे काही कथासंग्रह प्रकाशित होत आहेत. तसे पाहिले तर या कथा नवीन नाहीत. या 'पूर्वी जाण' व 'कणव' हे माझे दोन कथासंग्रह प्रकाशित झाले होते. बरीच वर्षे हे दोन्ही कथासंग्रह उपलब्ध नाहीत, त्यातील कथा एकसंध नव्हत्या. कथासंग्रह जरी मोठे होते, तरी त्यांचे रूप मिश्र होते. आज सामाजिक कथा, ग्रामीण कथा, संगीतप्रधान कथा, निसर्ग कथा अशा वेगवेगळ्या कथा निवडून वेगवेगळ्या कथासंग्रहात समाविष्ट केल्या आहेत.

या कथांची निवड करण्यामध्ये माझे मित्र कमलाकर दीक्षित आणि डॉ. आनंद यादव यांचा मोठा सहभाग आहे.

हे कथासंग्रह वाचकांना आवडतील अशी अपेक्षा आहे.

जानेवारी १९९१   – रणजित देसाई

अनुक्रम

१. नादतरंग / १

२. अवशेष / २१

३. वेडात दौडाले सात– / ३२

४. न्याय / ५०

५. पण छाती उसवली नाही / ५८

६. श्रम संपन्न जाहले / ६६

७. कोणे एके काळी / ७३

८. अहिर भैरव / ८७

९. तरफ / १०१

१०. कौन भ्रम ऽ भूले... / १११

११. शेज काट्यांची / १२७

१२. दहेज / १३६

१३. दूरची वाट / १४४

१४. सजन संग काहे... / १६०

१५. भोर भयी आँगना / १७४

१६. सहेली तोडी / १८२

१. नादतरंग

मेघनाथ पर्वताची दाट वनराई धुक्याच्या आवरणाखाली झाकली गेली होती. पर्वताच्या उंच शिखराभोवती जरी धुक्याची वलये लपेटली होती तरीही संसारात राहून मुक्तिसाधनेसाठी झटणाऱ्या योग्याप्रमाणे त्याची शिखरे ती धुक्याची वलये भेदून सूर्यनारायणाच्या पहिल्या आशीर्वादाची मार्गप्रतीक्षा करीत होती. त्या पर्वताला 'मेघनाथ' हे नाव सार्थ होते; कारण जेव्हा वैशाखाचे मेघ प्रमत्त गजाप्रमाणे शिखराशी झुंज खेळत तेव्हा मेघनाथाच्या अभेद्य छातीशी थडकून पराभूत होऊन हिंस्र श्वापदाप्रमाणे गर्जत परतत असत. त्यांची ही गर्जना खालच्या दऱ्याखोऱ्यातून साद-प्रतिसादांनी घुमत असे. त्यातच सौदामिनीच्या लखलखाटाची आणि कडाडण्याची भर पडली की, मेघनाथाचे वैभव उजळून दिसे. वाटे, नटेश्वराचे तांडव तर सुरू झाले नाही ना? पायथ्याच्या मेघावती नगरीचीसुद्धा हीच कल्पना असावी. कारण ती नगरी शिवभक्तांची होती.

मेघावती नगरी धुक्याच्या वस्त्राखाली निद्रिस्त झाली होती. तरीही गोपुरांचे भिजलेले सुवर्णकळस ते धुक्याचे वस्त्र भेदून आपले अस्तित्व प्रकट करीत होते. ते राजमंदिराचे कळस दुग्धपान करीत असलेल्या बालकाने चुकून वस्त्राबाहेर ठेवलेल्या आपल्या पदकमलाप्रमाणे दिसत होते. पहाटेच्या धूसर, कुंद वातावरणात आता उषेची आरक्तता पसरू लागली होती. साऱ्या मेघावतीवर गोड ग्लानी होती. शेजारून वाहणाऱ्या मालिनीच्या पाण्यावरसुद्धा ती स्तब्धता होती. त्यावर तरळणाऱ्या वाफेच्या थरामुळे प्रवाह संथ वाटत होता. कमलिनीचे अंतरंग अद्यापि विकसित व्हायचे होते.

पण या वातावरणातील निरव शांततेचा भंग नेहमी मोठ्या काव्यमय रितीने

होत असे. शिवालयाच्या मार्गावर पायातल्या पैंजणाचे ध्वनी उमटू लागत. अस्पष्ट वाटणारा तो छुमछुमाट होऊ लागला की, पाठीवर विपुल केशसंभार सोडलेली, मालिनी नदीतून नुकतेच स्नान आटोपल्यामुळे पाताळातून बाहेर पडलेल्या एखाद्या नागकन्येप्रमाणे दिसणारी मेघावतीची राजकन्या 'जयनंदा' पदन्यास करीत त्या मार्गावरून जाऊ लागे. तिच्या अंगावरचे श्वेत वस्त्र किंचित ओलसर झाल्यामुळे तिच्या अवयवांना चिकटून बसत असे. त्यातून तिचा यौवनभार अन् लावण्य ओसंडत असे. मेघावती नगरीत उष:काल व्हायच्या आधीच मूर्तिमंत उषा तेथे अवतरत असे.

शिवालयातील पूजा आटोपली की, जयनंदा शिवालयाच्या मधल्या उघड्या चौकात पूजानृत्य करीत असे.

राजकन्या नृत्यकलेत निष्णात होती, तिचा पिता 'चित्रसेन' याची ती अत्यंत लाडकी होती. चित्रसेनाने तिच्या वाढत्या वयाबरोबर तिच्या गुणांचाही विकास केला होता. शिवालयाच्या चौकात तिचा पदन्यास होऊ लागला की, नृत्य, संगीत, लावण्य यांची वलये एकापाठोपाठ तेथून उमटत असत व ती शिवालयाच्या कानाकोपऱ्यात पोहोचत. आणि याच गोड धुंदीत शिवपूजा पुरी होत असे.

नेहमीप्रमाणे शिवपूजा आटोपून जयनंदा आपल्या दासींसह हास्यविनोद करीत महाद्वारातून बाहेर पडली. अचानक तिची नजर थबकली. समोरच्या राजरस्त्यावरून विरळ धुक्यातून एक तरुण तिच्या दिशेने संथ पावले टाकीत येत होता. त्याला राजकन्येची दखल देखील नव्हती.

महाद्वाराच्या भव्य कमानीवर त्याचे नेत्र लागले होते. मानेवर केशसंभार रुळत असलेला, दिव्य कुंडले परिधान केलेला तो तरुणही रूपाने तितकाच सुंदर होता. जयनंदेला तर तो एखाद्या शापभ्रष्ट यक्षाप्रमाणे वाटला. जयनंदा त्या तरुणाकडे पाहातच राहिली. अचानक त्या तरुणाची नजर एकदम जयनंदेकडे गेली आणि जयनंदेची नजर त्याच्या नजरेला भिडताच तो थबकला. त्या तरुणाचा तो उद्धटपणा पाहून क्रोधाने बेभान झालेली राजकन्या त्या तरुणासमोर उभी राहिली. त्याबरोबर तो तरुण उद्गारला,

"सुंदर!"

"काय म्हटलंत?" भान विसरून जयनंदा बोलली.

भानावर येऊन किंचित शरमिंदा होऊन तो तरुण म्हणाला, "नाही देवी, मी त्या विधात्याला धन्यवाद देत होतो. तुम्हाला या शिवालयाच्या महाद्वारी पाहताना क्षणभर प्रत्यक्ष उमाच प्रकटली आहे की काय, असा भास झाला आणि म्हणूनच असं लावण्य एकाच व्यक्तीला सढळ हातानं देऊ केल्याबद्दल त्याला धन्यवाद दिले."

"बस्स कर!" असे किंचाळत जयनंदेने टाळी वाजवली. ती टाळी ऐकताच तिचे रक्षक धावले. रक्षकांच्या हातून सुटण्यासाठी धडपडणाऱ्या त्या तरुणाकडे तुच्छतेने दृष्टिक्षेप करीत ती म्हणाली, "सौंदर्याच्या ठायी केवढा कोप असतो, हे आज सूर्योदयाबरोबर जेव्हा तुझं मस्तक हत्तीच्या पायाखाली दिलं जाईल तेव्हा समजून येईल."

"पण माझा गुन्हा तरी काय?" त्या तरुणाने न समजून विचारले.

त्याबरोबर जयनंदेच्या दासीपरिवारातील एक दासी पुढे येऊन म्हणाली,

"राजकन्या जयनंदेवर दृष्टिक्षेप करणाऱ्या कोणत्याही परपुरुषास हीच सजा असते. त्यात तू राजकन्येचा उपमर्द केला आहेस. सरळ मृत्यूची शिक्षा मिळते आहे ही राजकन्येची कृपाच समज."

ते ऐकताच तो तरुण खदखदून हसला व म्हणाला, "राजकन्ये, तुला ही शिक्षा देता येणार नाही. तू जर तो अविचार केलास तर आयुष्यभर तुला पश्चात्ताप करावा लागेल."

"का?"

"ते तू तुझा पिता चित्रसेन याला विचार. तुझ्या अविचाराबद्दल तो तुला दोष दिल्याखेरीज राहणार नाही."

त्याच वेळी चित्रसेन महाराज येत असल्याची जाणीव जयनंदेला झाली. चित्रसेन जवळ येताच त्या तरुणावर नजर टाकून त्याने विचारले,

"मुली! हा काय प्रकार आहे?"

"तात! या तरुणानं माझा उपमर्द केला आहे. त्याला सांगितलेली शिक्षेची अंमलबजावणी झालीच पाहिजे."

"शिक्षा? कसली शिक्षा सांगितलीस तू?"

"देहान्ताची!"

त्यावर हसून चित्रसेन म्हणाला, "तसं केलंस तर तुझी इच्छा अपुरी राहील."

"कसली इच्छा?" गोंधळून जयनंदेने विचारले.

"वेडे, तुला या शिवालयाला घाट हवी होती ना? तीच तयार करण्याकरिता मुद्दाम मी कुमारांना इथं बोलावून घेतलं आहे, आणि त्यांनाच जर तू देहान्ताची शिक्षा दिलीस तर ती तुझी इच्छा कोण पुरी करील? प्रात:काली इथं येण्यास मीच त्यांना सांगितलं होतं. आता झालं ना समाधान? या तुझ्या गैरसमजुतीनं मात्र, मोठाच घोटाळा झाला असता. कुमार! झाला प्रकार मनावर घेऊ नका. चला, मी तुम्हाला शिवालय दाखवितो."

एव्हाना रक्षकांनी कुमारला मोकळा केलाच होता. एकवार जयनंदेवर मिस्कील नजर टाकून तो चित्रसेनामागोमाग चालू लागला आणि झाल्या प्रकाराने आपल्यावरच

संतप्त झालेली जयनंदा प्रासादाकडे चालू लागली.

काळ्या फत्तरात कोरलेले ते प्रचंड शिवालय पाहात कुमार जात होता. त्या शिवालयात तो जिथे-जिथे दृष्टी टाकीत होता तिथे-तिथे त्याला उत्कृष्ट शिल्पाचे नमुने दिसून येत होते. त्या मंदिराचा गाभारा आठ प्रचंड मूर्तींनी आपले खांब करून सांभाळला होता. कुमारची नजर आतल्या गाभाऱ्याकडे वळली. आणि ते पाहताच चित्रसेनाबरोबर त्याचेही हात जोडले गेले आणि कुमारने भाविकपणे मस्तक नमविले.

पुरुषभर उंचीच्या सुवर्णसमया तेथे तेवत होत्या, आणि त्यांच्या त्या शांत प्रकाशात नटराजाची मूर्ती उभी होती. इतकी सुंदर कलाकृती कुमारने आजवर कुठे पाहिली नव्हती. त्या मूर्तीच्या भावाने कुमार मोहित झाला.

चित्रसेन कुमारला सांगू लागला, ''कुमार, या मूर्तीचा निर्माता कोण हे मात्र अद्याप समजलेलं नाही. या मूर्तीची जन्मकथा अशी सांगतात की, एकदा प्रचंड वादळ या मेघनाथावर झालं, आणि त्या वेळी एक कडा कोसळला. त्या कड्यातून ही मूर्ती उघडी पडली. तेव्हा माझ्या पूर्वजांनी हिची स्थापना हे देवालय बांधून केली. या देवालयाच्या सौंदर्यात अवघी एकच उणीव आहे, आणि ती भरून काढणं हे तुमच्या हाती आहे.''

''महाराज! या एवढ्या अप्रतिम शिल्पांनी भरलेल्या शिवालयाला घाट बसवण्याची केवढी मोठी जबाबदारी आहे याची तुम्हाला कल्पना येणार नाही. तथापि, माझी सारी कला ओतून मी तुमची व तुमच्या कन्येची मन:कामना पुरी करण्याची पराकाष्ठा करीन, त्यात शंका बाळगू नका.''

देवळाबाहेर पडत असता चित्रसेनाने विचारले, ''कुमार तुम्ही आपल्या घाटेसाठी जागा निश्चित केलीत काय?''

''महाद्वाराच्या वर कोरलेल्या दोन हत्तींच्या सोंडेतच जर ही घाट ठेवता आली तर त्याची शोभा अधिक वाढेल, असं मला वाटतं. किंबहुना त्या महाद्वारावर कोरलेल्या दोन हत्तींच्या मागे हीच कल्पना असावी.''

''कुमार! तुमची कल्पना मला आवडली. आणि हो! तुमचं वास्तव्य राजप्रासादातच होऊ द्या. तिथं तुमची कोणत्याही प्रकारे हयगय होणार नाही.''

''नको महाराज! याच देवालयाच्या कडेनं कोरलेल्या गुंफांपैकी कोणत्यातरी एका गुंफेत मी माझं वास्तव्य करतो. माझं मन या वातावरणात अधिक रमेल. कामाशेजारीच कलावंत असलेला बरा.''

''जशी तुमची इच्छा! मी तुमच्या राहण्याची व्यवस्था करायला लावतो.'' असे म्हणत चित्रसेन बाहेर पडला, आणि कुमार मागे वळला.

कुमार पहिल्या दिवसापासूनच कामाला लागला. त्याला हवी असलेली माती

त्याने आणवून घेतली. ती वस्त्रगाळ करून त्या मातीत तो आपली रसायने मिसळू लागला. त्या मातीचा वाढता चिकटपणा बघून कुमारला समाधान वाटत होते. ती माती अधिकाधिक मळून तिचा चिकटपणा तो वाढवीत होता. हळूहळू तो त्या मातीला घाटेचा आकार देऊ लागला, आणि आपल्याबरोबर आणलेल्या साधनांनी त्याने घाटेचे नक्षीकाम सुरू केले.

दररोज प्रात:काली जेव्हा जयनंदा शिवालयात येत असे तेव्हा तिला कुमार कुठे ना कुठे दृष्टीस पडत असे. पूजानृत्याच्या वेळी कुमार कुठून तरी आपणाकडे पाहतो आहे, असा तिला भास होई, आणि मग तिचे पूजानृत्याकडे लक्षही लागत नसे. पहिल्या भेटीनंतर कुमारने तिच्याशी एकदाही बोलण्याचा प्रयत्न केला नव्हता. जेव्हा त्या दोघांची कुठेतरी गाठ पडे तेव्हादेखील कुमार खाली मान घालून पुढे होत असे. अशा उपेक्षेची जयनंदेला सवय नव्हती. त्यामुळे दिवसेंदिवस ती कुमारवर संतप्त होत होती.

एके दिवशी जयनंदा पूजा आटोपून शिवालयातून बाहेर पडत होती. महाद्वारातच तिला तिचा पिता येताना दिसला. इतक्या लवकर आपल्या पित्याला पाहून तिला आश्चर्य वाटले. चित्रसेन जवळ येताच ती म्हणाली,

''तात! आज इतक्या लवकर आलात? कुठे जाणार तर नाही ना?''

''नाही मुली, तसं काही नाही. हेतुपूर्वकच लवकर आलो.''

''का?''

''आज कुमारचं आपल्याला आमंत्रण आहे. तुझ्या घाटेचा नमुना त्यानं पुरा केला आहे. तो पाहायला तुला घेऊन यायला त्यांनी सांगितलं होतं.''

''खरं?''

''म्हणजे?'' त्या प्रश्नाचा अर्थ न समजून चित्रसेनाने विचारले.

स्वत:ला सावरीत जयनंदा म्हणाली, ''मला खरं देखील वाटलं नाही की, इतक्या लवकर घाटेचा नमुना पुरा होईल. चला तात, आपण पाहून येऊ.''

कुमार त्या दोघांचे स्वागत करायला गुंफेपासून पाच पावले पुढे आला. त्याने त्या दोघांचे स्वागत केले व गुंफेत चलण्याबद्दल विनंती केली. गुंफेत मध्यभागीच लाकडी तक्त्यावर त्या घाटेचा नमुना ठेवला होता. त्या घाटेची रूंदी जवळ-जवळ दोन हातांपेक्षा जास्तच होती. घाटेचा आकार मोठा असूनही तिची ठेवण नाजूक दिसत होती. तिचा आकार मोठा मोहक दिसत होता. तीवर कोरलेल्या अनेक मूर्ती जयनंदा न्याहाळीत होती. त्याच वेळी कुमारने विचारले,

''राजकुमारींना आवडली का घाट?''

''फारच सुंदर!'' प्रश्न कोण विचारतो आहे याचे भान न राहून जयनंदा बोलून गेली व नंतर पाठीमागच्या कुमारला पाहून संकोचली.

चित्रसेनदेखील त्या घाटेच्या ठेवणीवर व सजावटीवर खूश झाला होता. त्याने विचारले,

"कुमार! आता पुढे काय?"

"यापुढेच तर खरं काम महाराज! खरी मेहनत या साच्यात घाट ओतवून काढण्यातच आहे."

"कुमार! शिवरात्र दोन महिन्यांवर आली आहे. त्या दिवशी ही घाट पुरी होईल का?"

"तसं आजच निश्चितपणे सांगता आलं नाही, तरी तोवर घाट ओतविण्याचा मी प्रयत्न करीत आहे. आपल्याला हा नमुना पसंत आहे, असंच समजू ना?"

कुमारला होकार देऊन चित्रसेन व राजकुमारी बाहेर पडले. कुमार मोठ्या समाधानाने आपल्या कलाकृतीकडे पाहात होता. त्या दिवसानंतर कुमार जोराने त्या घाटेच्या मागे लागला. हाताखाली वीस-पंचवीस लोक घेऊन त्याने हवी तशी भट्टी बांधून घेण्यास सुरुवात केली. जयनंदा त्या दिवसानंतर कैक वेळा कुमारने चालविलेले काम पाहण्याचे निमित्त करून, कुमारला भेटायला येत असे. तिला असे वाटे की, आपली उपेक्षा करणारा कुमार एकदा तरी आपल्याशी चांगले बोलेल. पण कुमारने ती उत्सुकता कधीच दाखविली नाही. उलट जयनंदेने विचारलेल्या कैक प्रश्नांना तो तुटक उत्तरे देत असे. त्याच्या वागणुकीने जयनंदा दिवसेंदिवस कुमारकडे जास्तच आकर्षिली जात होती.

एक दिवस कुमारचा साचा पुरा झाला. घाटेला लागणाऱ्या पंचधातूंचे ढीग त्याच्या गुंफेत येऊन पडले. ते धातू वितळविण्यासाठी हिरापाणीचे लेप दिलेल्या कढया तेथे आणल्या गेल्या. सायंकाळपर्यंत त्या धातूंचा रस तयार झाला; आणि तो त्या साच्यात ओतण्यात आला. साचा कुठेही न तडकता सारं निर्विघ्नपणे पार पडल्याचे पाहून कुमारला मोठा आनंद झाला. रात्री पलित्याच्या उजेडात त्याने तो साचा उलगडला व घाट बाहेर काढली. ती थंड व्हायला बराच अवधी लागणार होता. मोठ्या समाधानाने घाट निरखून कुमारने ती गुंफेबाहेर रचलेल्या पायाडावर माणसांच्या मदतीने थंड होण्यासाठी ठेवली. दिवसभराच्या श्रमाने तो थकला होता. गुंफेत जाऊन त्याने अंथरुणावर पाठ टेकली. जयनंदा जेव्हा ती घाट पाहील, तेव्हा तिला केवढा आनंद होईल, याची स्वप्ने पाहात तो निद्राधीन झाला.

प्रात:काली जयनंदेची सखी गुंजी तिला उठवायला शयनगृहात शिरली. तेव्हा तिचा आनंद गगनात मावत नव्हता. जयनंदेला उठवीत ती म्हणाली,

"राजकुमारी, आज तुम्हाला देवळात मोठी गंमत पाहायला मिळणार आहे. तुम्हाला त्या उद्धट कुमाराची खोड मोडायची होती ना?"

"हो, मग?"

"तुमच्या वतीनं मी ती मोडली."

"ती गं कशी गुंजी?"

"बघाल तुम्ही देवळात."

"सांग ना गं?" जयनंदा काकुळतीला येऊन म्हणाली.

"सांगते, सांगते, सांगते! त्या कुमारनं काल घाट ओतवली. ती निवण्यासाठी काल चौकात पायाड मांडून ठेवली होती. मी ते पाहिलं होतं. माझ्या मनात तो विचार आला. आणि देवळात तासावर मारायचा मोठा टोला हळूच आणला."

"आणि?" भयभीत होऊन जयनंदेने विचारले.

"आणि काय? पायाडाच्या एका पायावर असेल नसेल ते बळ एकवटून मारला. राजकुमारी, ती घाट कोसळली तेव्हा केवढा आवाज झाला म्हणून सांगू– मी तशीच तेथून धावत सुटले... आणि..."

पण पुढे ती बोलायच्या आतच जयनंदेने तिच्या गालावर भराभरा थपडा मारल्या व ती किंचाळली, "चांडाळणी! काय केलंस तू हे? जा माझा रथ तयार ठेवायला सांग. मला आत्ताच्या आत्ता देवळात गेलं पाहिजे."

जयनंदा जेव्हा देवळात पोहोचली तेव्हा ते दृश्य पाहून तिच्या हृदयाचा थरकाप झाला. पायाड संपूर्ण कोसळले होते. बाजूला भंगलेली घाट पडलेली होती! कुमार त्या घाटेकडे खिन्नपणे पाहात बसला होता. जयनंदा त्याच्या पाठीशी जाऊन उभी राहिली. काय बोलावे हे तिला समजेना. पाठीमागे न पाहताच कुमारने विचारले,

"जयनंदे! का तू असा माझ्यावर सूड उगवलास? सौंदर्याच्या ठायी अनुराग असतो हे मला माहीत आहे. पण त्या ठायी एवढं कपट असेल, याची मला स्वप्नातदेखील कल्पना नव्हती!"

जयनंदा बराच वेळ काहीच न बोलल्यामुळे कुमारने मागे वळून पाहिले. जयनंदेकडे पाहताच आपण बोललेल्या शब्दांचा त्याला पश्चात्ताप झाला.

जयनंदेच्या टपोऱ्या डोळ्यातून अश्रू ओघळत होते. अतिदुःखाने तिचा चेहरा म्लान झाला होता. अश्रू पुसण्याचे देखील सामर्थ्य तिच्या ठायी राहिले नव्हते. कुमार उठून उभा राहिला आणि जयनंदेचे दोन्ही खांदे आपल्या हातात धरून म्हणाला,

"जया, पूस ते डोळे. तुझ्या नेत्रातले अश्रूच तू निष्पाप असल्याची ग्वाही देतात. गैरसमजानं व अतिदुःखानं जे बोलून गेलो ते तू मनाला लावून घेऊ नकोस, पण वाईट इतकंच वाटतं की, आता ही घाट परत वितळली जाईल तेव्हा तीत घातलेले मौल्यवान धातू कदाचित जळून जातील. त्याची परत भर करण्यासाठी सोनं चांदी कुठून आणू? तुझ्या पित्याकडे तरी ते कोणत्या तोंडानं मागू? जयनंदा, पूस ते डोळे. तुझा पिताच मागून येतो आहे."

चित्रसेनाने जेव्हा तो प्रकार पाहिला तेव्हा त्यालादेखील दु:ख झाले. त्याने विचारले, "कुमार! हे असं कसं झालं?"

"महाराज! ती माझीच थोडी चूक होती. त्या घाटेच्या वजनाचा आदमास न लागल्याने त्यासाठी बांधलेलं पायाड थोडं कच्चं ठरलं व रात्रीच ते ढासळलं."

"मग आता?"

"त्यात काय? पुन्हा घाट ओतवावी लागेल. थोडे श्रम अधिक पडतील, एवढंच!"

आणि जयनंदेकडे दृष्टिक्षेप टाकीत तो म्हणाला, "कदाचित, ही घाट फुटली ते बरं झालं. दुसरा नमुना याहीपेक्षा श्रेष्ठ होणार असेल. कदाचित, यासाठीच हा अपघात घडला असेल!"

कृतज्ञतेने पाहात असलेल्या जयनंदेला पाहून कुमार आपले दु:ख विसरला. जयनंदा आपल्या पित्यासह निघून गेली.

कुमार विचार करीत होता. राजाजवळ जर द्रव्याची मागणी केली असती, तर त्याने ती मान्यही केली असती. पण तसे करणे कुमारला कमीपणाचे वाटले. आता द्रव्य कोठून आणावे, हेच त्याला समजत नव्हते.

दुसरे दिवशी प्रात:काली जेव्हा जयनंदा आली, तेव्हा तिच्या पाठोपाठ दासी हातात तबके घेऊन आल्या होत्या. जयनंदेने खूण करताच त्या दासी ती तबके तेथे ठेवून निघून गेल्या. "काय हे?" म्हणत कुमारने त्यावरील आच्छादन काढले. ती तबके सोन्या-रुप्याच्या दागिन्यांनी भरलेली त्याच्या दृष्टीस पडली! त्याला काहीही न बोलू देता ती म्हणाली,

"कुमार, मी हे उपकार करीत नाही. माझ्या चुकीचं मी प्रायश्चित्त घेत आहे. तुम्ही जर हे स्वीकारलं नाही, तर मला अति दु:ख होईल."

"पण तुझे हे उपकार कसे फिटणार?"

"मनात आणलं तर तेही करू शकाल."

"म्हणजे? मी नाही समजलो."

"घाटेला माझंच नाव द्या ना!" जयनंदा लाजून म्हणाली. आणि त्यावर ती दोघेही भरपूर हसली. महाद्वारावर घाट चढायच्या आधीच घंटानादाचे गोड तरंग त्या दोघांचेही अंतरंग निनादून गेले. एका तरंगात सापडलेली त्यांची अंत:करणे अधिकच जवळ आली.

शिवरात्र फक्त चार दिवसांवर आली असताना परत घाट ओतवली. घाट संपूर्ण निवायला संपूर्ण दोन दिवस लागले. त्यानंतर कुमारने घाटेचा लोलक ओतवला. त्या लोलकाला एका नागाने वेटोळे घातलेले दाखविले होते. त्या लोलकाच्या खालच्या भागावर उभारलेला नागाचा फणा त्या लोलकाचे सौंदर्य वाढवीत होता.

दुसरे दिवशी शिवरात्र असल्याने सारे देवालय धुतले जात होते आणि त्याच वेळी कुमार शेकडो लोकांच्या मदतीने ती घाट महाद्वारावर चढवीत होता. प्रचंड दोरखंड महाद्वारावरून पलीकडच्या राजरस्त्यावर उभ्या केलेल्या हत्तींना बांधले होते. त्या दोरखंडाचे एक टोक घाटेला बांधले होते. त्या हत्तींच्या शक्तीने घाट हळूहळू पायाडावरून वर चढविली जात होती. रात्र पडेपर्यंत ती घाट त्या महाद्वारावरील दोन्ही हत्तींच्या सोंडेत अडकविली गेली. तो लोलक त्या घाटेच्या गाभ्यातल्या कडीला अडकवला गेला, आणि कुमार प्रात:काल होण्याची वाट पाहू लागला.

प्रात:काली जयनंदा येताना दिसताच तो सामोरा गेला, आणि त्याने तिला ती महाद्वारावरील घाट दाखविली व वर चलण्याची विनंती केली. जयनंदा कुमारच्या पाठोपाठ त्या महाद्वाराच्या पायऱ्या चढून गेली. तेथून साऱ्या मेघावतीचे नयनमनोहर दर्शन होत होते. कुमारने आपला शेला काढून त्या प्रचंड लोलकाला त्याचा विळखा घालून लोंबकळणाऱ्या नागाच्या फण्याला असलेल्या कडीला बांधला आणि शेल्याचे दुसरे टोक जयनंदेच्या हाती देत तो म्हणाला,

"जयनंदा, आज माझी जयनंदा तुझ्या हाती सोपवीत आहे. या जयनंदेला बोलती करण्याचा पहिला हक्क तुझा आहे. शेल्याने लोलक खेचत असताना जरा सांभाळून, नाहीतर त्याच्या हेलकाव्यांनी पडशील हां! खेच शेला."

तथापि, जयनंदेच्या कमरेला त्याने आपल्या डाव्या हाताचा आधार दिला होता. तो स्पर्श जयनंदेला सुखावह वाटत होता.

हर्षभराने जयनंदेने शेला खेचायला सुरुवात केली. हळूहळू घाट हेलकावू लागली. लोलकाला गती आली आणि तो घाटेच्या दोन्ही बाजूला थडकू लागला.

'ढाऽऽण् ऽऽ ढाऽण् ऽऽ ऽऽऽ' अशा गंभीर गर्जना त्या घाटेतून बाहेर पडू लागल्या. तिच्या नादतरंगांनी सारे वातावरण व्यापून गेले. मेघनाथ पर्वताच्या कड्यावरून कोसळणाऱ्या प्रपाताखालील संथ प्रवाहात निर्धोक पाणी पिणाऱ्या श्वापदांनी आपले कान त्या आवाजासरशी टवकारले, आणि ती जनावरे त्या आवाजाने भयभीत होऊन गोंधळून धावत सुटली. जलक्रीडा करण्यात मग्न असलेले हत्ती क्रोधाने आपल्या सोंडा उंचावून तुताऱ्या फुंकू लागले. राजप्रासादाच्या उद्यानात बेगुमानपणे विहार करणारे मोर घाटेच्या आवाजाने धुंद झाले आणि पाहता पाहता पिसारा उभारून थयथय नाचू लागले, केकराव काढू लागले. साऱ्या मेघनाथाच्या दऱ्याखोऱ्यांतून तो आवाज पसरून त्याचे प्रतिध्वनी उमटू लागले. त्या धक्क्यांनी निद्रिस्त झालेले भृंग दचकून जागे झाले आणि संतापाने बेभान होऊन ते कमळाची हृदये पोखरून घोंगावत बाहेर पडले.

निद्राधीन झालेले मेघावतीचे नागरिक त्या नादाने जागे झाले. तेही देवालयाकडे

धावले. चित्रसेनही तेथे पोहोचला. सारे कौतुकाने त्या डोलणाऱ्या घाटेकडे पाहात होते. जेव्हा ती घाट वाजायची थांबली, तेव्हा जयनंदा अत्यंत दमली होती. पण तिच्या चेहऱ्यावर त्या श्रमांचा मागमूसही दिसून येत नव्हता. नवीन उत्साह तिच्या अंगात संचारला होता. चित्रसेन जेव्हा आपल्या परिवारासह वर आला, तेव्हा तेथे जयनंदेला पाहून त्याला आश्चर्य वाटले. पण कुमारने त्यांचे निरसन केले.

"राजा, या घाटेचं नाव मी जयनंदा असं ठेवलं आहे. तिचा पहिला नाद राजकुमारीच्या पवित्र हातानं निघावा या हेतूनं मी राजकुमारीला विनंती केली. ती विनंती मान्य करून माझी इच्छा तिनं पुरी केली. शिवरात्रीला घाट पुरी व्हावी ही आपली इच्छाही आज पुरी झाली आहे. हा मात्र दैवयोग! आपल्याला माझी जयनंदा पसंत पडली का हे ऐकायला हे कान आतुर झाले आहेत."

"वा! कुमार, मला काय विचारता? खाली नजर टाका. तेथे जमलेले प्रजाजनच तुम्हाला निर्वाळा देत नाहीत का? या विराट प्रजेचा प्रतिनिधी म्हणून तुम्ही निर्मिलेल्या या शिवपूजेच्या प्रतीकाबद्दल माझी कृतज्ञता मी व्यक्त करतो." असे म्हणत चित्रसेनाने आपल्या गळ्यातील बहुमोल मोत्यांचा कंठा काढला. ते पाहून कुमार म्हणाला,

"थांबा महाराज! अद्याप ही घाट पुरी झाली नाही. ती पुरी व्हायला कैक दिवस लागतील. ही घाट अजून उजळली गेली नाही. या घाटेचा प्रत्येक तरंग स्पष्ट बोलला पाहिजे; तेव्हाच हे काम पुरं झालं असं मी समजेन."

"जशी तुमची मर्जी! कुमार, आज शिवरात्रीची महापूजा आहे. साऱ्या वर्षातला आजचा मोठा सण. सणात तुम्ही मेघावतीचे नागरिक म्हणून भाग घ्यावा, अशी माझी इच्छा आहे. महाद्वारावर सुंदर घाट बसवून तुम्ही आजच्या उत्सवावर कळस चढविला आहे. याची जाणीव मेघावतीला सदैव राहील. आजच्या दिवसाचा पहिला मानकरी म्हणून तुम्ही या कंठ्याचा स्वीकार करावा, अशी विनंती आहे."

असे म्हणत तो टपोऱ्या मोत्यांचा कंठा चित्रसेनाने कुमारच्या गळ्यात स्वत:च्या हातांनी घातला. साऱ्या लोकांनी चित्रसेनाचा जयजयकार केला, आणि संकोचलेला कुमार चित्रसेनामागोमाग चालू लागला.

सारा दिवसभर मेघावतीचे नागरिक शिवालयात फुले आणून टाकीत होते. मेघनाथने ती देणगी उदार हस्ताने दिलेली होती. त्या चित्रविचित्र वन्य फुलांच्या माळा गुंफण्यात मेघावतीच्या ललना मग्न झाल्या होत्या. सायंकाळपर्यंत सारे शिवालय त्या फुलांच्या माळांनी सजविले गेले. त्यानंतर मोहरीच्या तेलाने माखलेल्या हातात पणत्या घेऊन धावण्यात त्या स्त्रिया मग्न झाल्या.

जसजसा अंधार पसरू लागला, तसतसा एक-एक दीप प्रकाशू लागला आणि बघता-बघता सारे देवालय उजळून गेले. कैलासकुंडात देखील द्रोणांचे दीपक तरंगू

लागले. त्या प्रकाशात कुंडातील कमळे मोठी मोहक दिसत होती. ती रमणीय शोभा पाहात कुमार कुंडाकडेच्या पायरीवर बसला होता.

"हे बरं बाई! मी तिकडे सारं शिवालय पालथं घातलं आणि आजचा मानकरी तर इथं बसलेला आहे. तुम्हाला शोधता-शोधता पाय थकले माझे."

कुमारने मागे पाहिले तो जयनंदा तेथे उभी होती. तो तिच्याकडे पाहातच राहिला.

पाठीमागच्या पायरीवर जयनंदा उभी होती. नजीकच्या दीपमाळेवरील असंख्य दीपांचा प्रकाश तिच्यावर पडला होता. शुभ्र वस्त्र परिधान केलेली गौरांगी जयनंदा कुमारला निरखीत होती. त्या मंद प्रकाशात दिसणारे तिचे लावण्य कुमारला अगदी नवखे होते. तो मंत्रमुग्ध होऊन तिच्याकडे पाहातच राहिला. त्या दृष्टीने संकोचून जयनंदा म्हणाली,

"असं काय पाहता वेड्यासारखे? चला ना, लोक जमले असतील शिवालयात–"

"हो!" भानावर येत कुमार म्हणाला आणि उठून तो जयनंदेबरोबर चालू लागला.

देवळातील शंकराच्या मूर्तीला महापूजा बांधलेली होती. उंची धूपांचा घमघमाट सर्वत्र पसरला होता. सुवर्णाच्या समया तेवत होत्या. मंगल वाद्यांचा कर्णमधुर आवाज सर्वत्र भरून राहिला होता.

आरतीची सर्व तयारी झाली होती. शिवालयाचे प्रचंड आवार लोकांनी भरून गेले होते. चित्रसेनाची स्वारीही तोवर तेथे आली होती. कुमारला हाताशी धरून त्याने आपल्याजवळ बसविले. कार्यक्रमांना सुरुवात झाली.

जयनंदेच्या पूजानृत्यानेच उत्सवाची सुरुवात होत असे. टाळांचा जोड हातात घेऊन जयनंदा छुमछुमत त्या चौकात अवतरली, आणि तिचे नृत्य सुरू झाले. ते नृत्य होताच शिवाच्या आरतीला सुरुवात झाली. त्या आरतीला घाटेची साथ होत होती. आरती झाल्यानंतर तांब्याच्या हंड्यातून भरून ठेवलेले शिवप्रसादाचे मद्य वाटण्यात आले. टिपऱ्या सरसावून स्त्रिया पुढे झाल्या. ढोलकं गळ्यात अडकवून तरुण पुढे आले आणि दिसेल त्या मोकळ्या जागेत फेर धरून ते नृत्य करू लागले. टिपऱ्या, ढोलक व चाळ यांच्या आवाजाने सारे वातावरण भरून गेले. चित्रसेन उत्सवाला मोकळेपणा लाभण्यासाठी प्रासादाकडे गेला आणि कुमारही त्या वातावरणातून बाहेर पडला.

जयनंदा आपल्या सख्यांबरोबर हास्यविनोद करीत ते लोकनृत्य पाहात शिवालयातून फिरत होती. हा एकच दिवस असा होता की, ज्या दिवशी मेघावती नगरीत सारे भेदभाव विसरले जात. लहानापासून ते थोरापर्यंत सारे त्या आनंदात भाग घेत.

फिरत असता अचानक जयनंदेला कुमारची आठवण झाली. राजा गेल्यापासून तिने कुमारलाही पाहिले नव्हते. ती कुमारला शोधीत गुंफेपाशी गेली. गुंफा दीपमालांनी सजवलेली होती. कुमार त्या गुंफेच्या पायरीवर बसून शिवालयाकडे पाहात होता. दुरूनच तिने कुमारला हाक मारली. कुमारने तिला हसून प्रत्युत्तर दिले.

"का कुमार? आजचा हा सोहळा नाही आवडला तुम्हाला?"

"तसं नाही जयनंदा! उलट या सोहळ्यानं मी धुंद झालो आहे. वाटतं की ही मेघावती कधी सोडून जाऊच नये."

"मग कोण म्हणतं जा म्हणून? तात तर तुम्हाला कधीच सोडणार नाहीत."

"महाराजांनी हा कंठा जेव्हा दिला तेव्हाच मला त्यांच्या उदारतेची कल्पना आली आहे. पण जया, कोणत्याही गोष्टीला संयम हा हवाच."

"नाही हं कुमार; तात प्रसन्न झाले की हवं ते मिळतं."

"खरं?" कुमार चेष्टेने म्हणाला.

"चला! फार झालं. आजच्या दिवसाचे मानकरी तुम्ही. लोकांत नाही फिरकला तर लोक काय म्हणतील? उठा पाहू!" असे म्हणत जयनंदा पायऱ्या उतरू लागलीदेखील. इतक्यात कुमारने जयनंदेला मागे खेचले. तो एकदम म्हणाला,

"तेथेच उभी राहा. हलू नको." आणि त्याने काठीला हात घातला. घाव घालण्यासाठी त्याने काठी उचलली, तोच तो काय करणार हे जयनंदेच्या ध्यानी आले. ती वेगाने पुढे झाली व तिने त्याच्या हातातील काठी हिसकावून घेतली. तशा वेळीदेखील तिच्या कपाळावर घर्मबिंदू साचले होते. तिच्या समोरच्या पायरीवर दुधासारखा पांढरा पट्टा चकाकत होता. तिने हात जोडले व ती कुमारला म्हणाली,

"कुमार, जर हा अविचार आपण केला असता तर मेघावती नगरीतून तुम्ही जिवंतपणी बाहेर पडणं शक्य नव्हतं. नागलोकांच्या हद्दीत नागाची हत्या करून, मोठ्या पापाचे धनी झाला असता. कुमार, खाली या."

कुमार भीत-भीतच खाली आला. ती दोघे पुढे सरकत आहेत हे पाहून त्या पायरीवरच्या पांढऱ्या नागाने आपले वेटोळे केले आणि फणा काढून तो डोलू लागला. कुमारला हात जोडण्यास सांगून ती बोलू लागली,

"कुमार! हे तर आमचं कुलदैवत. ज्याच्या नजरेला हा शुभ्रमणी पडतो, त्याचं भाग्य अत्यंत थोर समजलं जातं. फारच क्वचित याचं दर्शन घडतं. तुम्ही जी इच्छा मनात धराल ती शुभ्रमणी पुरी करतो. तुम्ही प्रार्थना करा." असे म्हणत जयनंदेने हात जोडले व डोळे मिटून ती प्रार्थना करू लागली. तिचे रूप पाहून कुमार मोहित झाला. त्याने आपले हात जोडले व डोळे मिटले. जेव्हा ती दोघे भानावर आली तेव्हा तेथे शुभ्रमणी नव्हता. कुमारने विचारले,

"जयनंदा! काय केलीस तू इच्छा?"

“तुम्हाला नाही सांगायची.”

“जया, मला न सांगताही समजलं.”

“काय?” किंचित कातर आवाजात जयनंदेने विचारले.

कुमार पुढे आला. तो संथ पावले टाकीत तिच्याजवळ गेला. जयनंदेने मान खाली घातली होती. तिची हनुवटी उंचावत कुमार म्हणाला,

“बघ ना!”

“चला–” म्हणून जयनंदेने परत मान खाली घातली.

“मोठं आश्चर्य आहे!” तिला निरखीत कुमार म्हणाला.

“कसलं आश्चर्य?” जयनंदेने एकदम त्याच्या नजरेला नजर देत विचारले.

“काही नाही.”

“सांगा ना?”

“सांगू? तुझी ही लज्जा पाहिली, तुझ्या शरीराला सुटलेला हा कंप पाहिला की असा संभ्रम वाटतो की, पहिल्या दिवशी एका तरुणाला देहान्ताची शिक्षा देणारी हीच का ती जयनंदा?”

“ते कधीच विसरलं जाणार नाही का?” जयनंदा आर्तपणे म्हणाली.

नकळत कुमारने आपल्या हाताचा विळखा तिच्या कमरेभोवती लपेटला. तिची नाजूक बोटे त्याच्या हातात मिळाली आणि त्यांचे निःश्वास पूजादर्पाने भरलेल्या शिवालयात मिसळून गेले....

त्यानंतरचे कैक महिने कुमार ती घाट उजळण्यामागे लागला होता. दिवसेंदिवस उजाळा वाढत होता, अनेक वेळा जयनंदा तेथे येत असे. कौतुकाने ती घाटेकडे पाहात असे. जेव्हा ती घाट पुरी झाली, तेव्हा जयनंदा सूर्यकिरणात तळपत असलेल्या घाटेकडे पाहात होती. तिचे सारे सौष्ठव उठून दिसत होते. जयनंदा कुमारला बिलगत म्हणली,

“किती सुंदर दिसते नाही?”

“न दिसेल तर काय?” जयनंदेला जवळ घेत कुमार म्हणाला. “जिनं साक्षात सौंदर्याचं नाव धारण केलं आहे तिला त्या नावाची लाज बाळगायलाच हवी. जयनंदा, ही इतकी सुरेख होणार आहे हे मला आधीच माहीत होतं.”

“खोटं.”

“नाही! तुला मी महाद्वारात पाहिली तेव्हाच मी हे ओळखलं होतं. कोणतीही श्रेष्ठ कलाकृती निर्माण होताना कलावंताच्या मनात तशाच श्रेष्ठ सौंदर्याची मूर्ती स्थिर व्हावी लागते.”

“मी काय या घाटेसारखी दिसते?” आत्मस्तुतीने बेचैन झालेली जयनंदा थट्टेचा आधार घेत म्हणाली.

"बघ ना निरखून! मानव मोहित होतो तो बाह्य सौंदर्यावर नव्हे. जेव्हा ही बोलेल तेव्हा जरूर तुला तुझ्या भावनेशी एकरूप झाल्याचा आनंद वाटेल. तेव्हाच तुला माझ्या म्हणण्याचं प्रत्यंतर येईल."

एके दिवशी त्याने ती घाट पुरी झाल्याचे चित्रसेनाच्या कानावर घातले. चित्रसेन जेव्हा ती घाट पाहायला आला, तेव्हा ती घाट उन्हाच्या तिरप्या किरणांत चकाकत होती. त्या घाटेवर कुठल्याही प्रकारचा खडबडीतपणा राहिला नव्हता. कुमार म्हणाला,

"महाराज! उद्या शिवपूजेच्या वेळी ज्या वेळी ही जयनंदा बोलेल तेव्हाच तिच्या नादाची खरी कल्पना तुम्हाला येईल. कलावंत कधी आपल्या कलाकृतीवर संपूर्ण समाधानी नसतो. पण या घाटेबाबत मात्र मी संपूर्ण समाधानी आहे. हिचं सौंदर्य रेसभरही वाढवायला माझे हात असमर्थ आहेत."

दुसरे दिवशी चित्रसेन शिवालयात पूजेला बसलेला असताना त्याच्या कानावर घंटानादाचे धीरगंभीर नादतरंग येऊ लागले. त्या नादलहरीत आता निर्दोष विलास होता. प्रात:कालच्या पवित्र वातावरणातून पसरत जाणाऱ्या त्या नादलहरीने साऱ्या वातावरणाला एक लय प्राप्त होत होती. नादब्रह्माच्या या लयीतूनच दिव्यतेचा साक्षात्कार होतो. चित्रसेन त्या घंटानादाने तल्लीन झाला. त्याची तल्लीनता इतकी वाढली की, त्याचे भान हरपले. शंकराचे भव्य उदात्त रूप त्याच्या डोळ्यासमोर उभे राहिले. नकळत त्याने हात जोडले. त्याच्या कानांवर ॐकाराचे स्पष्ट उद्‌गार आले. त्याला राहवले नाही. तो धावत बाहेर आला व त्याने कुमारला आलिंगन दिले. तो आनंदातिशयाने म्हणाला,

"कुमार! धन्य आहेस तू!"

"महाराज, तुमच्या या उद्‌गारांनी खरंच धन्य झालो आहे मी."

"कुमार! मी आज पावन झालो आहे. तुझ्या या घाटेच्या दिव्य लहरींनी साक्षात भगवान शंकरदेखील प्रसन्न होतील. कुमार, आज तू माझ्याजवळ हवं ते माग. संकोच करू नको."

"महाराज, माझ्यासारख्या कलावंताला तुमच्या ऐश्वर्याचा काय उपयोग?" कुमार हसत म्हणाला.

"कुमार! तुझ्या घंटानादानं आज मला साक्षात ॐकार ऐकू आला. तुझ्या कलेमुळे मला माझ्या देवाचा साक्षात्कार झाला. आता तुला मी विन्मुख जाऊ देणार नाही. जर तू गेलास तर माझी निराशा होईल."

"महाराज, तुम्ही माझा सन्मानच करू इच्छिता तर तो असा एकांती का? राजदरबार भरवा. उद्या मी जरूर तुमच्याकडे काहीतरी मागेन. आनंदाच्या भरात हवं ते देण्याची भाषा करता आहात. पण तीच भाषा, तो कैफ उतरताच टिकेल की नाही

हे सांगता येत नाही. कदाचित मी हवं ते मागेन व नंतर तुम्हाला पश्चात्ताप वाटेल. उद्यापर्यंत तुमचा विचार बदलला तर तुम्ही काय द्याल ते घेऊन मी आनंदाने जाईन.''

"कुमार, तुझंही म्हणणं खरं आहे. तुझा सन्मान करायला ही जागा योग्य नव्हे. उद्या राजदरबार भरेल. मेघावतीला उद्याचा दिवस जरूर आनंदाचा वाटेल.'' असे म्हणून चित्रसेन परतला.

दुसऱ्या दिवशी राजदरबार भरला. मेघावतीचे प्रतिष्ठित नागरिक, चित्रसेनाचे मंत्री आपापल्या जागेवर बसले होते. मेघावतीचे सामान्य नागरिक राखीव जागेत उभे होते. कुमारला हाताशी धरून चित्रसेनाने जेव्हा दरबारात प्रवेश केला, तेव्हा साऱ्यांनी उठून चित्रसेनाच्या नावाचा जयजयकार केला. ललकाऱ्यांतून चित्रसेन सिंहासनावर विराजमान झाला. कुमारला त्याने आपल्या डाव्या हाताशी बसविले. चित्रसेनाच्या उजव्या हाताला जयनंदा बसली होती. सर्वत्र शांतता झाल्यावर चित्रसेनाने कुमारच्या घाटेचा उल्लेख करून त्याचा गौरव केला, आणि शेवटी कुमारला हवे ते मागण्यास सांगितले.

कुमार आपल्या हाताला शेल्याचा तिढा देत सिंहासनाच्या समोर जाऊन उभा राहिला. आणि म्हणाला,

"राजा व मेघावतीचे सुजनहो! तुमच्या या सन्मानानं मी दिपून गेलो आहे. कलावंतावरची तुमची ही प्रीती त्याला आपल्या कलेविषयी धन्यता वाटायला लावील. ज्या नगरीत एवढी रसिकता दिसते त्या नगरीत साऱ्या सिद्धी सदैव हाताशी राहतात. माझ्यासारखा सामान्य कलावंत काय मागणार? जे मला हवं होतं ते तुम्ही मला दिलं आहे. आणखी काय मागू राजा? मी काहीही मागावं हा हट्ट तू सोडून दे. राजा! कोण काय मागेल याचा नेम नसतो.''

किंचित कठोर होऊन राजा म्हणाला, "नाही कुमार! तुला हवं ते माग!''

"राजा! मग ऐक–'' कुमार क्षणभर थांबला.

सारे तटस्थ झाले. जयनंदेकडे एकदा दृष्टी टाकून तो राजाच्या डोळ्याला डोळा भिडवीत म्हणाला,

"महाराज, जर तुमची इच्छा असली तर, जयनंदेच्या, तुझ्या कन्येच्या हाताची मी अपेक्षा करतो. तो हात माझ्या हाती दे!''

सारे चूपचाप झाले. कुमार असे काही मागेल असे कुणाच्या स्वप्नातही नव्हते. चित्रसेन संतप्त होऊन म्हणाला,

"कुमार, काय बोलतोस याची शुद्ध आहे का तुला?''

तितक्याच शांतपणे हसत कुमार म्हणाला, "महाराज! सांगितलं नव्हतं का तुम्हाला तो हट्ट सोडून द्या म्हणून! शिवरात्रीला जेव्हा घाट बसविली तेव्हाच मी निघून गेलो असतो, तर तुम्ही मला अडविलं असतं? पण ती घाट एक सामान्य

घाट म्हणून हातावेगळी करायला मला आवडलं नसतं. म्हणूनच मी त्या घाटेचा प्रत्येक बोल कसाला लावला. इतके श्रम घेतले. मला माहीत होतं की एक ना एक दिवस असा उजाडेल की, त्या दिवशी तुम्ही प्रसन्न व्हाल व मी जे मागेन ते द्याल.''

''नाही कुमार, ते शक्य नाही; जयनंदा नुसती माझी कन्या नसून मेघावतीची उद्याची अनभिषिक्त राणी आहे. नागवंशात जन्मलेली राजकन्या कोणाही परपुरुषास आम्हाला देता येणार नाही. तू ती मागणी करून राजवंशाचा अपमान करू नकोस. दुसरं हवं ते माग– ते मी तुला देईन.''

''राजा, मी माझं मागणं मागितलं आहे. त्याखेरीज मला तुमच्याकडून कसलीच अपेक्षा नाही.''

संताप, मनस्ताप याने थरथरत चित्रसेन उभा राहिला व म्हणाला, ''मूर्ख तरुणा, इतक्या सहजपणे तू माझ्या सिंहासनाचा, राजघराण्याचा उपमर्द करू शकत नाहीस. या अक्षम्य अपराधाबद्दल उद्या प्रात:काली तुला हत्तीच्या पायाखाली देण्यात येईल! अजूनही विचार कर. जर तू क्षमा मागशील तर तुला मुक्त करण्यात येईल. त्यात मला आनंद वाटेल.''

''राजा, मृत्यूचं भय मला घालू नका; माझी इच्छा कायम आहे.''

''तर मग ऐक! तुझी शिक्षाही कायम आहे.'' आणि मंत्र्याकडे वळून चित्रसेन करारी आवाजात म्हणाला, ''मंत्री! याला कारागृहात टाका, आणि उद्या प्रात:काली या शिक्षेची अंमलबजावणी होऊ द्या. कुमार, तुला ही शिक्षा देत असताना मला किती दु:ख होत आहे, याची तुला कल्पना येणार नाही. साऱ्या मेघावतीला याचं दु:ख आहे. उद्या या दु:खामुळं घाट वाजणार नाही. तुझ्या मृत्यूच्या दु:खात सारी मेघावती सामील होईल.''

इतके बोलून चित्रसेनाने उजव्या बाजूकडे पाहिले. जयनंदा केव्हाच निघून गेली होती. मनस्तापाने त्रस्त झालेला चित्रसेन जेव्हा गेला तेव्हा भालदारांना व चोपदारांना ललकाऱ्या द्यायचे देखील भान राहिले नाही. राजा जाताच सारी मेघावती कुजबुजू लागली.

जयनंदेच्या डोळ्यांतील अश्रूंना खळ नव्हता. तिच्या डोळ्यांसमोरून साऱ्या स्मृती झरझर जात होत्या. ज्याला आपण एकदा मृत्यूची सजा दिली होती त्याला आज तीच शिक्षा दिली जात असताना तिच्या दु:खाला सीमा राहिल्या नव्हत्या. कारण आज ती त्याला आपले सर्वस्व देऊन बसली होती. उद्या हत्तीच्या पायाखाली कुमार चिरडला जाणार, हे ऐकल्यावर तिच्या काळजाचे पाणी पाणी झाले. राजकन्या होण्यापेक्षा आपण एक सामान्य स्त्री म्हणून जन्माला आलो असतो तर बरे झाले असते, असे तिला वाटू लागले. कुमारला वाचवणे तिच्या हाती नव्हते. त्याला वाचवण्याचा एकच मार्ग होता आणि तो म्हणजे कुमारने तिचा

नाद सोडणे.

तिने तो प्रयत्न करायचे ठरविले. गुंजीला तिने कुमारकडे पाठविले. पण तिची दारुण निराशाच झाली. कुमार आपल्या मागणीपासून रेसभरही ढळायला तयार नव्हता, मृत्यूची सजा भोगायला तयार होता... जयनंदेने जेव्हा हे सारे ऐकले तेव्हा तिच्या साऱ्या भावना उचंबळून आल्या आणि कुमारला कसेही करून वाचविण्याचा तिने निर्धार केला.

प्रात:काल जसजसा जवळ येऊ लागला तसतशी ती अधिक अस्वस्थ बनली. गुंजीला तिने रथ जोडण्याची आज्ञा केली.

''कुठे जाणार कुमारी?'' गुंजीने विचारले.

''शिवालयात.''

शिवालयाचे महाद्वाराशी रथ थांबताच जयनंदा धावतच महाद्वाराच्या पायऱ्या चढू लागली. महाद्वाराशी पोहोचताच तिने घाटेची साखळी हाती घेतली आणि ती जोराने खेचायला सुरुवात केली. त्या घाटेच्या नादाने सारी मेघावती खडबडून जागी झाली. सारे त्या घाटेच्या नादाने धावत सुटले. कारण ती घाट आज वाजणार नाही, अशी चित्रसेनाची आज्ञा होती. चित्रसेनही लगबगीने देवालयी गेला....

ती घाट बेलगामपणे हेलावत साऱ्या मेघावतीवर आपले तरंग फेकीत होती. चित्रसेन जेव्हा महाद्वारावर पोहोचला तेव्हा तेथे आपलीच कन्या जयनंदा घाट वाजवीत असल्याचे त्याच्या ध्यानी आले. क्रोधाने बेभान होऊन तिचा दंड पकडीत चित्रसेन ओरडला,

''जया, याचा अर्थ काय?''

''काही नाही तात, ज्याला तुम्ही आज हत्तीच्या पायाखाली देत आहात त्याच्यासाठी शोक करणारी अशी एकच जयनंदा आहे. निदान तिला तरी आज शोक करू द्या.'' असे म्हणत पुन्हा जयनंदेने साखळी खेचण्याला सुरुवात केली. तिचा दंड मागे खेचीत चित्रसेन ओरडला,

''जया, वेड लागलं की काय तुला? मागं हो!''

पण ते ऐकण्याच्या मन:स्थितीत जयनंदा नव्हती. तिने खसदिशी आपला दंड सोडवून घेतला आणि त्याबरोबर लोलकाच्या गतीने ती पुढे खेचली गेली. तोल सावरण्याच्या आतच जयनंदा महाद्वारावरून खाली फेकली गेली!

चित्रसेन धावत खाली गेला. खालच्या वाळूवर पडलेल्या जयनंदेला त्याने आपल्या मांडीवर घेतले. जयनंदा क्षीणपणे हसून म्हणाली,

''तात, कुमारांना बोलवा.''

चित्रसेनाने भरल्या डोळ्यांनी मंत्र्याकडे पाहिले, त्याचा अर्थ ओळखून सेवक धावले.

कुमारला नगरीबाहेर नेण्यात आले होते. मेघावतीच्या बाहेर असलेल्या माळावर हत्ती उभा होता. रक्षकांनी कुमारचे हात मागे वळवून बांधले होते आणि त्याला माळात किंचित वर असलेल्या दगडी चौथऱ्याकडे नेले. त्या चौथऱ्याखाली नेताच कुमारला पालथे पाडून त्याचे मस्तक त्या चौथऱ्यावर ठेवले.

आपल्याला काय करावे लागणार या कल्पनेने अस्वस्थ झालेला हत्ती पुढे आणण्यात आला आणि माहुताने आपला अंकुश त्या गजाच्या मस्तकात टोचून त्याला आज्ञा दिली. एक आर्त स्वर काढून हत्तीने आपला उजवा पाय उचलला. तोच त्या दिशेने दौडत येणाऱ्या घोडेस्वाराच्या ''थांबा! थांबा!'' अशा आरोळ्या सर्वांच्या कानी पडल्या.

कुमार जेव्हा तेथे पोहोचला तेव्हा जयनंदा मृतवत् पडली होती. मंद श्वासोच्छ्वास चालू होता. चित्रसेन चिंतातुर होऊन बसला होता. राजवैद्य काशीराज जयनंदेला निरखीत होता. कुमारला ते पाहवेना. त्याच्या डोळ्यातून अश्रू वाहू लागले. तो वैद्यांना म्हणाला,

''काशीराज! साक्षात धन्वंतरी म्हणून तुमची कीर्ती. तुम्ही असे स्तब्ध का?''

''कुमार!'' तो वैद्य म्हणाला, ''दुर्मीळ असा सोमवल्लीचा रस देखील मी जयनंदेला दिला आहे. कुमार, जयनंदा या मूर्च्छेतून एकदा तरी उठली पाहिजे. तिनं एकदा जरी आपले नेत्र उघडले तरी मी तिला वाचवू शकेन. ह्या मूर्च्छेतून जागी होणं वा न होणं हे आता फक्त परमेश्वराच्या हाती आहे.''

कुमार चित्रसेनाकडे वळून म्हणाला, ''महाराज, तुम्हाला शंकर प्रसन्न झाला आहे ना? मग तुम्हाला जयनंदेला उठवता नाही यायचं?''

''नाही कुमार! सर्पदंश एवढं एकच वरदान आम्हा नागलोकांत आहे. सर्पदंशानं आम्हाला मृत्यू नाही. याखेरीज आम्हाला काहीच मागता येणार नाही.'' राजा खाली मान घालून म्हणाला.

''मग कशाला एवढी देवालयं बांधलीत? कशाला करता ही पूजा?'' कुमार बेभान होऊन म्हणाला, ''राजा, माझ्या शिक्षेच्या बजावणीआधी मला थोडा अवधी दे.''

''काय करणार आहेस कुमार?''

''देवाला शिक्षा! ज्या माझ्या घाटेच्या नादानं त्या शंकराची समाधी लागली. त्याच घाटेवर मी माझा शेवटचा हात फिरवणार आहे. माझ्याजवळ असं एक रसायन आहे की, त्याच्या अंगी ती शंकराची समाधी भंग करण्याचं सामर्थ्य आहे. ते रसायन मी त्या घाटेवर फेकणार आहे. त्यानंतर त्या शंकराची समाधी या घाटेनं लागणार नाही. त्या घाटेच्या नादानं कदाचित शंकराची समाधी लागलीच तरी त्या घाटेतून निघणारा शेवटचा नादतरंग एवढा बदसूर निघेल की त्यानं शिव खडबडून

जागा होईल. राजा, माझ्यासारखा कलावंत यापेक्षा देवाला कोणती शिक्षा करू शकणार आहे?'' असे म्हणून कुमार आपल्या गुंफेकडे गेला.

जेव्हा कुमार गुंफेतून कसले तरी द्रव हातात घेऊन महाद्वाराच्या पायऱ्या चढू लागला, तेव्हा चित्रसेन त्याला त्या विचारापासून परावृत्त करण्यासाठी धावला. जेव्हा चित्रसेन महाद्वारावर पोहोचला तेव्हा त्याने पाहिले तो कुमार निश्चलपणे घाटेकडे पाहत होता. त्याच्या हातात ते द्रव तसेच होते. चित्रसेन जेव्हा कुमारजवळ पोहोचला तेव्हा कुमार काय पाहातो आहे याकडे त्याचे लक्ष गेले....

घाटेच्या कडेवर शुभ्रमणी फणा काढून डोलत होता. नकळत आपल्या हातातील द्रव कुमारने बाजूला टाकले आणि त्याने हात जोडले. चित्रसेनाने देखील हात जोडून प्रार्थना करण्यास सुरुवात केली.

शुभ्रमणी तेथून सळाळत जाईपर्यंत ते दोघे मंत्रमुग्ध होऊन उभे होते. त्याच वेळी वैद्यराजांनी मारलेल्या हाका ऐकू आल्या. अनेक शंका उद्भवून राजा व कुमार खाली धावले.

राजवैद्यांच्या चेहऱ्यावर हास्य चमकत होते. जयनंदा शुद्धीवर येत असल्याची वार्ता त्यांनी सांगितली व ते म्हणाले,

''महाराज! भगवान शिवाच्या कृपेनं राजकन्या मृत्यूच्या रेषेवरून परतली. जयनंदेचा मृत्युयोग टळला आहे. आता भिण्याचं कारण नाही.''

चित्रसेन आनंदाने डोळे पुशीत म्हणाला, ''होय वैद्यराज! शुभ्रमणीचं दर्शन आत्ताच झालं, ही साक्षात नटेश्वराची कृपा आहे!'' चित्रसेन बोलता-बोलता थांबला; कारण जयनंदेचे ओठ हालत होते. जयनंदेने डोळे उघडले. आणि तिने हाक मारली–

''कुमार!''

कुमारचे नाव ऐकताच चित्रसेनाचे लक्ष कुमारकडे गेले. कुमार संकोचाने तेथे उभा होता. पण त्याच्या हृदयातली खळबळ त्याच्या चेहऱ्यावर स्पष्ट दिसत होती. त्याचा संयम सुटला आणि तो चित्रसेनाला म्हणाला,

''राजा! मृत्यूचं मोल मी माझ्या जयनंदेसाठी पत्करतो, पण मला माझ्या जयनंदेला एकदाच भेटू दे. राजा, माझी एवढी एकच मागणी पुरी करा. मृत्यूच्या उंबरठ्यावर उभा असताना मला निराश करू नका. तुमच्या कन्येला भेटण्याची अनुज्ञा द्या.''

चित्रसेन एकवार कुमार व जयनंदेकडे पाहात राहिला आणि आपल्या धीरगंभीर आवाजात म्हणाला, ''तुझ्या घाटेमुळे की वैद्यराजांच्या औषधामुळं कुणास ठाऊक, पण माझ्या जयनंदेचा मृत्यू टळला. ती जयनंदा सदैव सुखी व्हावी म्हणून तुझ्याच हाती तिला मी सोपवणार आहे. मेघावती नगरी जयनंदेच्या रूपानं तुझं स्वागत

करायला आतुर झाली आहे. जा कुमार पुढं हो...''

जयनंदा कुमारकडे पाहून हसत होती. शिवालयाच्या गाभाऱ्यात दिवसाच्या देवाचे किरण पसरले होते. मेघावतीवर दाटलेले धुके विरळ होत होते.

–आणि त्याचवेळी महाद्वारावरील घाटेचे नादतरंग मेघावतीवर पसरत होते....

◆

२. अवशेष

"शंकर! शंकऱ्याऽऽ!"

"जी सरकार" म्हणत शंकर धावला. शयनगृहाचा एक दरवाजा किलकिला करून शंकर पुढच्या आज्ञेची वाट पाहू लागला.

"किती वाजले रे!"

"अकरा वाजून गेले महाराज." शंकऱ्या अदबीने म्हणाला.

"मग बघत काय राहिलास? पडदे वर कर आणि वर्दी दे."

"जी सरकार!" म्हणत शंकर आत गेला. भरभर खिडक्यांचे पडदे त्याने वर केले. त्याबरोबर बाहेरचा उजेड आत शिरला आणि सारे शयनगृह प्रकाशले.

राजसेन महाराजांची रात्रीची धुंदी अद्याप उतरली नव्हती. पडल्या पडल्याच त्याने नजर फिरवली. खालच्या पसरलेल्या पोर्चवर अद्याप प्लॅस्टिकचे पत्तेजोड पडले होते. कोपऱ्यात टेबलावर बाटल्या आणि पेले अद्याप रेंगाळत उभे होते. रात्रीच्या रंगलेल्या फ्लशची आठवण आळवीत असता डाव केव्हा संपला हे मात्र राजसेनला आठवेना. एक दीर्घ जांभई देत तो उठला. त्याबरोबर गाऊन घेतलेला शंकर मुजरा करून पुढे झाला. राजसेनने त्याच्याकडे पाहून स्मित केले आणि पाठ फिरवून उभा राहिला. शंकरने गाऊन चढवला. त्या गाऊनच्या दोरांची गाठ मारत त्याने पायात चढाव घातले आणि तो शय्यागृहाच्या बाहेर पडला.

दीर्घ जांभई देत तो दुसऱ्या हॉलमधील खुर्चीवर बसला. समोरच्या टेबलवर वर्तमानपत्रे पडलेली होती. त्यातले एक तो उचलणार तोच त्याचे लक्ष त्या टेबलावर ठेवलेल्या चांदीच्या कॅलेंडरकडे केले. त्या कॅलेंडरकडे पाहून त्याने रागाने टेबलावर बुक्की मारली आणि तो ओरडला, "शंकऱ्या!"

"जी–" म्हणत शंकऱ्या धावला.

"ही तारीख का नाही बदलली?"

"आजचीच तारीख आहे, सरकार. आज पंधरा ऑगस्ट. स्वातंत्र्यदिन–"

"बस कर. जास्त बोलू नको." असे म्हणत त्याने साऱ्या वर्तमानपत्रांसकट ते कॅलेंडर टेबलावरून उडवले. ते गरम वातावरण बघून शंकरने गडबडीने चहाचा ट्रे टेबलावर आणून ठेवला व तो चहा करू लागला. शंकरने चहा करून समोर ठेवला आणि त्याच वेळी राजसेनचा सेक्रेटरी देवधर तेथे आला व मुजरा करून उभा राहिला.

"ये देवधर, तुझीच वाट बघत होतो आम्ही! कालची ती भानगड मिटली का?"

"जी सरकार–"

"काही काम घेऊन आला आहेस का?"

"नाही महाराज! –आजचे कार्यक्रम आपल्या कानांवर घालायला आलो होतो."

"कसले कार्यक्रम?"

"आज माधवकुमार येणार आहेत!"

"कोण माधवकुमार?"

"आज पंधरा ऑगस्ट. स्वातंत्र्यदिन. तो साजरा करण्यासाठी दिल्लीहून माधवकुमार येणार आहेत. परवा बोललो होतो मी आपल्याला."

"बरं, मग माझा काय संबंध?"

"संध्याकाळी पाचला ते येणार आहेत. तेव्हा त्यांच्या स्वागताला आपण स्टेशनवर जाणार आहात. नंतर त्यांची मिरवणूक निघणार आहे. त्यांच्या हस्ते मोतीचौकात हुतात्म्यांच्या स्मारकाचे उद्घाटन आहे. नंतर आपल्या अध्यक्षतेखाली जाहीर सभा तिथेच आहे."

"मग मला बोलावं लागणार काय?"

"होय महाराज! अध्यक्ष म्हणून."

"माझं भाषण?"

"तयार आहे, सरकार." असे म्हणत त्याने भाषण राजसेनसमोर ठेवले.

"ठेव ते तुझ्यापाशीच! एवढेच ना कार्यक्रम?"

"नाही, महाराज. मोतीचौकातला कार्यक्रम झाल्यानंतर आपल्यातर्फे माधवकुमारांना खाना आहे. तेव्हा शहरातील प्रतिष्ठित नागरिक व पुढा–"

"कुणी सांगितलं होतं त्याला आमंत्रण पाठवायला?"

"आपल्या वतीने मीच तो कार्यक्रम ठरवून घेतला होता. आपल्याला तनख्याबद्दल

बोलणी करता येतील असं वाटलं.''

"बरं बरं पुढे?''

"नंतर रात्री बारा वाजता पॅलेसच्याच बागेत आपल्या हस्ते ध्वजारोहण, नंतर परेड व आतशबाजीने कार्यक्रम संपेल.''

"ठीक. म्हणजे पाच वाजल्यापासून कार्यक्रमांना सुरुवात होणार तर! तू चारला हजर राहा. एडीसींना तसं कळव.''

"महाराज, विनयकुमार आपल्या दर्शनाला आले आहेत– त्यांनी पेंटिंग पुरं करून आणलंय.''

'मी भेटतो. तू हो पुढं.''

राजसेन त्या हॉलमध्ये येऊन स्थानापन्न होताच सेक्रेटरी आणि विनयकुमार आले. त्यांनी मुजरा करताच तो स्वीकारून राजसेन म्हणाला,

"काय विनय, कसं काय?''

"ठीक आहे, महाराज. पेंटिंग आणलं आहे.''

"आणा. पाहू आम्ही.''

विनयने खुणावताच पाचसहा इसमांनी ते पेंटिंग आत आणले. त्यावरचा पडदा सरकविताच राजसेनची नजर त्या पेंटिंगवर खिळली. राज्यारोहणाचा प्रसंग त्यात चितारला होता. सिंहासनावर बसलेली त्याची मूर्ती तो डोळे भरून पाहात होता. एक उसासा सोडून तो म्हणाला, "कुमार, हे पेंटिंग काल किंवा उद्या आणलं असतंत तर फार बरं झालं असतं. पेंटिंग छान झालंय. देवधर, हे पेंटिंग दरबार हॉलमध्ये प्रवेशद्वारावरच लाव. जा कुमार त्यांच्याबरोबर आणि ते पेंटिंग ठीक तऱ्हेनं बसवलं जातं आहे की नाही ते पाहा. आणि खासगीतून तुमची रक्कम घेऊन चला सवडीनं.''

कुमार मुजरा करून जाताच राजसेनला स्नानाची वर्दी आली आणि तो आत गेला. स्नान आटोपून तो जेव्हा आला तेव्हा त्याच्या भेटीला आलेल्या सर्वांना तो भेटला आणि आपल्या शय्यागृहात जाऊन परत त्याने प्यायला सुरुवात केली. जेवणाच्या टेबलावरही तो कुणाशी नीट बोलला नाही आणि त्याचा तो निराळा रागरंग पाहून कोणी बोलायलाही धजले नाही. जेवण झाल्यानंतर परत शय्यागृहात जाऊन पुन्हा थोडे मद्यप्राशन त्याने केले व तो झोपी गेला.

दोनप्रहरी तीन-साडेतीनला देवधरने राजसेनला जागे केले. बर्फाच्या थंडगार पाण्याने तोंड धुतल्यानंतर राजसेनला किंचित बरे वाटले. तो आपल्या ड्रेसिंग टेबलाच्या समोरच्या प्रशस्त खुर्चीत बसला आणि त्याचा सेवक त्याच्या तोंडावर सौंदर्यप्रसाधने लावू लागला. जेव्हा त्याने आपले काम संपवले तेव्हा राजसेनने समोरच्या आरशात पाहिले. त्याच्या डोळ्यांखालची काळी वर्तुळे नष्ट झाली होती.

त्याच्या मिश्यांना रुबाबदार डौल आला होता. आपला राजबिंडा चेहरा पाहून त्याला बरे वाटले व त्याने कपडे आणण्यास फर्मावले.

नोकराने आणलेले कपडे पाहून त्याच्या मस्तकावर आठी उभी राहिली. सेवकाने त्याच्यासमोर जरीची अचकन, जरीचे चढाव, इराणी विजार, अंगरखा आणलेला होता. त्या कपड्यांवरून एकवार नजर फिरवून राजसेन म्हणाला, ''काय रे! आज काय राज्यारोहणाचा समारंभ आहे की काय? साधी अचकन नाही?''

सेवकाने धावपळ करून समोर साध्या अचकनीची दांडी धरली. त्यातून त्याने पांढरी सिल्कची अचकन निवडली. ती तो दुखवट्याचे वेळी घालत असे. सेवकाने जरीचे चढाव नेऊन पांढरे चढाव आणले आणि राजसेनने ते कपडे अंगावर चढवले. आरशात नीट पाहून त्याने डोक्यावर कलती पगडी बसवली. पगडी नीट बसवून होताच सेवकाने पुढे केलेला शिरपेच त्याने हाती घेतला आणि हिऱ्यांचा लखलखणारा शिरपेच तो काळजीपूर्वक पगडीवर बसवू लागला. पण मधेच हात थबकले व त्याने तो अर्धवट बसवलेला शिरपेच काढून समोरच्या तबकात फेकला व समोर ठेवलेले चढाव पायात चढवून तो बाहेर पडला. बाहेरच्या हॉलमध्ये येताच सेक्रेटरीने त्याच्या हातात भाषण दिले. ते त्याने शेरवानीच्या खिशात घातले. त्याचे ए.डी.सी. हजर होते. घड्याळात साडेचार होऊन गेले होते. पोर्चमध्ये उभ्या असलेल्या गाडीत तो जाऊन बसला आणि गाडी सुरू झाली.

शहरातून गाडी जात असताना रस्त्याच्या दुतर्फा लोकांची गर्दी होती. पण त्याच्या जाणाऱ्या गाडीकडे फारच थोडे पाहात होते. रस्त्यावर पोलिसांचा कडेकोट बंदोबस्त होता. स्टेशनच्या आवारात गाडी शिरताना राजसेनने पाहिले तेव्हा राखून ठेवलेल्या आवाराच्या बाहेरची सर्व जागा माणसांनी फुलून गेली होती. हे पाहात असताना राजसेनला समाधान वाटत नव्हते.

स्टेशनचा प्लॅटफॉर्म निमंत्रित मंडळी व शहरातील प्रमुख पुढारी यांनी भरलेला होता. राजसेनने आजूबाजूला पाहिले—काही मुजरा करीत होते, काही नुसते हात जोडत होते, तर कित्येक नुसते स्मित करून ओळख देत होते. गर्दीत एका बाजूला उभ्या असलेल्या त्याच्या सरदारांच्या घोळक्यात जाऊन राजसेन उभा राहिला. गांधी टोप्यांनी भरलेल्या त्या गर्दीत फेटेपगड्यांनी सजलेला राजसेनचा समूह उठून दिसत होता.

गाडी आली. लोकांची भिरभिरती नजर मंद वेगाने शिरणाऱ्या गाडीवरून फिरली. पहिल्या वर्गाचा सजविलेला डबा जेथे थांबला, त्या जागेवर सर्वांचे लक्ष वेधले. त्या डब्यातून पांढरे गणवेश घातलेले दोन ए.डी.सी. उतरले. त्यापाठोपाठ माधवकुमार त्या डब्याच्या दाराशी उभा असलेला दिसला. प्लॅटफॉर्मवरच्या सर्व लोकांनी एकमुखाने त्याचा जयजयकार केला. त्यासाठी मोठा जयजयकार बाहेरच्या

लोकांनी केलेला राजसेनच्या कानावर पडला. माधवकुमार हात जोडून सर्वांना दर्शन देत होता. त्या वेळी राजसेनच्या ए.डी.सी.ने राजसेनला खुणावले व हाराचे तबक पुढे केले. तो हार घेऊन पुढे झाला. माधवकुमारने एकवार राजसेनकडे पाहून स्मित केले व आपले हात राजसेनच्या हातातून काढून घेतले. त्यात एक प्रकारचा तुटकपणाच राजसेनला भासला. राजसेननं आपल्या सरदारांची ओळख करून दिली. त्या सरदारांशी कशीबशी हातमिळवणी करून माधवकुमार इतरांच्यात मिसळला.

राजसेनने माधवकुमारांना चलण्याची विनंती केली. माधवकुमार राजसेनबरोबर बाहेर पडला. स्टेशनच्या पोर्चमध्येच राजसेनची टप पाडलेली रोल्स उभी होती. राजसेन माधवकुमाराच्या पाठोपाठ आत चढला. गाडीसमोरचे घोडेस्वार चालू लागले आणि गाडी मंद गतीने स्टेशनच्या आवारातून बाहेर पडली. दुतर्फा उभे असलेले राजसेनचे प्रजाजन माधवकुमारांचा जयजयकार करीत होते. माधवकुमार गाडीत उभा राहून त्या लोकांना दर्शन देत होता.

राजसेन मात्र मनातून जळफळत ते दृश्य आपल्या उघड्या डोळ्यांनी पाहत होता. पूर्वी तो राजकुमार असताना असाच एकदा असेच व्हाइसरॉयचे स्वागत करायला गेलो हातो. याच रस्त्यावरून ती मिरवणूक चाललेली होती. तेव्हा सुवर्णरथातून जात असताना दुतर्फा जमलेल्या प्रजाजनांकडून मुजरे घेत तो गेला होता. ती मिरवणूक अलौकिक होती. हत्ती, घोडदळ, सैन्य सारे त्या मिरवणुकीत सामील झाले होते. ते वैभव पाहिलेल्या त्या नागरिकांना या तुटपुंज्या माणसाने वेडे करावे याचा अर्थच राजसेनला समजत नव्हता. संस्थान विलीन झाले म्हणून गादीशी बेहरामी करावी? आज आबासाहेब असते तर...?

मोतीचौक माणसांनी बहरला होता. राजसेन व माधवकुमार व्यासपीठावर चढताच माधवकुमाराचा गगनभेदी जयजयकार झाला. व्यासपीठावरून माधवकुमारने सर्वांना दर्शन दिले, आणि राजसेनच्या शेजारी तो परत बसला. ए.डी.सी.ने राजसेनला सुचवले. राजसेनने आपल्या खिशातील भाषण काढले. तो बोलायला उभा राहिला. त्याने भाषण उलगडले आणि तो वाचू लागला,

''प्रिय मित्रहो...''

राजसेन तिथे क्षणभर अडखळला, पण स्वत:ला सावरून घेऊन तो पुढे वाचू लागला, ''आज मी इथे तुमचा राजा म्हणून बोलत नसून तुमचा एक नम्र सेवक या नात्याने बोलत आहे. आपले मोठे भाग्य की, माधवकुमारांसारख्या महान देशभक्ताचे पाय आपल्या शहराला लागत आहेत. माधवकुमारांची ओळख करून घ्यायची मला फारशी गरज वाटत नाही. माधवकुमार...''

राजसेनला ते वाचवेना. कसेबसे तो ते काम पुरे करीत होता. त्याने भराभर

मधला मजकूर गाळला आणि तो कसाबसा शेवटावर येऊन ठेपला.

"आपण येथे माझे भाषण ऐकण्यासाठी जमला नाही. माधवकुमारांचे भाषण ऐकण्यासाठी तुमची मने उतावीळ झाली आहेत हे मी जाणतो. तरी आपला अधिक वेळ न घेता माधवकुमारांनी हुतात्म्यांच्या स्मारकाचे अनावरण करून चार शब्द सांगावे, अशी त्यांना नम्र विनंती करून मी आपली रजा घेतो."

माधवकुमार उभा राहिला आणि त्याने बटण दाबले. त्याबरोबर त्या संगमरवरी स्मारकावरचे अवगुंठन खाली पडले. टाळ्यांचा प्रचंड कडकडाट झाला आणि माधवकुमार बोलू लागला, "बंधू-भगिनींनो..."

राजसेनला माधवकुमारांचे भाषण ऐकू येत नव्हते. त्याच्या मनाची तगमग होत होती. आपल्या सेक्रेटरीवर तो संतापला होता. त्याने केलेले भाषण काय त्याचे होते? कुठे गेले ते शब्द – 'प्रिय प्रजाजन हो!' पूर्वीच्या भाषणातला तो मानमरातब, तो डामडौल कुठे नाहीसा झाला? मधून-मधून होणारा टाळ्यांचा कडकडाट ऐकून त्याला वाटत होते की, ते सारे प्रजाजन त्याची टर उडवत आहेत. ते त्याला हसताहेत. –'निमकहराम! माझंच खाऊन मला हसताहेत.'

माधवकुमारचे भाषण संपल्याबरोबर टाळ्यांच्या कडकडाटाने राजसेन भानावर आला. माधवकुमारला घेऊन राजसेन जेव्हा राजवाड्यावर पोहोचला तेव्हा तेथे अनेक स्थानिक पुढारी माधवकुमारला भेटायला आलेले होते. माधवकुमार त्यांच्यासह गप्पा करण्यात मग्न झाला. जेवण्याच्या आधी काही वेळ राजसेनला आणि माधवकुमारला एकांत मिळाला. त्या मोठ्या दिवाणखान्यात राजसेन, माधवकुमार व राजसेनचा ए.डी.सी. च होते. बोलता-बोलता राजसेनला माधवकुमारने विचारले,

"काय महाराज, ठीक चाललं आहे ना?"

राजसेनही याच प्रश्नाची वाट पाहात होता. त्याने एकवार आपल्या ए.डी.सी.कडे पाहिले आणि तो म्हणाला,

"माधवकुमार, तुम्हाला सांगितलं तर खरं वाटायचं नाही; पण फार वाईट दिवस आले आहेत आम्हाला."

"मी समजलो नाही!" माधवकुमार गोंधळून म्हणाला.

"कसं सांगावं हेच कळत नाही मला. तुम्ही जो तनखा देता तो इतका अपुरा असतो की, आमचा मानमरातब राखण्यात तो वाऱ्यावर जातो. खर्चासाठी जवळ असलेले काही ना काहीतरी विकून दिवस अब्रूने घालवतो. फार वाईट दिवस आणलेत तुम्ही आम्हाला."

"महाराज, स्पष्ट बोलतो म्हणून क्षमा करा–" माधवकुमार थोडासा कठोर होऊन म्हणाला, "महाराज, तुम्हाला तुमच्या परिस्थितीची जाणीव असती, तर तुम्ही असे बोलायला धजला नसता. आम्ही तुम्हाला वाईट दिवस आणले?

महाराज तुम्ही शिकलेले आहात. जगाच्या इतिहासावरून जरा नजर फिरवा. तुमच्यासारख्या राजकर्त्यांची मस्तके शाबूत राहून कुठल्या देशाला स्वातंत्र्य मिळाले आहे ते पाहा. भारत हाच देश असा आहे की, ज्याने हे साध्य करून दाखवले. आमच्या लोकांचे उलट तुम्ही आभारच मानले पाहिजेत.''

"पण आम्ही काय केलं होतं?"

"काय केलं होतं? महाराज त्यापेक्षा काय केलं नाही असं स्वतःला विचारून पाहा ना? तुम्हाला माहीत आहे. त्या वेळी तुम्ही युवराज होता. याच तुमच्या संस्थानात मी येणार होतो, तेव्हा याच तुमच्या संस्थानच्या सरहद्दीवर माझ्यावर बंदुकी रोखल्या गेल्या होत्या. भारताने जेव्हा-जेव्हा स्वातंत्र्याची चळवळ उभारली तेव्हा-तेव्हा तुम्ही ब्रिटिशांबरोबर इमानी राहून तुमच्या लोकांवर लाठीहल्ला केलात, घोडी घातलीत, गोळ्या चालवल्यात. राज्ये बळकट करण्यासाठी अनेकांना फासाच्या तक्त्यावर तुम्ही चढवलंत. आज हुतात्म्यांच्या स्मारकाचे उद्घाटनाच्या वेळी तय प्रसंगाचे अध्यक्ष तुम्ही असावं ह्यात त्या हुतात्म्यांचा गौरव होत होता काय? महाराज, तुमच्या देशभक्तीचा असा एक तरी पुरावा सांगा की, ज्याच्या जोरावर तुम्हांला आपली बाजू मांडता येईल.''

राजसेनच्या मनातले तनख्याचे विचार कुठल्याकुठे नाहीसे झाले. त्याच्या ए.डी.सी.ने त्याचे विचार ओळखले व बाहेर आलेल्या पाहुण्यांची वर्दी त्याने दिली. राजसेन व माधवकुमार बाहेर पडले. खान्याचा बेतही साधाच होता. एका प्रशस्त टेबलावरच मेजवानीचा थाट होता. राजसेनच्या दुसऱ्या टोकाला अगदी समोर माधवकुमार बसला होता. टेबलांच्या दुतर्फा निमंत्रित मंडळी बसली होती. राजसेन जरी अस्वस्थ होता तरी माधवकुमार अगदी शांत होता. जेवताना स्वतःच्या देशाखेरीज सर्व देशाचे राजकारण तेथे बोलले जात होते.

अकरा वाजता मेजवानी संपली. राजसेन माधवकुमारांच्यासह उद्यानात गेला. तेथे अनेक आमंत्रित लोक त्यांची वाट पाहात होते. माधवकुमार हळूहळू एकेकाच्या ओळखी करून घेत होता. राजसेनचे सरदार माधवकुमारच्या आजूबाजूला घुटमळत होते. तेथे राजसेनचे अस्तित्व फारच थोड्यांच्या नजरेत भरत होते. पावणेबारा व्हायला आले. आणि सर्व मंडळी परेड ग्राउंडवर गेली. हजारो नागरिक राखीव जागेच्या बाहेर जमलेले होते. राजवाड्यावरच्या घड्याळाचा काटा पुढे पुढे सरकत होता. बारावर ते दोन्ही काटे जुळले आणि त्या वेळी राजसेनने राष्ट्रध्वजाची काढणी ओढली. ते निशाण सरसरत वर चढले. बँडवर राष्ट्रगीत वाजू लागले. सारे निश्चलपणे उभे राहून राष्ट्रध्वजाला मान देत असताना तोफांची सलामी होऊ लागली आणि त्याच वेळी साऱ्या वाड्यावरची रोशणाई एकदम झगमगू लागली. सारे वातावरण प्रकाशाने भरून गेले. समोरून जाणाऱ्या परेडची त्याने पाहणी केली.

पण त्यानंतर राजसेनला पुढच्या आतशबाजीला हजर राहणे अशक्य वाटू लागले, मनातून तो पुरा ढासळला होता.

समोर दारूची चक्रे गरगरायला सुरुवात झाली. राजसेन माधवकुमारला म्हणाला, ''माधवकुमार, माझी तब्येत ठीक नाही. आपली हरकत नसेल, तर मला रजा द्यावी. मी उद्या सकाळी आपणाला भेटेनच.''

माधवकुमार उठून म्हणाला, ''महाराज, आपण जरूर जा. आपली तब्येत बरी नाही हे मला आधीच कळले असते, तर मी आपणाला इतके परिश्रम घेऊ दिलेच नसते.''

राजसेन तरातरा पावले टाकीत तेथून बाहेर पडला. राजवाड्याच्या बाहेर एका कोपऱ्यात राजघराण्यातील मंडळी गाडीतूनच खालची रोशणाई व आतशबाजी पाहात होती. ते पाहून राजसेन अधिकच अस्वस्थ झाला. सारा राजवाडा लखलखत होता. त्याच वेळी राजसेनचे लक्ष दरबार हॉलकडे गेले. पण तिथे अंधकार होता. त्याने जोराने हाक मारली, ''शंकऱ्या!''

''जी–'' म्हणत शंकऱ्या कुठून तरी धावत आला.

''तबक घेऊन दरबार हॉलमध्ये ये.'' एवढेच सांगून तो दरबार हॉलकडे पावले टाकू लागला. दरबार हॉलचे दार खाडकन उघडून तो आत शिरला. आजूबाजूच्या लखलखाटाचा अंधुकसा उजेड त्या भव्य हॉलमध्ये पसरला होता. त्यामुळे त्याची भयानकता जास्तच उठून दिसत होती. भरभर पावले टाकीत तो आत शिरला. राजसिंहासनाच्या पायऱ्या चढून तो वर गेला. सिंहासनाच्या समोरचा मखमलीचा पडदा त्याने दोन्ही हातांनी सरकवला. तशा अंधारात आच्छादित असलेले ते राजसिंहासन बेडौल दिसत होते. त्यावरचे आच्छादन त्याने खसकन् ओढले. तशा अंधारातही त्यावरून उडालेली धूळ त्याच्या नाकात शिरली. ते आच्छादन फेकून त्याने आपले अंग त्या सिंहासनावर टाकून दिले, तेव्हा त्याला किंचित बरे वाटले. बराच वेळ तो तसाच डोळे मिटून बसला.

कोणाची तरी पावले ऐकू आली, त्याबरोबर दचकून त्याने विचारले, ''कोण?''

''मी शंकऱ्या, महाराज.''

'दिवा लाव.''

स्विच ओढल्याचा अस्पष्ट आवाज आला आणि एक दिवा प्रकाशला. शंकरने पाहिले तो राजसेन समोरच्या सिंहासनावर बसलेला. हातातले तबक घेऊन तो पुढे गेला. एक छोटे टेबल सिंहासनाजवळ ठेवून त्याने ते तबक त्यावर ठेवले व तो पुढील आज्ञेची वाट पाहू लागला.

''जा शंकऱ्या तू! जाताना दरबार हॉलचे सर्व दिवे पेटवून जा. सारा राजवाडा पेटत असताना माझ्या दरबार हॉलमध्ये तेवढा काळोख अं! आणि हे बघ, सर्वांना

ताकीद दे. कुणीही मला त्रास दिलेला खपायचा नाही म्हणून. सर्वांना बजावून ठेव. जा तू. जाताना दार ओढून घे.''

एकापाठोपाठ स्विचबोर्डवरचे खटके वाजले आणि सारा दरबार हॉल प्रकाशित झाला. एकापाठोपाठ सारी झुंबरे प्रकाशाने झगमगू लागली. दरबार हॉलमध्ये टांगलेली राजघराण्यातील साऱ्या पूर्वजांची तैलचित्रे सजीव वाटू लागली. शंकर दरवाजा ओढून घेऊन जाताच राजसेनला त्या भव्य दरबार हॉलमध्ये आपण एकटे असल्याची जाणीव झाली. त्याने गडबडीने पेला मद्याने भरला आणि ओठी लावला. मद्याच्या सेवनाने त्याला थोडे बरे वाटले.

त्या वेळी पुन्हा एकदा दरवाजा उघडल्याचा आवाज आला. राजसेनने पाहिले तो देवधर आत येत होता. बसल्याच जागेवरून त्याने विचारले,

''काय आहे?''

''सरदार मुजरा मागताहेत.''

''दे हाकलून हरामखोरांना. लाळघोटे! आणि हे बघ, आता मला जर कुणी त्रास दिला तर गोळ्या घालीन, एकेकाला! मुजरा मागताहेत! माधवकुमाराच्या मागे फिरत असताना लाज वाटत नव्हती?'' राजसेन पुटपुटला. हातातला पेला संपवून पुन्हा त्याने मद्य ओतून घेतले.

दरबार हॉलची मोकळी फरशी चकाकत होती. भिंतीच्या कडेने दरबाराच्या वेळी पसरायचे गालिचे वळकट्या करून ठेवले होते. त्याकडे पाहात असताना त्याला आपल्या राज्यारोहणाची आठवण झाली.

तेव्हा याच दरबार हॉलचे वैभव केवढे वाढले होते! सर्वत्र उत्तम धुपाचा सुगंध पसरला होता. सारी फरशी जाड गालिच्यांनी लपेटली गेली होती. पहिल्या रांगेला पहिल्या प्रतीचे जहागीरदार, सरदार ओळीने होते. त्यांच्यामागे मानाप्रमाणे छोटे-मोठे इनामदार, वतनदार, ऑफिसर्स वगैरे दाटणीने भरले होते. राजसिंहासनाच्या उजव्या हाताला राज्यारोहणासाठी आलेले राजे होते; तर डाव्या गॅलरीत राजघराण्यातील सर्व स्त्रिया पडद्यात बसलेल्या होत्या.

राजसेनला तो हॉल पूर्वीच्या वैभवात दिसू लागला. प्रवेशद्वारापासून राजसिंहासनापर्यंत घातलेल्या मखमलीच्या पायघड्या दिसू लागल्या.

त्याच वेळी त्याच्या कानांवर भालदार चोपदारांची ललकारी पडली : ''समशेर ए जंग- समशेर ए बहाद्दर-राजधुरंधर-प्रजापालक पृथ्वीपती राजसेन महाराऽऽज.''

राजसेनने पाऊल दरबार हॉलमध्ये टाकले. त्याच्या पगडीला डोळे दिपवणारा हिऱ्याचा शिरपेच होता, भरजरी अंगरख्यावर गळ्याशी मोत्याचा कंठा शोभत होता. कमरेची रत्नजडित मुठीची तलवार डाव्या हाताने सावरत तो हळूहळू पावले टाकीत येत होता. दरबार हॉलमध्ये येताच, चांदीचा उंचापुरा दंडक घेतलेल्या

भालदाराने ललकारी दिली–

"खडी ताजीऽऽऽम!" आणि सारा दरबार शांत झाला. एकजात सारे मुजऱ्यासाठी लवले. भालदार पुढे जात होताच. तो ललकारत होता, "आस्ते कदम, महाराज आस्ते कदम."

धीमे, धीमे एक, एक पाऊल टाकत तो राजसिंहासनाकडे जात होता. दुतर्फा उभ्या असलेल्या सरदारांचे मुजरे स्वीकारीत होता. उजव्या हाताने मुजरा करीत असताना डाव्या हाताने कमरेची तलवार सावरताना होणारा 'खट्' 'खट्' आवाज त्या प्रसंगाचे गांभीर्य व रुबाब वाढवत होता. सिंहासनाला मुजरा करून तो त्या सिंहासनावर बसला. साऱ्या दरबाराने 'राजसेन महाराजांचा' जयजयकार केला. राजसेन बसताच सारा दरबार आपापल्या जागेवर बसला. राजनर्तकीने नृत्य केले. नंतर कार्यक्रमाला सुरुवात झाली. एक-एक सरदार आपापली तलवार हाती घेऊन सिंहासनाजवळ येऊन राजनिष्ठेचा मुजरा करू लागला. तो सर्व कार्यक्रम झाल्यावर राजसेन उभा राहिला. त्याने आपले भाषण वाचावयास सुरुवात केली.

"प्रिय प्रजाजनहो, तुम्ही आमच्या गादीची आणि आमची जी सेवा आजवर इमानेइतबारे केलीत त्याबद्दल आम्ही..."

–हे सारे चित्र राजसेन पाहात असतानाच त्याला त्याच दरबाराच्या कुठल्या तरी कोपऱ्यातून स्पष्ट आवाज ऐकू आला, "तुमच्या देशभक्तीचा असा एक तरी पुरावा सांगा की, ज्याच्या जोरावर तुम्हाला आपली बाजू मांडता येईल." त्याबरोबर राजसेन ताडकन उठून उभा राहिला व ओरडला, "खामोश!"

पण त्याच वेळी त्याला त्या आभासाची कल्पना आली. तो परत राजसिंहासनावर ढासळला. त्याने परत पेला भरला व शून्य दृष्टीने तो समोर पाहू लागला. तैलचित्रे त्याला हसताहेत असे वाटू लागले. तो उठून उभा राहिला, आणि त्याने राजसिंहासनाकडे नजर टाकली. त्या सिंहासनाच्या वरच राज्यसंस्थापकाची भव्य प्रतिमा होती. पेल्यातले दोन घोट घशाखाली घालून तो बोलू लागला,

"तुम्ही-तुम्ही हे राज्य स्थापलंत आणि स्वतंत्र ध्वज फडकविलात. त्याच तुमच्या घराण्यातला मी शेवटचा वंशज. मी आज तुमचं निशाण उतरून त्या जागी दुसरं निशाण फडकाविलं. कुणी सांगितला होता तुम्हाला राज्य संस्थापण्याचा उद्योग! तुम्ही स्वराज्यसंस्थापक ठरलात आणि मी? नाही. तुम्हाला ते कळायचं नाही. आज जरी तुम्ही असतात तरी तुम्हाला मी केलं तेच करावं लागलं असतं."

एवढे बोलून तो वळला. राजसिंहासनाच्या पायऱ्या उतरून तो दोन्ही बाजूला लावलेल्या पूर्वजांची तैलचित्रे न्याहाळू लागला. चालताना त्याच्या झोकांड्या जात होत्या. पाच-सहा चित्रं ओलांडताच तो थांबला आणि त्या पूर्वजांना उद्देशून बोलू लागला–

"तुम्ही राज्ये उपभोगलीत. आयुष्याची सर्व सुखे तुम्हांला मिळाली. दुःखाचा लवलेशही तुम्हाला शिवला नाही." त्याच वेळी राजसेनचे लक्ष आपल्या वडिलांच्या प्रतिमेकडे गेले. त्यासरशी त्याचा राग भडकून उठला. तो त्या प्रतिमेच्या समोर जाऊन तावा-तावाने बोलू लागला, "आणि आबासाहेब, तुम्ही महाधूर्त! तुम्ही तुमची राज्ये टिकवण्यासाठी तुमच्या लोकांच्यावर घोडी घातलीत, गोळीबार केलात, अनेकांना फाशीच्या तक्त्यावर चढवलंत. आणि त्या सर्व पापांचा वारसा माझ्या माथी देऊन पळ काढलात-भ्याड! -नादान! ज्याच्यासाठी एवढी दडपशाही केलीत, तो इंग्रज केव्हाच पळून गेला– तुम्ही राज्यं उपभोगलीत, सत्ता गाजवलीत आणि आज मी राज्यहीन, सत्ताहीन होऊन फक्त तुमच्या पापांचा धनी होऊन बसलो आहे."

स्वतःच्या राज्यारोहणाच्या तैलचित्राकडे वळून तो म्हणाला, "राजसेन, कसली एवढी प्रौढी मिरवतोस? तुझ्या हाती काय आहे?" आणि हातातला तो मद्याचा पेला वर करून बोलू लागला, "हेच ना?" त्याने तो पेला त्या तैलचित्रावर फेकला. 'खळ' असा मोठा आवाज त्या दरबार हॉलमध्ये घुमला.

राजसेन माघारी वळला. समोर दूरवर त्याला ते राजसिंहासन दिसत होते. राजसेनवर हळूहळू कैफ चढत होता. डोळे जड झाल्यासारखे वाटत होते. तसाच झोकांड्या खात तो त्या सिंहासनाकडे जाऊ लागला. सिंहासनाजवळ जाऊन तो उभा राहिला. तोल सावरायचा शिकस्तीने प्रयत्न करीत तो म्हणाला, "तुझ्यात आणि साध्या खुर्चीत असा काय फरक उरला आहे? कशाला विनाकारण मला या यातना भोगायला लावतोस?"

राजसेन राजसिंहासनाच्या पायऱ्या चढू लागला. तीन-चार पायऱ्या तो चढला असेल नसेल, तोच तो एका पायरीला अडखळला. त्याचा संपूर्णपणे तोल गेला. पडत असताना सावरण्यासाठी त्याने मखमलीचा पडदा हाती धरला; पण तो पडदाच वरच्या दांडीसह खाली आला. त्या पायऱ्यांवर राजसेन कोसळला. त्याने पाहिले तर ते राजसिंहासन त्याच्यापासून अवघ्या दोन हातांवर होते. पण त्याने उठण्याचा प्रयत्न केला नाही. तो तसाच जरा पुढे सरकला आणि स्टुलावरची बाटली व पेला घेऊन त्याने पडल्या पडल्याच पेला भरला आणि तोंडाला लावला. त्या पायऱ्यांवर पडलेला असतानाच केव्हा झोपेने त्याचा ताबा घेतला हे त्याला समजलेच नाही.

◆

३. वेडात दौडले सात–

महाराष्ट्राच्या इतिहासाची सोनेरी पाने अनेक वीरांच्या अतुल त्यागाने, साहसाने चितारली गेली आहेत. त्या त्यागाच्या, साहसाच्या आठवणी देणाऱ्या अनेक वास्तू महाराष्ट्रात चौफेर उभ्या असलेल्या दिसतात. शिवनेरी, दिव्य पुरुषाची जन्मकथा अभिमानाने सांगत आहे. सिंहगड, विशाळगड मराठमोळ्या मनाच्या राजनिष्ठेची ग्वाही आजही देत आहेत. प्रतापगड मराठेशाहीच्या एका बाक्या प्रसंगाची रोमहर्षक कहाणी ऐकवत आहे. आपले भग्न अवशेष उराशी कवटाळून उभ्या असलेल्या अशा अनेक वास्तू आजही गतवैभवाची आठवण जागी करून देत आहेत. शेकडो वर्षे काळ आणि निसर्गाशी झुंजत उभ्या असलेल्या या वास्तू ढासळत आहेत. कोलमडत आहेत. त्याबरोबर त्यांच्या आठवणीही. अशांपैकीच एका वास्तूची ही कहाणी आहे.

कोल्हापूर जिल्ह्यात गडहिंग्लजपासून आठ कोसांवर नेसरी आणि कानडेवाडी ही दोन टुमदार खेडी एकमेकांपासून मैल दोन मैलांच्या अंतरावर आमोरीसामोरी उभी आहेत. या दोन खेड्यांमध्ये दोन टेकड्यांनी सांधलेली एक खिंड आहे. आजूबाजूला विस्तीर्ण माळ आहे. त्या दोन टेकड्या व त्यांच्या बाजूचा विस्तीर्ण माळ सोडला तर सभोवती डोंगराने व जंगलाने व्यापलेला मुलूख आहे. या टेकड्यांमधून एक ओढा जातो. उन्हाळ्यात तो कोरडा असतो, पण पावसाळ्यात तो प्रचंड वेगाने खळखळत नदीला जाऊन मिळतो.

याच ओढ्याच्या काठाला एक अज्ञात वास्तू आहे. त्या वास्तूचे कोरीव दगड त्या ओढ्याच्या पात्रात इतस्तत: विखुरले गेले आहेत. माहीतगार इसमाखेरीज ती जागा आज ओळखता येणं कठीण आहे. नेसरीच्या बाजारासाठी जाणाऱ्या लोकांचा

रस्ता त्या वास्तूजवळूनच जातो; पण तेथे घडलेल्या इतिहासातल्या सोनेरी पानाची त्यांना कल्पनाही नाही. पावसाळ्यानंतर जेव्हा ओढ्याचे पात्र कोरडे होते, तेव्हा पात्रात पडलेले वास्तूचे दगड उघडे पडतात. आजही बाजाराला गेलेली माणसे रात्र पडायच्या आत तो माळ ओलांडायची दक्षता घेतात. रात्री-अपरात्री तेथे घोड्यांच्या टापांचा आवाज ऐकू येतो असे म्हणतात.

सुमारे तीनशे वर्षांपूर्वीची कथा. विजापूरकरांचा मातबर सरदार बहिलोलखान याने आपली छावनी त्या माळावर ठोकली होती. शिवाजीचा सेनापती प्रतापराव गुजर याने आजूबाजूच्या डोंगरांतून आपले सैन्य पेरून बहिलोलखानाला कोंडीत पकडले होते. शत्रूची आमोरासमोर गाठ पडत नव्हती व छावणी सोडून गेलेली तुकडी सुखरूप परत येत नव्हती. बहिलोलखान अगदी त्रस्त होऊन गेला होता. उमराणीच्या लढाईत केलेला तह त्याला डाचत होता, आणि तो तह मोडल्याचे प्रायश्चित्तही त्याला वारंवार मिळत होते. उमराणीच्या लढाईत खानाने प्रतापरावाच्या तलवारीची धार पाहिली होती. त्याची धास्ती खानाने घेतली होती, आणि त्याचमुळे एवढे मोठे सैन्य बरोबर असूनही तो प्रतापरावाची कोंडी फोडण्यास धजत नव्हता. त्या मानाने प्रतापरावाची कुमक फारच थोडी होती. आपल्या हाताखालच्या सात सरदारांनिशी मोक्याच्या जागा अडवून प्रतापराव शांतपणे वेळेची वाट पाहात होता. चार-आठ दिवसांतून घडणाऱ्या एखाद्या चकमकीखेरीज सारे वातावरण शांत होते.

दिवस मावळला होता. डोंगरराईवरून हळूहळू गारठा उतरत होता. रानावर रातकिड्यांनी साद धरली होती. मोगलांच्या छावणीत अधून-मधून पलीते पेटत होते. मराठ्यांच्या छावणीवरून तो तळ दिसत होता. प्रतापरावांच्या तंबूबाहेर शेकोटी पेटत होती. त्या शेकोटीभोवती सात-आठ इसम कोंडाळे करून बसले होते. त्यांच्यामागे अनेक हत्यारबंद शिपाई उभे होते. कोणी काही बोलत नव्हते. त्या बसलेल्या इसमांत एक डोईला लाल फेटा, अंगात चुणीदार चिंचोळ्या हाताचा अंगरखा, पायात तंग सुरवार घातलेला उमदा इसम बसला होता. त्याच्या कमरेला गुंडाळलेल्या दुशालीत तलवार लटकत होती. उजव्या हातातील सोन्याचे कडे व कानातील घेरदार वळे त्या शेकोटीच्या प्रकाशात उठून दिसत होते. सचिंत मुद्रेने टक लावून तो त्या शेकोटीकडे बघत होता. बराच वेळ गेला. त्या इसमाने अचानक आपल्या मांडीवर थाप मारली आणि तो म्हणाला,

"आनंदराव, बोला काहीतरी."

नजीक बसलेल्या इसमाने मान वर केली व तो म्हणाला,

"काय बोलू प्रतापराव? तुम्ही आमचे सेनापती! तुम्ही हुकूम करायचा आणि तो आम्ही..."

"तसं कसं होईल? तुम्ही आमचे दुय्यम सेनापती! जिथे आम्ही अडतो तिथे

तुम्ही सल्ला द्यायचा...''

साऱ्यांच्या चेहऱ्यावर अस्पष्ट स्मितरेषा उमटली.

तोच कसली तरी गडबड तळावर उडाली. प्रतापराव उठून उभा राहताच सारे उठून उभे राहिले. त्यांच्या रोखाने आठ-दहा इसम येत होते. त्यांच्या अग्रभागी एक स्त्री दिसत होती. प्रतापरावाने प्रश्नार्थक नजरेने आनंदरावाकडे पाहिले. ती मंडळी नजीक येताच त्यांच्यापैकी एकाने पुढे होऊन प्रतापरावांना मुजरा केला व तो म्हणाला,

''या आपणाला भेटायला आल्यात.''

प्रतापरावांनी विचारले, ''बाई, काय हवंय तुम्हाला?''

''मला प्रतापरावांना भेटायचं आहे.''

''बाई हेच ते प्रतापराव!''

क्षणभर त्या तरुणीने प्रतापरावांना न्याहाळले आणि दुसऱ्याच क्षणी तिच्या डोळ्यांतून अश्रुधारा वाहू लागल्या. प्रतापरावाने विचारले,

''बाई, का रडता? काय झालं सांगा.''

त्या बाईने पदराने आपले डोळे टिपले व ती म्हणाली, ''माझ्या दादांना नेलं हो...''

''कुणी?''

''खानाच्या लोकांनी. त्यांना सोडवा.'' एवढे बोलून ती तरुणी चटकन पुढे झाली. तिने प्रतापरावांचे पाय धरले व ती रडू लागली.

प्रतापराव गोंधळला. तो म्हणाला, ''बाई, उठा पाहू.''

ती तरुणी उठली. प्रतापरावाने विचारले,

''बाई, नाव काय तुमचं?''

''नर्मदा.''

''कुठे राहता?''

''इथल्या वाडीत.''

''खानाच्या लोकांनी कुणाला पळवलं?''

''माझ्या वडिलांना. त्यांना मी दादा म्हणते.''

''नाव काय त्यांचं?'' प्रतापरावाने विचारले.

''विठ्ठलपंत म्हणतात त्यांना.''

''त्यांना वाडीतून पळवलं?'' आश्चर्याने प्रतापरावाने विचारले.

''नाही, ते माझ्याबरोबर पाण्याला आले होते. मी पाणी भरत होते. तोच ते लोक आले, आणि त्यांनी आम्हांला पळवलं. मी कशीबशी सुटले ते थेट तुमच्याकडे आले.'' ती तरुणी पुन्हा हुंदके देऊ लागली.

"नर्मदा रडू नकोस. किती माणसं होती?"

"चौघेजण."

"आनंदराव–"

"जी–"

"वाडीच्या पाणवठ्याला खानाची माणसं येतात याचा अर्थ काय? कोण आहे तेथे?"

"महिपतराव!"

"महिपतरावांना उद्या ताकीद द्या." प्रतापरावाने दीर्घ उसासा सोडला आणि तो शेकोटीकडे पाहात तसाच उभा राहिला. नर्मदा त्याच्याकडे पाहात होती. हळूहळू तिच्या चेहऱ्यावरचे भाव बदलले. त्या शांततेचा भंग करीत तिने विचारले,

"तुम्ही उभे का? दादांना सोडवता ना?"

प्रतापराव म्हणाला, "बाई, मी तुमची काळजी जाणतो. पण एव्हाना ते लोक छावणीत पोहोचलेदेखील असतील."

"हे मराठ्यांचे सेनापतीच बोलतात का?" नर्मदा उसळून म्हणाली, "माझ्या हाती काकणे आणि कपाळी कुंकू नाही. नाहीतर ते तुम्हाला दिलं असतं."

"बाई!"

"ओरडता कशाला? साऱ्या जगात असलेला माझा एकुलता एक आधार तो तुटला. आणि मला धीराने घेण्याच्या गप्पा सांगता? जाते मी."

सारे आश्चर्यचकित होऊन तिचे बोलणे ऐकत होते. ती वळताच प्रतापराव ओरडला,

"बाई, चाललात कुठं?"

गरकन वळून ती प्रतापरावांच्या नजरेला नजर भिडवत म्हणाली, "खानाच्या तळावर."

"लखूजी" प्रतापरावाने हाक मारली. लखूजी पुढे धावला. "पकडा तिला आणि तिच्या घरी घेऊन जा. सकाळ होईपर्यंत तिच्यावर कडक नजर ठेवा. ती सुटली तर मी तुमची गय करणार नाही."

"जी" म्हणत लखूजी साथीदारासह धावला आणि त्यांनी नर्मदेला पकडलं. नर्मदेचा आक्रोश साऱ्यांचं हृदय भेदीत होता. बराच वेळ तिचा आक्रोश कानांवर पडत होता.

"आनंदराव! पाच-सहा निवडक असामी घ्या आणि चला माझ्याबरोबर!"

"पण प्रतापराव–"

"आनंदराव, मला माहीत आहे. पण कदाचित ते छावणीवर पोहोचले नसतीलही."

चंद्राची कोर डोंगरावर आली होती. अंधूक चांदणे सर्वत्र पसरले होते. झरझर

वाट कापीत प्रतापराव आपल्या साथीदारांसह जात होता. नदीचे पात्र ओलांडून ते कडेला आले. खानाची छावणी दिसत होती. जमिनीबरोबर सरपटत त्यांनी पाणवठ्याची वाट गाठली. वाटेवर कोणी नव्हते. ते तसेच पुढे सरकत होते. अचानक आनंदरावाने प्रतापरावांना खूण केली. त्या अंधूक प्रकाशात दोन घोडेस्वार छावणीकडे जात होते. त्यांच्या पाठीमागून एक व्यक्ती अडखळत जात होती. त्या अडखळत जाणाऱ्या इसमाच्या पाठीमागून दोन इसम चालले होते. प्रतापराव बेताने पुढे सरकत होता. छावणीतून येणारे आवाज कानावर पडत होते. प्रतापरावाने आनंदरावांना खूण केली.

आवाज न करता प्रतापरावाने आपली तलवार उपसली आणि तो वेगाने साथीदारांसह पुढे झाला. काय होतंय हे लक्षात यायच्या आत पाठीमागचे दोघेही मोगल शिपाई कापले गेले. प्रतापरावाने पुढे होऊन घोड्यामागून अडखळत जाणाऱ्या विठ्ठलपंतांच्या अंगाला बांधलेला दोर कापला. त्याच वेळी घोडेस्वराने उगारलेली तलवार प्रतापरावांना दिसली. आपल्या तलवारीवर तो घाव झेलण्याआधीच प्रतापरावांच्या खांद्यावर ती तलवार आली. एक असह्य वेदना उठली आणि प्रतापराव धरणीवर कोसळला. त्याच वेळी आनंदरावाच्या साथीदारांनी त्या दोघाही घोडेस्वारांना खाली आणले. त्या स्वारांच्या ओरडण्याने छावणीवर गडबड उडाली. आनंदरावाने प्रतापरावाला घोड्यावर घेतले विठ्ठलपंतांना एकाने दुसऱ्या घोड्यावर घेतले. आनंदराव ओरडला,

"नदी गाठा..."

दोन्ही घोडी भरधाव वेगाने सुटली. प्रतापरावाचे साथीदार बघता-बघता राईत दिसेनासे झाले. नदी पार करून येताच आनंदरावांनी घोडा थांबविला. पाठोपाठ दुसरा घोडाही आला. आनंदरावाने प्रतापरावाला खाली घेतले. प्रतापरावाचा उजवा खांदा रक्ताळला होता. प्रतापराव शुद्धीवर होता. त्याने विचारले,

"विठ्ठलपंत आले?"

"हो!"

"त्यांना आपली माणसे देऊन वाडीवर पोहोचवा. चला, तळावर जाऊ या." तोवर प्रतापरावाचे साथीदार आले. दोन साथीदारांना बरोबर देऊन प्रतापरावाने विठ्ठलपंतांना वाडीवर पोहोचविले. आनंदराव प्रतापरावासह तळाची वाट चालू लागले.

प्रतापराव असह्य वेदनेने तळमळत होता. रात्रभर त्याच्या डोळ्याला डोळा लागला नाही. प्रतापरावाचे सातही सरदार चिंतातुर होऊन बसले होते. आनंदराव तंबूत आला. प्रतापरावाने एकवार त्याच्याकडे पाहिले. आनंदराव म्हणाला,

"नर्मदाबाई भेटायला आल्यात."

"त्यांचे वडील ठीक आहेत ना?"

"हो."

"त्या बाईंना सांगा, मला बरं नाही."

आनंदराव काही बोलत नव्हता. तो तंबूच्या दाराकडे पाहात होता. प्रतापरावाने मान वळवली. तंबूच्या तोंडावर नर्मदा उभी होती. तिने पांढरे शुभ्र वस्त्र परिधान केले होते. ती पुढे झाली आणि म्हणाली,

"म्हणूनच दादांनी पाठवलंय मला."

"पण नर्मदा..."

"माझे वडील वैद्य आहेत, आजूबाजूच्या खेड्यांत कुठंही विचारलंत तरी विठ्ठलपंतांचं नाव कुणीही सांगेल." आनंदरावांकडे वळून ती म्हणाली, "पाणी हवं."

आनंदराव क्षणभर थबकला आणि तो तत्परतेने बाहेर गेला. नर्मदा प्रतापरावाजवळ बसली. प्रतापरावाचा खांदा मोकळा करत असताना प्रतापराव तिच्याकडे पाहात होता. साऱ्या वेदना विसरून विस्मयाने तो तिला निरखीत होता. नर्मदेने जखमेवरची पट्टी उचलताच एक असह्य वेदना प्रतापरावांना झाली. टपोरा घाम त्याच्या कपाळावर उठला. पण आवाज निघाला नाही.

नर्मदाने एकवार प्रतापरावाकडे पाहिले. त्यांचा घाम टिपीत ती म्हणाली,

"फार दुखलं?"

"नाही."

"दादांनी पोटात चंद्रकला द्यायला सांगितलंय. जखमेवर ज्येष्ठमध आणि तूप लावायाला सांगितलंय. उद्या जखम भरली नाही तर विचारा मला."

आनंदरावांनी पाणी आणताच नर्मदेनं बटवा उघडला. त्यातून एक गोळी काढून ती प्रतापरावांना दिली. जखमेवर औषध लावून होताच नर्मदा म्हणाली,

"दादांना उठवत नाही म्हणून ते आले नाहीत. मी पुन्हा येईन संध्याकाळी."

प्रतापराव आनंदरावांना म्हणाला,

"आनंदराव, यांच्याबरोबर कुणीतरी पाठवा."

आनंदराव बाहेर निघून जाताच प्रतापराव म्हणाला,

"बाई–"

नर्मदा हसून म्हणाली, "एकदा नर्मदा म्हटलंत, आता पुन्हा बाई म्हणू नका." आणि एवढे बोलून ती तंबूबाहेर पडली.

त्या औषधाने प्रतापरावाला केवढा तरी आराम वाटला. सायंकाळी तो जेव्हा जागा झाला तेव्हा त्याच्यानजीक किडकिडीत, गौरवर्णीय देहयष्टी, डोक्याला घेरा, मानेवर रूळणारी शेंडी, कपाळी गंध, अंगात बंडी, गुडघ्यापर्यंत धोतर नेसलेली एक व्यक्ती उभी होती. प्रतापरावांनी त्यांच्या प्रणामाचा स्वीकार करून विचारले,

"कोण आपण?"

"मी विठ्ठलपंत. काल ज्याला आपण वाचवलेत तोच मी."

प्रतापरावाने मान वळवली. त्याच्या उशाशेजारी नर्मदा व आनंदराव उभे होते. प्रतापराव म्हणाला,

"आपणाला बरं नव्हतं. आपण उगाच कशाला त्रास घेतलात?"

"प्रतापराव, माझ्यामुळं तुम्ही संकटात सापडलात. लाख मोलाचा जीव गुंतवलात–" आणि हे बोलत असताना त्या म्हाताऱ्याच्या डोळ्यांत अश्रू चमकत होते. तो म्हणाला,

"...पर्यायानं मला वाचवून तुम्ही माझ्या मुलीला जीवदान दिलेत. या जगात तिला माझ्याखेरीज कोणी नाही."

"आपले कोणीच आप्तस्वकीय नाहीत?"

"आहेत म्हणण्यापेक्षा होते म्हटलं तर ते अधिक योग्य होईल. एकुलती एक पोर! दुर्दैवाने लहानपणीच हिच्यावर वैधव्याचा घाला पडला. या निष्पाप मुलीवर मी वैधव्याचे संस्कार करू धजलो नाही. आम्हावर बहिष्कार टाकला गेला. आणि म्हणूनच मी या मुलीला घेऊन या वाडीचा आश्रय घेतला आहे." एवढे बोलून विठ्ठलपंतांनी डोळे मिटले. नर्मदा पुढे झाली. सहाण व बटवा विठ्ठलपंतांच्या हातात देत ती म्हणाली,

"दादा, देता ना औषध."

"होय मुली."

विठ्ठलपंतांनी बटव्यातील सहाण काढली आणि ते मात्रा उगाळू लागले. नर्मदा दुधाचे थेंब सहाणेवर सोडत होती.

त्यानंतर विठ्ठलपंत नेहमी मराठ्यांच्या तळावर येत. प्रतापरावांची जखम भरून येत होती. एके दिवशी संध्याकाळी नर्मदा व विठ्ठलपंत तळावर आले. प्रतापरावांच्या तंबूत प्रवेश करताच विठ्ठलपंत थबकले. प्रतापरावांभोवती त्यांचे सरदार गोळा झाले होते. विठ्ठलपंत माघारी वळणार तोच प्रतापराव म्हणाला,

"या, पंत या. तशा काही खासगी गोष्टी नाही."

क्षणभरात बोलणे सुरू झाले. प्रतापरावांचा एक सरदार म्हणाला,

"–पण प्रतापराव, हे असं कसं चालणार?"

दीर्घ निःश्वास सोडून प्रतापराव म्हणाला, "खरं आहे. असं खानाला वेढा देऊन किती दिवस बसायचं? दर चार-आठ दिवसांनी होणाऱ्या चकमकीत आमची माणसं जायबंदी होताहेत. असा टिकाव किती दिवस टिकणार? एखाद्या दिवशी शत्रूला आपला अंदाज लागेल आणि मग–"

आनंदराव मोठ्याने हसला आणि म्हणाला, "तो गेलाय घाबरून! तेवढी

हिंमत असती तर त्याने केव्हाच आपली कोंडी फोडली असती.''

"ते खरं, पण एक विसरतोस तू.'' प्रतापराव गंभीर होऊन म्हणाला, ''कोंडलेलं मांजरदेखील जिवावर बेतलं की अंगावर घेतंच ना उडी?''

यावर आनंदरावाने अंमळ मौन धारण केले. पण लगेच तो म्हणाला, "खानाला तह सुचवला तर?''

खिक्कन हसत प्रतापराव म्हणाला, ''खुळा आहेस तू! अरे, एकदा उमराणीच्या लढाईत तह केला म्हणूनच आजचा प्रसंग आला. राजांचा राग झाला तो निराळाच. आपल्याला आणखी थोडी कुमक मिळेल तर...''

आनंदराव आशेनं म्हणाला, ''आपण तसं महाराजांना कळवलं तर नक्की कुमक येईल.'' विठ्ठलपंतांकडे वळून तो म्हणाला, ''यांना बरं व्हायला किती दिवस लागतील?''

"चार दिवसांत यांना हिंडाफिरायला काहीच हरकत नाही.''

त्यानंतर पाच-सहा दिवस विठ्ठलपंत तेवढे तळावर येत. पण नर्मदा प्रतापरावाला दिसली नाही. प्रतापराव हिंडू-फिरू लागल्यावर एके दिवशी संध्याकाळी तो आपल्या वेढ्याची पाहणी करून परत येत असता त्याच्या कानावर हाक ऐकू आली. प्रतापरावाने वळून पाहिले. नर्मदा मागून येत होती. तिच्या हातात घागर होती. घोडा थबकताच ती धावत आली. एका हातातील घागर दुसऱ्या हातात खेळवत ती घोड्याबरोबर जात होती. गंभीर, अबोल, प्रतापराव तिच्याकडे केवळ पाहात होता. तिच्या चेहऱ्यावरील खट्याळ हसू त्याच्या घुमेपणाला आव्हान देत होते. तिने विचारले,

"जखम बरी झाली?''

"हं!''

"रागावलात?''

"नाही तर? एकदा अक्कल शिकता येत नाही? एकटीच पाण्याला आलीस; पुन्हा कुणी पकडलं तर?''

"तुम्ही सोडवाल की.''

तरीही प्रतापराव गप्पच होता. अचानक नर्मदा म्हणाली,

"–पण काय हो, खानाला तुम्ही एवढे भिता?''

चपापून प्रतापराव उद्गारला, "हं?''

"नाही, त्या दिवशी तुमचं बोलणं ऐकत होते. त्यापेक्षा इथून तुम्हीच का जात नाही? तुम्ही गेलात की, खान आपोआपच जाईल.''

"नर्मदा!'' प्रतापराव धारदार आवाजात म्हणाला, ''लढाईच्या गोष्टी बायकांची कामं नव्हेत.''

"मग तुमची तरी कुठं आहेत ती?"

"नर्मदा–" संताप आवरत प्रतापराव म्हणाला. "साऱ्यांनाच थट्टा खपत नाही."

नर्मदा एकदम गंभीर झाली, आणि रुसव्या चेहऱ्याने ती चालू लागली. ती बोलायचं थांबताच तिच्या शांतपणामुळं प्रतापराव अस्वस्थ झाला. न राहवून तो म्हणाला,

"नर्मदा!"

"हं!"

"बोल ना!"

"काय बोलू? बोललं तर रागावता!"

"पुन्हा नाही रागावणार."

खुदकन हसून नर्मदा म्हणाली, "खरं?"

"हो!"

"खोटं बोलणाऱ्या माणसाचा विश्वास कुणी धरावा?"

"मी केव्हा खोटं बोललो?"

"मघाशी थट्टा खपत नाही म्हटलंत ते खरं होतं?"

प्रतापराव मनमोकळेपणाने खदखदून हसला. जेव्हा ते नदीच्या पात्राजवळ पोहोचले तेव्हा त्याने नर्मदेचा निरोप घेतला. घोड्याला टाच मारली आणि तळाकडे घोडा दौडत सोडला.

एके दिवशी प्रतापरावाने विठ्ठलपंताचे हातावर दोन होन ठेवले, पण ते न घेता विठ्ठलपंत म्हणाले,

"नको प्रतापराव, हे माझ्याने घेववणार नाहीत."

"असं कसं म्हणता? आपण कष्ट घेतलेत म्हणून माझा जीव वाचला. तुमचे उपकार..."

त्यांना थांबवत विठ्ठलपंत म्हणाले, "छे हो! उपकार कसले? आणि मानायचेच झाले तर आम्ही तुमचे मानायचे. तुम्ही त्या खानाला वेढले नसतेत तर आमची आज काय स्थिती झाली असती? तुम्ही होता म्हणून मी वाचलो. इथे तुम्ही असेपर्यंत केव्हाही हाक मारा, मी तुमच्या सेवेला आहे. ते मी माझं भाग्य समजतो."

त्या दिवसापासून विठ्ठलपंत अनेकदा मराठ्यांच्या तळातून फिरताना दिसायचे. जखमी दुखणेकऱ्यांना औषधोपचार करायचे. कैक वेळा नर्मदाही त्यांच्याबरोबर असायची. प्रतापरावाला कुठे ना कुठे ती दिसायची, भेटायची, त्याला बोलायला भाग पाडायची.

दिवस उलटत होते. प्रतापराव अस्वस्थ होत होता. त्याची रुखरुख वाढत होती. एके रात्री शत्रूचा एक जासूद प्रतापरावांची कोंडी फोडून बाहेर जाण्याच्या प्रयत्नात असताना कैद झाला. खानाने लिहिलेले पत्र त्याच्यापाशी सापडले. खानाने विजापूरकरांकडून मदत मागितली होती. त्यामुळे प्रतापराव आणि त्यांचे सात सरदार चिंतातुर होऊन बसले होते. प्रतापरावाने चिंतायुक्त पण कणखर आवाजात त्या शांततेचा भंग केला.

"दोस्त हो! वेळ वैऱ्याची आहे. खान फार दिवस धीर धरेल असं वाटत नाही. आपल्याला असं बसून चालणार नाही. काहीतरी नक्की बेत केला पाहिजे.''

अधीर झालेला आनंदराव म्हणाला, "खानाला तह सुचवला तर?''

खिन्नपणाने हसून प्रतापराव म्हणला, "तर पदरात नामुश्की आणि नामर्दपणा –''

"निकाली चढाई केली तर?'' एका सरदाराने विचारले.

"तो निव्वळ वेडेपणा ठरेल?'' आपल्या सैन्याचा पाड लागणार नाही.''

"मग?'' सारे चिंतातुर होऊन म्हणाले.

"महाराज सध्या गडावर आहेत त्यांच्या कानावर ही गोष्ट घालू. कदाचित, महाराज कुमक पाठवतील.''

साऱ्यांनी त्या बेताला होकार दिला. खलिता लिहिला गेला. निवडक स्वारानिशी आनंदराव तो खलिता घेऊन टाकोटाक गडाकडे रवाना झाले.

...खान अधिक बेचैन झाला होता. त्याचे जासूद प्रतापरावाच्या हाती लागत होते. प्रतापरावाने डोळ्यांत तेल घालून कोंडी राखली होती. सहाही सरदार विभागून खानाच्या तळावर नजर ठेवत होते. पाचव्या दिवशी रात्री खानाच्या एका मोठ्या तुकडीने कोंडी फोडण्याचा प्रयत्न केला. मोठी चकमक झाली. शर्थीने त्या टोळीचा बीमोड झाला. पण त्यात प्रतापरावाचे बरेचसे सैनिक जखमी झाले. खानाची तुकडी अगदी प्राणपणाने लढली. इकडे आनंदरावांचा पत्ता नव्हता.

दिवस उजाडायला सारे जखमी प्रतापरावाच्या तळावर आणले गेले. विठ्ठलपंत आणि नर्मदा त्या जखमींना औषधोपचार करीत होते. प्रतापराव छावणीपासून दूर एका दरडीवर बसला होता. तेथून खानाची छावणी दिसत होती. प्रतापरावांच्या चेहऱ्यावर काळजी दिसत होती. त्याच वेळी त्याला चाहूल लागली. त्याने वळून पाहिले. पाठीमागे नर्मदा उभी होती. ती नजीक आली. तिचाही चेहरा चिंताग्रस्त दिसत होता. तिला पाहून तशा विषण्ण मन:स्थितीतही प्रतापरावाने तिचे स्वागत केले.

"आनंदराव अद्याप कसे आले नाहीत?'' नर्मदा पुटपुटली.

त्या प्रश्नाने प्रतापरावाची थोडीशी निराशाच झाली. तरीसुद्धा त्याने सहजतेने

उत्तर दिले,

"कदाचित, महाराजांनी कुमक दिली असेल; त्याचमुळे आनंदरावाला उशीर झाला असावा. येईल तो आज ना उद्या." हे सांगत असताना प्रतापरावाच्या मुठी हळूहळू वळत होत्या. त्याची मुद्रा उग्र होत होती. वळलेल्या मुठी आपल्या मांडीवर आपटून तो म्हणाला,

"थोडी कुमक येऊ दे, बघ तरी नर्मदे! या खानाचा एकतरी इसम जिवंत सुटला तर..." प्रतापराव आणखीही बोलला असता, पण तेवढ्यात तेथे एक जासूद धावत आला आणि म्हणाला,

"आनंदराव आले आहेत!"

ताडकन उठून प्रफुल्लित होऊन प्रतापरावाने विचारले,

"कुठं आहे?"

"तळावर."

प्रतापराव झपाझप पावले टाकीत छावणीकडे चालला होता. मागोमाग नर्मदा जात होती. प्रतापरावला तिचे भानही राहिले नव्हते. प्रतापरावांच्या तंबूत सारे सरदार गोळा झाले होते. प्रतापराव आत जाताच सारे उठून उभे राहिले. पण साऱ्यांच्या माना खाली गेल्या होत्या. एकवार सर्वांच्यावर नजर टाकून प्रतापरावाने विचारले,

"आनंदराव, तू एकटाच आलास? कुमक कुठं आहे?"

आनंदरावाने काही न बोलता खलित्याची थैली उघडली व खलिता बाहेर काढला. अक्षरावरून नजर फिरवीत असताना प्रतापरावाचा हात थरथरत होता. ओठ आवळले जात होते. ती अक्षरे त्याच्या नजरेच्या कक्षेबाहेर धावत होती.

"...तुम्ही आपल्या बेकैद वर्तनाने आम्हास नाखूश केले आहे. तुम्ही ज्या खानास तह करून सोडले तोच पुन्हा फौज घेऊन आमच्या मुलुखात शिरला, असे असता तुम्हांस पुन्हा त्याच्याशी तह करायची बुद्धी सुचावी हे आमचे दुर्दैव. अशा गनिमाचा इतबार तुम्ही कोणत्या आधाराने धरला? त्यांचा त्याच वेळी नाश केला असता तर त्याजपासून आज तुम्हास व आम्हास तकलीफ ना होती. आम्ही इकडे केवढ्या फौजेनिशी शत्रूच्या मातबर फौजांना सामना देत आहो हे तुम्ही जाणता. असे असता तुम्ही फेर कुमक मागावी हे तुम्हास लाज खाणे व्हावयास हवे होते. जिवास राखून मुलुखगिरी करणे हे वीरास योग्य नव्हे. म्हणून आम्ही तुम्हास दोष लाविला आहे. आता विजापूरकरांची फौज सफाई बुडवल्याखेरीज आमच्यासमोर कदापि येऊ नका..."

थरथरत्या हातातून तो खलिता गळून पडला. प्रतापरावाच्या कपाळावर टपोरा घाम उठला. छातीवरच्या पटबंदाची गाठ ताणावली गेली. काही क्षण तसाच तो निश्चल उभा होता. रोखलेल्या शून्य दृष्टीतून अनंत भावनांची पाठशिवी सुरू होती.

मनात कित्येक निश्चय एकामागून एक उसळत होते नि ढासळत होते. आनंदराव सांगण्याचा प्रयत्न करीत होता.

"...मी महाराजांना सांगितलं पण ते फार संतापले होते. ते म्हणाले, 'जर तुमच्या हातून कामगिरी होत नसेल तर तुम्ही जावे. आम्ही खानाला कसे तोंड द्यायचे पाहून घेऊ.' महाराजांनी आमचं काहीसुद्धा ऐकून घेतलं नाही..."

शेवटच्या वाक्यानं प्रतापराव भानावर आला. आनंदरावावर आपली नजर स्थिर करत तो म्हणाला, "थांबा आनंदराव, यात महाराजांचा काहीएक दोष नाही. आम्ही उमराणीच्या लढाईत खानाला सोडला हेच आमचं चुकलं. आपण ही चूक दुरुस्त केली पाहिजे."

एक वेगळीच चमक प्रतापरावाच्या डोळ्यांत दिसत होती. आनंदराव म्हणाला,

"आपण चारी बाजूंनी एकदम तुटून पडलो तर–"

खिन्नपणे हसत प्रतापराव म्हणाला, "तर आपणासकट आपल्या साऱ्या फौजेचा खातमा होईल. त्यात थोडीशी जरी आशा असती तर एवढा वेळ आम्ही थांबलोच नसतो. आनंदराव आमचं एक काम कराल?"

आनंदराव छाती फुगवून म्हणाला, "प्रतापराव, तुम्ही आमचे सेनापती आहात. आज्ञा करा, हे शिर तुमच्या चरणावर टाकीन."

सद्‌गदित होऊन प्रतापरावाने आपला हात आनंदरावांच्या खांद्यावर ठेवला व तो म्हणाला – "तुम्ही टाकोटाक असेच महाराजांच्याकडे जा. जाताना आमची सारी फौज घेऊन जा. त्यांना राजाकडे सुखरूप पोहोचवा. ते संकटात आहेत. त्यांना जेवढी मिळतील तेवढी माणसं हवी आहेत..."

"आणि तुम्ही?"

"आम्ही खानावर तुटून पडणार."

"एकटे!"

"हो, एकटा! राजांना आमचा मुजरा सांगा. त्यांना सांगा, प्रतापरावांनी जीव राखून लढाई केली नाही. जा, आमचा घोडा तयार करायला सांगा."

"पण प्रतापराव–"

"खामोश! बेअदबी करू नका. तुम्ही आमचे दुय्यम सेनापती. दिल्या हुकमाची इज्जत करा."

कुणालाच काही बोलण्याचा धीर होत नव्हता. लखूजी आज्ञेप्रमाणे लढाईचा पोषाख प्रतापरावांना देत होता. तंबूमधले सहाही सरदार उठले आणि बाहेर निघून गेले. प्रतापरावाने जाळीदार चिलखत अंगावर चढवले. ढाल पाठीला लावली. दुशेला कमरेला बांधला. त्यात तलवार, बिचवा अडकविला आणि तांबडा फेटा चापून चोपून बांधण्यास सुरुवात केली. पोषाख चढवून होताच भाळावरची उडणारी

शीर त्यांची क्षुब्धता बोलून दाखवीत होती. नर्मदा आणि विठ्ठलपंत बाहेर उभे होते. सारी छावणी गोळा झाली होती. जे घडत होते त्यावर कुणाचा विश्वास बसत नव्हता.

नर्मदेच्या अश्रुधारांना खळ नव्हता. आणि तरीही प्रतापरावाला अटकाव करण्याचे सामर्थ्य तिच्याजवळ नव्हते. तिच्याशेजारी विठ्ठलपंत होते. त्यांचेही आरक्त नेत्र पाणावले होते. प्रतापरावाची नजर नर्मदेकडे वळताच नर्मदेला हुंदका आवरला नाही. डोंगराएवढे अंतःकरण प्रतापरावाचे. पण त्यालाही नर्मदेचे अश्रू पाहून तडा गेला. तिच्या डोक्यावरून हात फिरवत तो म्हणाला,

"नर्मदे, रडतेस तू? माझ्यासाठी? खुळी आहेस तू!" एक आवंढा गिळून त्याने चटकन आवाज बदलला. हसत तो म्हणाला, –"तुलाही वाटत होतं नाही का, मी खानाला भितो म्हणून? आज बघ!"

विठ्ठलपंत पुढे झाले. प्रतापराव त्यांना म्हणाला,

"पंत, आज महाशिवरात्र ना?"

"हो!"

"शंभुनाथाला आमचा दंडवत सांगा. येतो आम्ही."

एवढे बोलून प्रतापराव वळला. तो रिकिबीत पाय ठेवणार तोच 'खाड्... खाड्...' असा घोड्यांच्या टापांचा आवाज ऐकू आला. प्रतापरावाने गरकन वळून मागे पाहिले. झाडीतून सहा घोडेस्वार दौडत येत होते. ते नजीक येताच प्रतापरावाने त्यांना ओळखले. ते त्याचे सहा सरदार होते. लढाईच्या वेशात प्रतिकर्दनकाळ भासत होते ते. विस्मयाने प्रतापरावाने विचारले,

"हे काय? तुम्ही कुठं निघालात?"

"आपल्याबरोबर!"

"हा वेडेपणा आहे. परतवा तुमची घोडी."

त्यातला एक सरदार पुढे आला. प्रतापरावाच्या नजरेला नजर भिडवीत तेवढ्याच करारीपणाने तो म्हणाला,

"प्रतापराव, आम्ही तुम्हाला आमचे सेनापती मानतो. पण त्याचबरोबर आनंदरावाप्रमाणे आम्ही तुमचे सेनापती नाही, हे तुम्ही विसरता. आम्हीही तुमच्या तोडीचे मानकरी आहो! जायचे ते सातही जणांनी मिळून!! नाहीतर तुम्हाला एकट्याला जाता येणार नाही."

क्षणभर प्रतापरावाचे ओठ थरथरले. त्याच्या डोळ्यांत पाणी तरळले. दुसऱ्याच क्षणी तो म्हणाला,

"ठीक आहे, चला."

नर्मदा तीरासारखी पुढे धावली आणि प्रतापरावांच्या आडवी उभी राहिली. पण

प्रतापरावाच्या चेहऱ्यावर काही बदल झाला नाही. त्याने विठ्ठलपंताकडे पाहिले. विठ्ठलपंत पुढे झाले. प्रतापरावाने आपल्या हातातले सोन्याचे कडे काढले आणि ते विठ्ठलपंताच्या हातात देत तो म्हणाला,

"पंत, तुम्ही केलेल्या कष्टाचे ते मोल नव्हे. घ्या हे कडे. माझी आठवण म्हणून ठेवा, आणि पंत नर्मदेला सांभाळा. जा नर्मदा..."

भरल्या नेत्रांनी आनंदरावांनी येऊन प्रतापरावांच्या पायाला मिठी घातली. प्रतापरावांना अश्रू आवरणे अशक्य झाले. आनंदरावला उठवून सद्‌गदित होऊन त्यांनी कडकडून मिठी मारली. काही क्षण गेले. प्रतापराव म्हणाला,

"आनंदराव, मी तुला ओळखतो. पण आज माझा नाइलाज आहे. तुला मला नेता येणार नाही. आज आपल्या साऱ्या फौजेची जबाबदारी तुझ्यावर आहे. तुला भवानी मातेची शपथ आहे. मी सांगितलेली जबाबदारी नीट पार पाडली नाहीस तर माझ्या आत्म्याला शांती मिळणार नाही."

एवढे बोलून प्रतापराव चटकन वळला आणि त्याने आपल्या घोड्यावर मांड टाकली. भावी प्रसंगाची जाणीव झालेले ते जनावर फुरफुरत होते. एक वेळ प्रतापरावाने नर्मदेकडे पाहिले, आणि दुसऱ्याच क्षणी म्यानातून आपली तलवार उपसून तो गरजला,

"बोला हरहर महाऽऽदेव."

सहाही सरदारांनी साथ दिली. घोड्यांना टाच मारली आणि तळपत्या सूर्यप्रकाशात ते छावणीच्या रोखानं भरधाव सुटले. नर्मदेच्या मुखातून अस्पष्ट किंकाळी बाहेर पडली, आणि ती निश्चेष्ट होऊन जागच्या जागी धरणीवर कोसळली.

सारे दरडीवर चढले. खानाच्या छावणीचा विस्तार वरून दिसत होता. जंगलातून भरधाव सुटलेली घोडी दिसत होती. दगड, कपारी, ओढेनाल्यावरून उड्डाण करत ते सात घोडे वायुवेगाने जात होते. त्यांच्या खुरांचा आवाज जंगलात उठत होता. हां हां म्हणता त्यांनी नदीचे पात्र ओलांडले. क्षणभर नदीचे पात्र दुभंगल्यासारखे वाटले. नदीपात्रातून बाहेर पडताच पुन्हा 'हरहर महादेव, शिवाजी महाराज की जय' ची अस्पष्ट घोषणा दरडीपर्यंत येऊन पोहोचली. खानाच्या छावणीत धावपळ उडाल्याची दिसली. बघता-बघता सात घोडी छावणीत दिसेनाशी झाली. छावणीत एकच लगका उडला. विलक्षण शांतता पसरली आणि वेडीपिशी स्वाररहित धावणारी सात घोडी छावणीत दिसेनाशी झाली. भरमध्यानीला आकाशात एक ढग सूर्याआड आला आणि त्याची छाया खालच्या छावणीवर काहीक्षण पसरली. जेव्हा तो ढग सरकला तेव्हा छावणीवर शांतता नांदत होती.

गडावर आनंदराव जखमी स्थितीत महाराजांच्यासमोर उभा होता. महाराज पाठीमागे हात घेऊन दिवाणखान्यात येरझारा घालत होते. महाराज त्रस्त दिसत होते. सारे सरदार आजूबाजूला चुपचाप उभे होते. फिरता-फिरता महाराज अचानक थांबले व म्हणाले,

"बोला आनंदराव! सांगा काय सांगायचं ते."

"महाराज आम्ही बहिलोलखानावर चाल केली, पण आम्हाला यश आलं नाही. प्रतापरावांनी पराक्रमाची शर्थ केली..."

"आणि हे सांगायला तुम्ही आलात? हं! कुठे आहेत आमचे सेनापती! बोला आनंदराव कुठे आहेत आमचे सेनापती?" महाराजांचा संताप क्षणा-क्षणाला वाढत होता. त्यांची पावले भर-भर पडत होती. आनंदरावाला अश्रू आवरेनात. तो भरल्या आवाजात म्हणाला,

"महाराज, कामगिरीत आमचे सेनापती आणि सहा सरदार खर्ची पडले."

तप्त शिशाच्या रसाप्रमाणे ते शब्द साऱ्यांच्या कानात शिरले. महाराज जिथल्या तिथे उभे राहिले. मंत्रमुग्ध होऊन ती हकिगत महाराज ऐकत होते. आनंदराव आपले अश्रू आवरून ती कथा सांगत होता.

"...जेव्हा सारी रिकामी घोडी छावणी सोडून जंगलात शिरताना पाहिली तेव्हा कुणालाच न आवरता चारी बाजूंनी आपले लोक खानावर तुटून पडले. कापाकापी सुरू झाली. कुणाचा पायपोस कुणाच्या पायात राहिला नाही. धावपळ, आवाज, तलवारींचा खणखणाट याखेरीज काही ऐकू येईनासे झाले. खानाच्यापुढे आमचे काही चालले नाही. आम्हाला माघार घ्यावी लागली. प्रतापरावांच्या शपथेमुळे आणि माझ्या दुर्दैवाने मी आणि माझे वाचलेले साथीदार आज आपल्यापुढे शरमिंदे होऊन उभे राहिलो."

एवढे बोलून आनंदराव स्फुंदून-स्फुंदून रडू लागला. साऱ्यांचे डोळे पाणावले. शिवाजीराजांनी आपल्या मानेवर रुळणाऱ्या केसांवरून हात फिरवला. डावा हात उंचावला गेला आणि त्यांनी आपले अश्रू टिपले. आनंदरावांजवळ येऊन त्यांनी त्याच्या पाठीवर हात ठेवला व सद्‌गदित आवाजात ते म्हणाले,

"धन्य त्या प्रतापरावांची आणि सहा सरदारांची. आमच्या रागाचा असा भलता अर्थ प्रतापराव करतील असे आम्हास स्वप्नातही वाटले नव्हते. असो, जगदंबेची इच्छा!"

त्याचवेळी जनार्दनपंत खलिता घेऊन आत आले व म्हणाले, "महाराज, रायगडावरून मासाहेबांचा खलिता आला आहे."

"काय म्हणतात मासाहेब?"

"रायगडावर राज्याभिषेकाची तयारी सुरू झाली असून तातडीने येण्याची आज्ञा

केली आहे.''

''आमच्या प्रतापरावांचा मारेकरी अद्याप मुलुखात उजळ माथ्याने वावरत असता आम्ही राज्याभिषेक करून घेऊ म्हणता? ते काही नाही! आम्ही आजच्या आज स्वारीवर निघणार.''

महाराज स्वत: जातीने मोहिमेवर जाणार हे ऐकताच साऱ्यांच्या मुद्रा चिंताक्रांत झाल्या. जनार्दनपंतांनी एकवार आनंदरावाकडे पाहिले. आनंदरावाने त्याचा अर्थ ओळखला. तो पुढे झाला व म्हणाला,

''महाराज, ही संधी मला मिळावी. प्रतापरावांनी मला जीवापाड जपलं. खानाचा बीमोड करण्याची संधी मला द्या. कामगिरी फत्ते करून आलो नाही तर तोंड दाखवणार नाही.''

''आनंदराव, आम्ही तुमची मन:स्थिती जाणतो. आमचा तुमच्यावर विश्वास आहे. जेवढी कुमक हवी तेवढी गोळा करा आणि खानाला गाठून त्याची धुळधाण उडवा. आम्हाला ते समजल्याखेरीज आम्ही रायगडी जाणार नाही.''

हर्षभरित झालेला आनंदराव महाराजांना मुजरा करून बाहेर पडला. घोरपडे, जाधव, शिंदे, पिलदेव, बल्हाळ वगैरे मातबर मराठे सरदारासंह मोठी फौज घेऊन आनंदराव निघाला. बहिलोलखान विजापूर गाठण्यासाठी वेगाने पुढे जात होता. आनंदरावाने त्याला वाटेतच गाठले. मोठी लढाई झाली; पण बहिलोलखान सापडला नाही. दिलेरखानाच्या मदतीने कसाबसा जीव घेऊन त्याने विजापूर गाठले.

ज्या खिंडीत प्रतापराव व त्याचे सहा सरदार पडले होते त्या खिंडीत आता शांतता नांदत होती. खानाच्या छावणीच्या खुणा त्या माळावर कुठे-कुठे दिसत होत्या. एके दिवशी सायंकाळी त्या माळावरून पंधरा-वीस घोडेस्वार दौडत येत होते. पहिल्या काळ्या घोड्यावर बसलेल्या स्वारीचा पोशाख साधाच होता. त्या घोड्याच्या कपाळावर पांढरा ठिपका होता. ते जनावर अत्यंत धिप्पाड व उमदे होते. पाठीवर तांबड्या मखमलीची झूल होती. मानेला ताब्यात ठेवण्यासाठी बांधलेला रेशमी कायदा त्या स्वाराच्या हातात होता. त्या कृष्णवर्णीय घोडीच्या पुढच्या उजव्या पायात घातलेला चांदीचा पोकळ तोडा उठून दिसत होता. मागील हत्यारबंद स्वार मोठ्या अदबीने त्या स्वाराबरोबर दौडत होते.

तो स्वार अत्यंत गंभीरपणे चौफेर नजर फेकत होता. त्याने डोक्याला बांधलेला शिरपेच शुभ्र जरतारी होता. त्या शिरपेचाच्या मागे वळलेल्या निमुळत्या टोकातून हेलकावे घेणारे मोत्याचे सर मोठे मोहक दिसत होते. अंगरखा तलम मलमलीचा असल्याने आत घातलेल्या किनखापाच्या कापरीवरील वेलबुट्टी त्यातून दिसत होती. मानेजवळ अंगरख्यातून अर्धवट बाहेर आलेला टपोऱ्या मोत्याचा पेंड राजलक्षण दर्शवीत होता. कमरेला डाव्या बाजूला पल्लेदार तलवार शोभत होती.

त्या स्वाराचा वर्ण गौर होता. नजरेत भरण्याजोगे लांबसडक नाक, कोंदणात बसवलेल्या हिऱ्यासारखे तेजस्वी डोळे, विशाल भालप्रदेशावर शोभून दिसणारा तिलक आणि रुबाबदार दाढी यामुळे त्या पुरुषाचा अलौकिकपणा त्याच्यावर नजर टाकताक्षणीच पटत होता.

त्या स्वाराच्या मागे थोड्या अंतरावरुन जे स्वार येत होते त्यामध्ये आनंदरावही दिसत होता. खिंडीजवळ येताच आनंदरावाने आपला घोडा पुढे काढला. ते दौडत ओढ्याकाठी गेले आणि उतरले. पाठीमागून येणारे स्वार तेथे येऊन थांबताच आनंदराव म्हणाला,

"महाराज, हीच ती जागा."

काही न बोलता महाराज घोड्यावरून उतरले. धीमी पावले टाकत ते ओढ्याच्या काठावर गेले. पायातला जरीचा चढाव काढला. अनवाणी पायाने ते तसेच काही वेळ उभे राहिले. जेव्हा त्यांनी मान वर केली तेव्हा त्यांच्या दोन्ही डोळ्यांतून ओघळलेल्या अश्रूंच्या खुणा त्यांच्या गालांवर दिसत होत्या.

त्या भूमीकडे अडखळत पावले टाकीत येणाऱ्या एका व्यक्तीकडे साऱ्यांच्या नजरा वळल्या. आनंदरावाने विठ्ठलपंतांना चटकन ओळखले. तो पुढे झाला आणि विठ्ठलपंतांना आधार देत घेऊन आला. विठ्ठलपंतांनी केलेल्या प्रणामाचा स्वीकार करत महाराजांनी आनंदरावाकडे पाहिले. आनंदराव म्हणाला,

"महाराज, हे विठ्ठलपंत इथल्या वाडीत राहतात; वैद्य आहेत. यांनी आणि यांच्या मुलीनं आम्हाला फार मदत केली...पंत, नर्मदा कुठं आहे..."

विठ्ठलपंत भानावर आले. त्यांचे नेत्र पाणावले. ते म्हणाले,

"आनंदराव, नर्मदा गेली. प्रतापराव जेव्हा छावणीवर चालून गेले, तेव्हा ती जी बेशुद्ध झाली ती पुन्हा उठलीच नाही. तुम्ही गेला. दुसऱ्याच दिवशी छावणी उठली. आम्हा गावकऱ्यांना तेथे जे अवशेष मिळाले ते गोळा केले आणि येथेच प्रतापराव आणि सहा सरदारांना अग्नी दिला. त्यानंतर दोन दिवसांनी नर्मदा गेली...तिनंही येथेच देह ठेवला..."

आनंदरावाने डोळे टिपले. महाराज भरल्या आवाजात म्हणाले,

"आनंदराव, प्रतापरावांची आठवण आमच्या मनात सदैव राहील. स्वधर्म, स्वदेश आणि स्वराज्यासाठी त्यांनी जे साहस केले ते महाराष्ट्र कधीही विसरणार नाही. त्यांची चिरंतन आठवण राहावी म्हणून प्रतापरावांच्या कीर्तीला आणि इतमामाला साजेसे स्मारक इथे बांधा. ती कामगिरी आम्ही तुमच्यावर सोपवत आहोत..."

महाराजांनी चढाव चढवले. त्यांच्यापाठोपाठ सारे जण स्वार झाले. तोच विठ्ठलपंतांनी हाक मारली–

"राजे–!"

महाराजांनी कायदा ओढताच घोडा थांबला. विठ्ठलपंत पुढे झाले. आपल्या बंडीच्या खिशातून एक सोन्याचे कडे काढून ते पुढे करीत पंत म्हणाले,

"राजे, हे कडं प्रतापरावांचं आहे. मोहिमेवर जाण्याच्या आधी त्यांनी माझ्या हाती आपली आठवण म्हणून दिलं होतं. आता याचा काही उपयोग नाही, ही तुमच्या भावी राज्याची अनामत सांभाळा, जतन करा. दीर्घायुषी व्हा!"

महाराजांनी ते कडे हातात घेतले, निरखले आणि दुशेल्यात खोवले. घोड्यांना टाच मारताच घोडी भरधाव सुटली. आणि बघता-बघता माळ ओलांडून ती झाडीत दिसेनाशी झाली. त्या एकाकी माळावरून वाडीकडे अडखळत पावले टाकीत जाणारी विठ्ठलपंतांची मूर्ती तेवढी बराच वेळ माळावर दिसत होती....

–ही तीनशे वर्षांपूर्वीची कहाणी आहे. नंतर या जागी टुमदार समाधी बांधली गेली. त्या समाधीपासून थोड्या अंतरावर एक वृंदावनही होते. काळाच्या ओघात वादळी वाऱ्याशी झगडत ती समाधी शेकडो वर्षे उभी राहिली आणि ढासळत ढासळत, जमीनदोस्त झाली. बदलणाऱ्या ओढ्याच्या पात्रात सापडलेल्या त्या वृंदावनाचा मागमूसही राहिलेला नाही. दिसतात ते समाधीचे विखुरलेले अवशेष. आज ना उद्या केव्हा तरी लोकांचे लक्ष त्या ठिकाणाकडे जाईल. भावी पिढ्यांना आठवण देण्यासाठी ती समाधी परत डौलाने उभी राहीलही. पण त्या समाधीवर अर्पण केलेल्या एका निष्पाप निर्माल्याची आठवण कुणालाही येणार नाही. इतिहासाला ज्याचा मागोवा सापडला नाही ती कथा भविष्यकाळाला तरी कशी सापडणार? आणि कुठे?

◆

४. न्याय

बेळगावच्या आग्नेयेस तीस मैलांवर बेलवडी नावाचे एक गाव आहे. बेलवडीत एक गढी होती. शेकडो वर्षांच्या वादळवाऱ्यात पावसापाण्याच्या तडाख्यात त्या पोलादी गढीचे मजबूत तट ढासळले. रानोमाळ तटांचे दगड विखुरले. त्या बेलवडीच्या गढीमागे एक फार मोठी घटना घडली हे फार थोड्यांना माहीत आहे. इतिहासाचे एक सोनेरी पान तिथे लिहिले गेले. त्या बेलवडीची ही कहाणी आहे. फार वर्षांपूर्वीची. जेव्हा या महाराष्ट्राच्या भूमीवर शिवछत्रपती राज्य करीत होते त्या वेळची ही कथा आहे.

थंडीचे दिवस होते. बेलवडीच्या गढीपासून अर्ध्या कोसावर मराठ्यांची छावणी पसरली होती. गेला महिनाभर ती छावणी तेथे तळ देऊन बसली होती; पण बेलवडीचा कब्जा होत नव्हता. गढीची चारी बाजूंनी सक्त नाकेबंदी करण्यात आली होती. क्वचित चकमकी झडत होत्या, पण गढी सर होत नव्हती. त्यामुळे शिवाजी महाराज बेचैन झाले होते. छावणीच्या आपल्या शाही डेऱ्यात महाराज संत्रस्तपणे येरझारा घालीत होते. सरदार आनंदराव निंबाळकर खाली मान घालून उभे होते. तोच सेवक आत आला. मुजरा करून तो म्हणाला,

"महाराज, बाहेर सखुजीराव आले आहेत."

महाराजांची पावले थांबली. ते म्हणाले–

"त्यांचीच आम्ही वाट पाहात होतो. त्यांना आत पाठव."

सखुजी गायकवाड आत येताच त्यांनी महाराजांना त्रिवार मुजरा केला आणि ते उभे राहिले. महाराजांनी सखुजीस एकवार न्याहाळले आणि ते म्हणाले,

"बोला सखुजीराव! आम्ही ऐकण्यास उत्सुक आहो!"

"महाराज! काय सांगू!" सखुजी हताशपणे म्हणाला, "कडेकोट बंदोबस्त केला आहे. फार दिवस गढी टिकाव धरेल असे वाटत नाही."

शिवाजी महाराज हसले. ते म्हणाले,

"व्वा! सुरेख! सखुजीराव, कोणी ज्योतिषी भेटला होता?"

"त्यांनीही तेच सांगितलं." सखुजी म्हणाला.

"पाहिलंत निंबाळकर? ज्योतिष विचारण्यापर्यंत आपल्या शौर्याची मजल गेली. शत्रूचे बलाढ्य किल्ले आम्ही हां हां म्हणता काबीज केले, पण ही बेलवडीची चिमुकली गढी आम्ही जिंकू शकत नाही. बेलवडीच्या पाटलाने आमच्या फौजेचे काबाडीचे बैल लुटले नसते तर कदाचित आमचे बेलवडीकडे लक्षही गेले नसते. तीच गढी आम्हाला दुर्घट होऊन बसावी! सखुजीराव, आता आम्हाला अधिक थांबणे कठीण आहे."

"महाराज! तोफखाना वापरण्याची आज्ञा द्यावी. एका दिवसात काम फत्ते होईल."

"सखुजीराव, बेलवडीचं नेतृत्व सावित्रीबाईच्या हाती आहे, हे विसरता? तोफखाना वापरून अपकीर्तीत मात्र भर पडेल."

"महाराज, बेलवडीचे पाटील जेव्हा लढाईत मारले गेले तेव्हा लढाई संपेल असं वाटलं होतं. पण मधेच ही सावित्रीबाई आली आणि..." सखुजीराव म्हणाले.

"धन्य आहे त्या शूर स्त्रीची! पतिनिधनानंतर आपले दुःख विसरून आपली गढी ती लढवते आहे. तिचं धैर्य असामान्य आहे. सखुजी, आम्ही दोन दिवसांची मुदत तुम्हाला देतो. तेवढ्यात जर गढी काबीज झाली नाही तर आम्ही जातीनिशी या मोहिमेत भाग घेऊ. त्याखेरीज आम्हाला गत्यंतर नाही."

सखुजीरावाने त्वेषाने आपले ओठ चावले. मुजरा केला आणि तो डेऱ्याबाहेर गेला.

दुसरे दिवशी पहाटे छावणीवर दाट धुके उतरले. पलिते विझवले जात होते. सूर्योदयाबरोबर शिवाजीमहाराज पूजा आटोपून डेऱ्याबाहेर आले. त्यांच्या मानेवर केस रुळत होते. कपाळावर शिवगंधाची मुद्रा होती. किनारीवर जरतारी छडी मारलेला पांढराशुभ्र अंगरखा त्यांच्या अंगात होता. सुरवार आणि जरी मोजडी पायात शोभत होती. डेऱ्याबाहेर येताच द्वारपालांनी मुजरे केले. त्या मुजऱ्यांचा स्वीकार करून राजांनी छावणीवरून नजर फिरवली. वाढत्या उन्हाबरोबर विरळ होत जाणाऱ्या धुक्यातून छावणी दिसत होती. राजांची नजर बेलवडीच्या गढीकडे गेली. त्यांच्या कपाळावर सूक्ष्म आठी उमटली. बेलवडीकडे पाहात असता जाधवराव आलेले जाणवूनही राजांच्या तोंडून काही शब्द बाहेर पडले नाहीत. राजे मंत्रमुग्ध नजरेने ती गढी न्याहाळत होते. नजर न वळवता महाराज म्हणाले,

"जाधवराव, सखुजीराव आपली कुमक घेऊन गढीवर चालून गेले."

"कालचे आमचे बोल त्यांनी जीवाला लावून घेतलेले दिसतात."

"सखुजीराव कामात कुचराई करणारे नव्हेत." जाधवराव म्हणाले.

"ते का आम्हाला माहीत नाही? तो विश्वास नसता तर ही कामगिरी आम्ही त्यांच्यावर सोपवून नुसते पाहात बसलो नसतो. नवीन उमदी माणसे जेव्हा येतात तेव्हा पुढे येण्याची संधी द्यावी लागते. सखुजीरावांच्याजवळ धाडस आहे. शौर्य आहे पण..."

"पण काय महाराज?"

"तसाच संतापही आहे. संतापाने बुद्धीवरचा ताबा नष्ट होतो, योग्य ते करण्याचे सुचत नाही. नाहीतर ही गढी घ्यायला इतका वेळ लागला ना!"

अचानक तुताऱ्यांचा आवाज साऱ्या मुलुखात उठला. वीजांच्या गडगडाटाचा गंभीर साद मिळावा तसा तुताऱ्यांच्या आवाजात नगाऱ्याचा आवाज उठू लागला. आवाज गढीच्या रोखाने येत होता. महाराजांच्या चेहऱ्यावर हास्य उमललं. बारीक नजरेने कोवळ्या उन्हात तळपणारी गढी महाराज निरखत होते. गढीच्या बुरुजावर भगवे निशाण चढताना दिसले आणि महाराज हात जोडून उद्‌गारले–

"जगदंबेची कृपा! जाधवराव, सखुजी विजयी झाले. चला जाधवराव. विजयी वीराच्या स्वागताला आपण चार पावले पुढे जाऊ!"

थोडी धावपळ उडाली. मोतद्दारांनी घोडी आणली. जाधवराव, निंबाळकर, आनंदराव ही मंडळी त्वरित डेऱ्यासमोर आपापल्या घोड्यानिशी सज्ज झाली. महाराज डेऱ्यातून बाहेर आले. त्यांनी सर्वांवरून नजर फिरवली. खास अश्वपथक तयार होते. राजांनी काळ्या घोडीवर मांड टाकली. टाच दिली. त्या उमद्या जनावराने ऐटीने पावले उचलली. पाठोपाठ सरदार मंडळी जात होती. मागून अश्वपथकाचे स्वार धावत होते.

महाराज गढीजवळ पोहोचले. मुख्य दरवाज्याचा नगारा धडधडू लागला. महाराज पायउतार झाले. अनेक जखमी वीर तेथे होते. कामी आलेल्या वीरांवर शेले झाकले होते. महाराज गंभीर झाले. स्वागतासाठी श्रीपतीराव नाईक आलेले पाहताच महाराजांचे पाय थबकले. सखुजी गायकवाड कुठेच दिसत नव्हते. महाराजांचे मन भीतीने ग्रासले. श्रीपतरावांच्या मुजऱ्याचा स्वीकार करून महाराजांनी विचारलं,

"श्रीपतराव, सखुजीराव कुठे आहेत?"

महाराजांची चिंता ओळखून श्रीपतराव म्हणाले, "ते सुखरूप आहेत. पहाटेला त्यांनी सरळ गढीवर हल्ला केला. सखुजीरावांनी पराक्रमाची शर्थ केली. धडाका देऊन गढीचे दार उघडले."

"पण सखुजीराव कुठे आहेत?"

''तेच सांगतो महाराज!'' श्रीपतराव सांगू लागले, ''गढी सर झाली, पण या अनर्थाला कारणीभूत झालेली सावित्रीबाई मात्र धुक्याचा फायदा घेऊन हातून सुटली. तिला गिरफदार करण्यासाठी सखुजीराव जातीनिशी गेले आहेत.''

राजांनी नि:श्वास सोडला. ते जाधवरावांकडे वळत म्हणाले,

''काय जाधवराव आम्ही बोललो ते खरे आहे ना? गढी सर होऊनही सखुजीराव थांबू शकले नाहीत. त्यांचा संताप एवढ्यावर तृप्त झाला तर नवल! आम्ही त्यांच्या स्वागतासाठी येथवर आलो; पण त्यांचाच पत्ता नाही. श्रीपतराव, फार हानी झाली?''

''पाच-सहा कामी आले. जखमींची संख्या फार आहे.'' श्रीपतरावांनी आदबीने सांगितले.

''सखुजीरावांसारखे वीर आमच्या स्वराज्याच्या यशाचे मानकरी आहेत. आम्ही परत जातो.''

''महाराज, आपण गढीत यावे, ही विनंती आहे.''

''जरूर येऊ, पण आता नव्हे. ज्यांनी ही गढी जिंकली ते सखुजीराव बरोबर नसता आम्ही गढीत प्रवेश कसे करणार? ते शोभायचं नाही. सखुजीराव आले की सांगा, आम्ही त्यांच्या भेटीस्तव इथवर आलो होतो. त्यांना सांगा आम्ही त्यांच्या भेटीसाठी उतावीळ आहोत. येतो आम्ही. जखमींची व्यवस्था नीट करा. जे कामी आले त्यांना वीरोचित सन्मान द्या.''

त्यानंतर दोन दिवस गेले तरी सखुजीचा पत्ता नव्हता. महाराज चिंतेत होते. छावणी उठवण्याची गडबड सुरू झाली होती. सारे सखुजीरावांची वाट पाहात होते. त्यांचा शोध घेण्यासाठी दोन पथकेही पाठविली होती. तिसरे दिवशी महाराज डेऱ्यानजीकच्या शामियान्यात बैठकीवर बसले होते. सारे सरदार, चिटणीस शामियान्यात हजर होते. पुढचा मनसुबा महाराज सांगत होते. तोच जासूद आत आला. मुजरा करून तो म्हणाला–

''महाराज, सखुजीराव आले.''

''सखुजीराव आले!'' म्हणत महाराज बैठकीवरून उठले. त्याच वेळी शामियान्याच्या प्रवेशद्वारातून सखुजीराव प्रवेश करते झाले. महाराज पुढे झाले. सखुजी मुजऱ्याकरिता वाकला असतानाच महाराजांनी त्यांना मिठीत घेतले.

''सखुजीराव, धन्य आहे तुमची! आम्ही इकडे तुमच्या स्वागतासाठी आतुरलो असता तुमचा पत्ता नाही.'' राजांनी आपला डावा हात सखुजीरावांच्या उजव्या खांद्यावर ठेवत हसत विचारले–

''मग गनीम सापडला?''

''तो सापडला नसता, तर आपल्यासमोर आलो नसतो.'' सखुजीराव म्हणाले.

"शाब्बास!"

"महाराज, गनीम आपल्यासमोर हजर करण्याची आज्ञा व्हावी."

राजांनी मानेने होकार दिला. सखुजी शामियान्याच्या बाहेर गेला. राजे आसनस्थ झाले. साऱ्यांच्या नजरा शामियान्याच्या प्रवेशद्वारावर खिळल्या. सखुजीराव आत आले, त्यांच्या पाठोपाठ जेरबंद केलेल्या सावित्रीबाईंना पाहताच राजांचे हास्य कुठच्या कुठे गेले. त्यांनी सखुजीरावांच्याकडे पाहिले. सखुजीराव म्हणाले,

"महाराज, याच त्या सावित्रीबाई."

"पण स्त्रियांना जेरबंद करण्याची आवश्यकता केव्हापासून भासू लागली?" राजांचा आवाज किंचित कठोर झाला.

"महाराज, क्षमा असावी. ज्या शर्थीने गढी लढविली आणि ज्या तीन दिवस अन्नपाण्याविना हिनं आम्हाला रानोमाळ फिरवलं ते यांचं रूप इतकं सोज्ज्वळ नाही. यांचा शेवटचा माणूस गारद होईपर्यंत या आमच्या हाती लागल्या नाहीत. गढीसाठी जेवढे बळी द्यावे लागले नाहीत, तेवढे यांना पकडताना बळी द्यावे लागले."

"बाई, धन्य आहे तुमची, तुमच्या पराक्रमाची!" राजे उद्गारले. "सखुजीराव, बाईच्या हाती बांधलेल्या काढण्या सोडा."

"पण महाराज–"

"सखुजी; अबलांना जेरबंद करणे हे वीरांना शोभत नाही. त्या आम्हाला मातेसमान आहेत. त्यांना प्रथम मोकळे करा."

काढण्या सोडल्या गेल्या. सावित्रीबाई अधोवदन निश्चल उभी होती. महाराज गंभीर वाणीने बोलू लागले,

"सावित्रीबाई, तुम्हाला त्रास द्यावा हा आमचा हेतू नव्हता. आजही नाही. तुमच्या पतींनी आमची अकारण आगळीक काढली. आमचे काबाडीचे बैल लुटले. दिलेली समज त्यांनी मानली नाही. उलट ते लढायला सिद्ध झाले. आमचा नाइलाज झाला. ज्या शौर्यांनं तुम्ही गढी लढवलीत ते शौर्य पाहून आम्हीही थक्क झालो. पण अविवेकी धाडसाला अर्थ नसतो. आम्ही स्वराज्य स्थापनेसाठी, धर्मसंस्थापनेसाठी प्रयत्न करीत असता आपल्यासारख्या शौर्यशालिनीचा विरोध आम्हाला व्हावा, याचं दुःख होतं. स्वधर्म आणि स्वराज्यासाठी आम्हाला तुमच्या आशीर्वादाची गरज असता, तुमचा विरोध का यावा?"

सावित्रीबाईंनी प्रथमच आपली नजर दरबारात वर केली. एखादी वीज चमकून जावी तशी सावित्रीबाईंची नजर साऱ्या दरबारावरून फिरली. स्फुलिंगाची धग ती नजर फेकीत होती.

"बोला बाई, पराजयाचा अपमान तर..."

"हं!" सावित्रीबाई हुंकारली. "राजे, जय, पराजय या नशिबाच्या गोष्टी

असतात. त्याची खंत कसली?''

"खरं आहे.'' राजे म्हणाले, "धर्मानं, न्यायानं आणि नीतीनं जाणाऱ्याला यशापयशाचा वारा शिवत नाही. आमच्या स्वराज्याला...''

"तुझ्या असुरी राज्याला स्वराज्याला टिळा कशाला लावतोस बाबा? दुर्दैव! आज माझा पराजय झाला. मंगलकार्यात देवानं मला हात दिला नाही.''

"खामोश!'' निंबाळकर ओरडले. राजांची नजर वळताच ते शरमले. राजे म्हणाले,

"बोला बाई, आम्ही सारं ऐकून घेऊ. पराजित शत्रू जेव्हा नजर वर करून बोलतो, तेव्हा ते असत्य असू शकत नाही-तुमच्यावर अन्याय झाला असं वाटतं का?''

"अन्याय! राजा, तुला न्यायाची चाड आहे?'' फरसबंदीवर नगदी रुपये खणखणत उतरावेत तसा तो प्रश्न उमटला. राजे स्थिर नजरेने आणि स्थिर मनाने बोलले,

'बाई, या शिवाजीबद्दल अनेक प्रवाद असतील. पण त्याच्या स्वराज्याच्या हेतूबद्दल कोणीही आजवर शंका घेतली नाही. तुमची काहीतरी तक्रार दिसते. आमचं अभय आहे. तुम्ही मोकळ्या मनाने सांगा.''

"ऐकण्याची तयारी आहे? न्याय मिळेल?''

"अन्याय झाला असला तर जरूर न्याय मिळेल. पण त्याचबरोबर स्त्री म्हणून तुमची गय होईल आणि शत्रूचे अकारण लाड पुरवले जातील, असंही समजू नका.''

सावित्रीबाई स्तब्ध उभी होती. शांतता असह्य होत होती.

"बोला बाई!'' राजे म्हणाले.

खालच्या मानेनेच सावित्रीबाई म्हणाली, "राजे, भर दरबारी मी काय सांगू?''

राजांनी आज्ञा केली. चकित झालेले सारे सरदार बाहेर गेले. शामियान्यात फक्त सावित्रीबाई आणि राजे उरले होते.

"सांगा!''

नागिणीसारखी संतप्त सावित्रीबाई त्या शब्दाबरोबर ढासळली. उभ्या जागी ती कापू लागली आणि तिने आपला चेहरा हातात दडवला. हुंदक्यांचा आवाज कानावर आला. राजे उभे राहिले.

"बाई, काय झालं सांगा ना. मुलाचा संकोच बाळगू नका.''

सावित्रीबाईंनी डोळे टिपले. राजांच्या नजरेला नजर देत ती म्हणाली-

"राजे, आपले सखुजीराव गढी जिंकूनच थांबले नाहीत. त्यांनी माझी अब्रूही...''

"अशक्य! बाई, तोहमत खोटी ठरली तर या गुन्ह्याला शिरच्छेदाखेरीज दुसरी

शिक्षा नाही.''

राजांच्या नजरेला नजर भिडवीत सावित्रीबाई म्हणाली, ''राजे, मी पाटलीण. गावची वतनदार! कोणती खानदानी स्त्री असं खोटं सांगेल? आपण सखुजीरावांना विचारा...''

राजांच्या कपाळी घर्मबिंदू गोळा झाले. मुठी वळल्या गेल्या. आज्ञेबरोबर सारे शामियान्यात आले. मूक अश्रू गाळीत उभ्या असलेल्या सावित्रीबाईकडे सारे आश्चर्याने पाहात होते. आपली तीक्ष्ण नजर सखुजीवर स्थिर करीत राजांनी विचारले,

''सखुजी, या काय म्हणतात?''

''साफ खोटं! महाराज हे कुभांड आहे?'' सखुजी ओरडला.

''काय खोटं? कसलं कुभांड?'' महाराज आसनावरून उठले, ''सखुजी, आम्ही काही न विचारता तुम्ही उत्तरे देता?''

सखुजी चपापला.

''सखुजी, तुम्ही यांच्याशी गैरवर्तन केलंत...?''

''महाराज...'' सखुजी उभ्या जागी घामेजला.

''पराक्रमाबरोबर व्यभिचाराचीही शर्थ केलीत?–''

महाराजांचा तो रुद्रावतार बघताच सखुजीचे बळ सरले. तो राजांच्या पायावर कोसळला.

''क्षमा...महाराज! क्षमा–''

महाराजांच्या मुठी आवळल्या गेल्या. उभ्या जागी त्यांचे डोळे भरून आले. सखुजीच्या मिठीतून आपले पाय सोडवून घेत राजे मागे सरले. संतापाने ते थरथर कापत होते. चेहरा उग्र बनत होता. एखाद्या खोल विहिरीतून प्रतिसाद यावा तसे राजे बोलू लागले–

''सखुजी, हे काय केलंत? मोगली जुलुमी राजसत्तेतून प्रजा मोकळी व्हावी, धर्म आणि अब्रू यांचे संरक्षण व्हावे म्हणून आम्ही स्वराज्याचं तोरण उभं केलं आणि तुम्ही तुमच्या आईवर हात टाकलात?–''

''क्षमा महाराज–'' म्हणत सखुजी सरकला.

''पुढे येऊ नका, सखुजी! त्या अमंगळ हाताचा मला स्पर्शही करू नका. तुमच्या गुन्ह्याला क्षमा नाही. बेलवडीच्या लढाईत पराभव झाला असता तरीही आम्ही तुम्हाला बोल लावला नसता. हे पाहण्यापेक्षा मला पराजय परवडला असता. नाही सखुजी, आम्ही क्षमा करू शकत नाही–''

राजे आसनावर बसले. ''सखुजी, तुम्ही जे कृत्य केलंत त्याने स्वराज्याला कलंक लावलात! या गुन्ह्याबद्दल–''

जाधवराव धीर करून पुढे सरकले– ''राजे.''

“खामोश!” महाराज उभे राहिले. साऱ्या दरबाराची छाती धडधडत होती. श्वास अवरोधले गेले. शांतपणे सखुजीकडे बोट दाखवीत महाराज म्हणाले–

“या सखुजीचे पापी डोळे तप्त सांडसाने या क्षणी उखडून काढा. ज्या पापी हातांनी परस्त्रीला स्पर्श केला ते हात तोडा. या शिक्षेची अंमलबजावणी आमच्यादेखत झाली पाहिजे!”

सखुजी उभ्याजागी ढासळला.

सावित्रीबाई थक्क होऊन पाहात होती. थोड्याच अवधीत सांडस घेतलेले पलोतेधारी आत आले. सखुजीला पकडण्यात आले. पलोत्यावर अणकुचीदार सांडस तापवण्यात आले, आणि किंकाळी मागोमाग सखुजीचे डोळे उखडले गेले. ते दृश्य असह्य होऊन सावित्रीबाईंनीदेखील डोळ्यांवर हात घेतले.

“या पाप्याला पन्हाळ्याच्या अंधारकोठडीत टाकून द्या.” राजांनी शिक्षा पुरी केली.

सखुजीला दरबारातून नेण्यात आले. राजांची नजर सावित्रीबाईंच्याकडे वळली. सारा राग क्षणात ओसरला. नजरेत असहायता भरली. राजे म्हणाले,

“बाई, या शिक्षेने गुन्ह्याची भरपाई होत नाही, हे आम्ही जाणतो. आमचं दुःख फार मोठं आहे. आम्ही तुम्हाला बाइज्जत मुक्त करीत आहोत. बेलवडी तुमची आहे. त्याखेरीज दोन गावे आंदण म्हणून आम्ही तुम्हाला देऊ करीत आहोत.”

सावित्रीबाईंनी अश्रू टिपले. राजांच्या पाया पडण्यासाठी त्या पुढे झाल्या. राजे हात जोडून उभे राहिले. सद्‌गदित आवाजात ते म्हणाले,

“आई, आम्हाला आणखीन लाजवू नका, देता आला तर एकच आशीर्वाद द्या.”

सावित्रीबाईंनी वर पाहिले. राजांचे डोळे भरून आले होते. नजर घायाळ बनली होती. शब्द फुटत नव्हता. राजे म्हणाले,

“आई, एकच आशीर्वाद द्या. आमच्या स्वराज्याला आपला शाप न लागावा. शक्य झाले तर आमच्या सुराज्याला आशीर्वाद मिळावा. असा आशीर्वाद मिळावा क, असा दुर्दैवी कलंक आमच्या राज्याला पुन्हा कधीही न लागावा. एवढं दिलंत तरी आम्ही कृतार्थ होऊ!”

सावित्रीबाईंनी पाहिले तो राजांच्या नेत्रातून आसवे ओघळत होती आणि त्या अश्रूंच्या दर्शनाने सावित्रीबाईंना पावन झाल्याचा भास होत होता...

◆

५. पण छाती उसवली नाही

गावच्या देवालयासमोरून उठणारा रणहलगीचा आवाज साऱ्या गावावर पसरत होता. ढोलाचा आवाज अखंड चालू होता. सनईचे सूर त्यात मिसळत होते. झांजांचा झणत्कार साथ देत होता. तो वाढता आवाज ऐकत येसाजी कंक आपले कपडे करीत होता. कपडे चढवीत असता त्याचे लक्ष वारंवार भिंतीवर टांगलेल्या ढाल-तलवारीकडे जात होते. जेव्हा कपडे चढवून झाले, तेव्हा घरात असलेल्या पोराला त्याने हाक दिली,

"कृष्णा, आटपलं का न्हाई?"

"झालंच आबा." कृष्णा म्हणाला.

कपडे चढवून होताच येसाजीने ढाल तलवार काढली. त्याच वेळी कृष्णाजी बाहेर आला. येसाजीने त्याच्याकडे पाहिले. बाराबंदीत ताणावलेली त्याची भरदार छाती, डोकीला मराठमोळी पगडी, पाठीशी ढाल अशा वेषातला हसतमुख कृष्णाजी बापाकडे पाहून स्मित करीत होता. कमरेच्या तलवारीवर त्याच्या डाव्या हाताची मूठ आवळली गेली होती.

"चलायचं ना आबा?" त्याने विचारले.

"हां." येसाजी म्हणाला. त्याची नजर आत गेली. क्षणभर तो तसाच उभा राहिला. ते बघून कृष्णाजीने विचारले,

"काही राह्यलंय का आबा?"

"काय न्हाई पोरा. सूनबाई कुठं हाय?...पोरी..."

आतून कृष्णाजीची बायको बाहेर आली. तिच्या हातात ताट होते. तारुण्यात पदार्पण केलेली सावळी सावित्री आपल्या डोळ्यांतले पाणी लपविण्याचा प्रयत्न

करीत होती. तिच्याकडं पाहात असता येसाजीचे पांढरे कल्ले थरथरले. तो पुढे झाला. सावित्रीच्या पाठीवरून हात फिरवीत तो म्हणाला,

"पोरी, येवढीशीबी काळजी करू नकोस. थोरल्या महाराजांच्या वेळेपासून मोहिमा केल्यात मी. लढाईत कायबी भीती नसते. मोहिमेला जो भितो तेचाच इस्वास देता येत नाही. कृष्णा माजाच पोरगा हाय. भिऊ नको पोरी. पूस डोळे..."

सावित्री पुढे झाली. तिने दोघांना ओवाळले. नाक ओढत ती मागे सरकली. इतका उशीर आवरून धरलेले अश्रू तिच्या गालांवरून ओघळू लागले. ते बघताच येसाजी म्हणाला,

"पोरी, कसं सांगू तुला? पण येवढी खातरी देतो. त्यावर इस्वास ठेव. जोवर माझ्या जीवात जीव हाय तोवर तुझ्या कुंकवाचं मी रक्षण करीन...येतो आमी. चल पोरा..." म्हणत येसाजी वळला.

देवळासमोर वाद्यांचा आवाज वाढला होता. देवालयाच्या समोर असलेल्या दीपमाळेवर चारी बाजूंनी दिवे तेवत होते. जमलेल्या लोकांतून येसाजी कंकाचे सैनिक उठून दिसत होते. येसाजी आणि कृष्णाजी येताच क्षणभर सारे शांत झाले. 'छत्रपती शिवाऽजी महाऽराज की जय'च्या निनादाने कारी दुमदुमली आणि परत रणहलगीचा आवाज खणखणू लागला.

मोहिमेवर चाललेले येसाजी, कृष्णाजी आणि त्यांच्या पाचशे लोकांना सारा कारी गाव निरोप देत होता. गावच्या वेशीत सारे थांबले. सारे सैनिक मागे वळले. सगळ्या गावाने भारावून हात उंचावले आणि येसाजीची तुकडी वळली. तुकडी बरीच लांबवर जाईपर्यंत सारा गाव बघत होता. बऱ्याच वेळाने दाट जंगलात सैनिक दिसेनासे झाले आणि गाव माघारी वळला.

लांब मजल दरमजल मारीत येसाजीची तुकडी फोंड्यांच्या दिशेने कूच करीत होती. हेरांच्यामार्फत साऱ्या बातम्या येसाजीला मिळत होत्या. संभाजीराजांकडून सूचना मिळत होत्या. त्या सूचनांनुसार येसाजी आपल्या तुकडीसह वाटचाल करीत होता. फिरंग्यांची त्रेधा कशी उडवावी याचा विचार सदैव येसाजीच्या मनात होता. आपल्या लोकांशी तो विचारविनिमय करीत होता. कृष्णाजीला सूचना करीत होता. फोंड्याचा किल्ला अत्यंत मजबूत होता. फिरंगे फोंड्यावर हल्ला करणार नाहीत याची येसाजीला खातरी होती. काही करून गनिमाला फोंड्याला आणले तर बेदम चोपता येईल याची खातरी येसाजीला होती. येसाजीचे हेर निरनिराळे वेष घेऊन गोव्यात उतरले. उत्तरोत्तर मराठ्यांचा जमाव गोव्यात मोठा झाला. हेरांनी अफवा उठवल्या, 'संभाजीने फोंड्यावर मोठा द्रव्यसंचय केला आहे.' या बातमीने गव्हर्नराच्या

तोंडाला पाणी सुटले. तो मोठी तयारी करू लागला. संभाजीराजे चौलला असल्याची बातमी त्याला मिळाली. त्या बातमीने त्याला अतोनात आनंद झाला. त्याने गोव्यात होते नव्हते तेवढे लोक जमवले. पाद्र्यांना हत्यारे पुरविली. संभाजीला बातमी लागण्यापूर्वी फोंडा लुटावा असा त्याने विचार केला, आणि अत्यंत तातडीने त्याने आपले सैन्य गोव्याबाहेर काढले.

येसाजीला त्या बातमीने अत्यंत आनंद झाला. त्याने ती बातमी वायुवेगाने चौलला संभाजीराजांना कळविली. फोंड्याच्या रस्त्यावर आजूबाजूच्या गर्द झाडीत आपले सैन्य पेरून ठेवले आणि तो 'गवनेरची' वाट पाहात बसला.

फिरंग्यांचे सैन्य मोठ्या आवेशाने फोंड्याच्या दिशेने कूच करीत होते. शहाअलमची मदत आपल्याला येते आहे, या विश्वासावर गव्हर्नर पुढे जात होता. दबलेले येसाजी, कृष्णाजी हे पाहात होते. पाचव्या दिवशी तो तटाच्या पायथ्याशी येऊन पोहोचला. फोंड्याच्या त्या जलदुर्गावर त्याने चार दिवस तोफांचा भडिमार केला, आणि तटाला एक लहानसे खिंडार पडले. पोर्तुगीज सैन्य त्या खिंडारातून आत घुसू लागले. किल्ल्यातील मराठ्यांनी जिवाचे रान केले आणि गनिमाचा हल्ला थोपवून धरला.

त्या संधीचा फायदा घेऊन येसाजीची तुकडी ठरल्याप्रमाणे पाठीमागून 'हरहर महादेऽव' करीत आवेशाने तुटून पडली. पाठोपाठ शंभू राजे मोठ्या सैन्यासह आले. गनिमाला काही सुचले नाही. दोन्ही बाजूंनी हल्ला झाल्यामुळे शत्रूचा पायपोस पायात राहिला नाही.

कृष्णाजीचा आवेश मोठा होता. तोंडाने हाणामारा करीत तो आपली तलवार चालवीत होता. कृष्णाजीच्या आवेशाने मराठ्यांना चेव आला होता. शंभूराजांच्या अचानक आगमनामुळे गनिमाला पळता भुई थोडी झाली. जे वाचले ते रानोमाळ जिवाच्या भीतीने पांगले.

सारी छावणी शांत झाली होती. जखमी वीरांचे विव्हळणे अधून-मधून कानावर येत होते. पलोत्यांच्या उजेडात वैद्य राहुटीतून हिंडत होते. येसाजी आपल्या तुकडीची पाहणी करून कृष्णाजीच्या छावणीकडे निघाला होता. त्याच वेळी एक सैनिक येसाजीजवळ आला. त्याने मुजरा करताच येसाजीने विचारले,

"काय आहे?"

आपल्या डोळ्यांतील पाणी लपवीत तो सैनिक म्हणाला, "सरकार कृष्णाजीराव जखमी झाल्यात..."

शिपायाच्या पाठोपाठ येसाजी भराभर जात होता. पावलागणिक उलटणारा क्षण त्याला असह्य होत होता. कृष्णाजीच्या छावणीसमोर गर्दी होती. लोकांनी वाट करून देताच येसाजी आत गेला. कृष्णाजीला जमिनीवर झोपवले होते. बाजूला

पाच-सहा सेवक पलोते धरून उभे होते. वैद्य कृष्णाजीच्या जखमा बांधीत होते. कृष्णाजीच्याजवळ पडलेल्या रक्ताळलेल्या बाराबंदीकडे लक्ष जातच येसाजीच्या पायातले बळ गेले. त्याची नजर कृष्णाजीच्या चेहऱ्याकडे गेली. कृष्णाजी ग्लानीत होता. थकल्या पावलांनी राहुटीच्या काठीचा आधार घेऊन येसाजी उभा होता. सुन्न नजरेने बाहेर पाहात होता. जेव्हा वैद्य नजीक आला तेव्हा येसाजीने त्याच्याकडे पाहिले. भरल्या डोळ्यांनी येसाजीने विचारले,

"वैद्यराज!"

"घाबरू नका येसाजी! जखमांना मी टाके घातले आहेत. तशी काळजी घेतली तर काही धोका आहे, असं मला वाटत नाही. रक्त फार गेलं. डोळ्यांत तेल घालून जपायला हवं."

येसाजीने विचारले,

"जखमा कुठे झाल्या आहेत?"

"बहुतेक मोठ्या जखमा छातीवरच आहेत. त्याचसाठी फार जपायला हवं." तशाही परिस्थितीत येसाजी हसला. तो म्हणाला,

"वैद्यराज! मुलगा कुणाचा? जखमा छातीवरच व्हायच्या. पाठीवर नव्हे!"

वैद्यराज निघून गेला. कृष्णाजीचा हुद्देदार साबळे मागे आला. त्याने हाक दिली,

"आबाऽ"

येसाजीने मागे पाहिले. साबळे नजरेत येताच येसाजीने विचारले,

"हे कसं घडलं?"

साबळे म्हणाला, "जशी आमची चढाई झाली तसे पाद्री जिकडे तिकडे धावत सुटले. आम्ही त्यांचा पाठलाग करून पळणारा गनिम गाठीत होतो. कृष्णाजीरावांना भान राहिले नव्हते. किल्ल्याच्या पाणंदीतून भरधाव सुटलेली तीन घोडी पाहिली आणि कृष्णाजीरावांनी आपले घोडे वळवले. कुणाच्या लक्षात यायच्या आत एकटेच ते घोडेस्वारांच्या मागे लागले. आम्ही जेव्हा पोहोचलो, तेव्हा कृष्णाजीराव जखमी होऊन पडले होते. त्यांच्या शेजारी शत्रूचे दोन मुडदे होते. एक मात्र पळून गेला होता."

"तुमची चूक नाही साबळे. तुम्ही वाईट वाटून घेऊ नका. लढाई म्हटलं की हे व्हायचंच."

साबळे निघून गेला. येसाजी राहुटीबाहेर बसून राहिला. मध्यरात्र उलटून गेली तरी तो राहुटीबाहेर बसूनच होता. कृष्णाजी अद्याप शुद्धीवर आला नव्हता. आकाशातल्या चांदण्या निरखीत असता येसाजीला समोरून येणारे दोन पलोते दिसले. ते पलोते नजीक येताच येसाजी उठला. वाऱ्याने फरफरणाऱ्या पलोत्याच्या उजेडातून येणारी शंभूराजांची मूर्ती दिसताच येसाजीची थकली कमर वाकली. त्रिवार मुजरा करून तो

उभा राहिला. संभाजीराजे राहुटीत गेले. त्यांनी कृष्णाजीलाही पाहिले आणि ते बाहेर आले. येसाजी भरल्या आवाजात म्हणाला,

"धाकले धनी, मध्यरात्र उलटून गेली. अशा अपरात्री धन्यांनी विश्रांती घ्यायची.''

"येसाजी! आजच्या तुमच्या पराक्रमामुळे लढाईची शान वाढली. विजयाच्या धुंदीत आम्ही आमच्या डेऱ्यात तुमचं कौतुक करीत असता आम्हाला कृष्णाजीची बातमी समजली. त्यानं आमचा दिल बेचैन झाला. वैद्यराजांनी काही काळजी करण्याचं कारण नाही हे सांगूनही आम्हाला राहवलं नाही. प्रत्यक्ष कृष्णाजीला पाहण्यासाठी आम्ही जातीनिशी येथे आलो.''

येसाजीच्या डोळ्यांतून खळकन अश्रू निखळले. तो भरल्या आवाजात म्हणाला,

"राजे, आज मला आपल्या आबासाहेबांची आठवण झाली. पन्हाळ्याच्या मोहिमेमध्ये मी जखमी झालो ही बातमी ऐकून आपले आबासाहेब असेच धावून आले होते.''

"येसाजी, आपणही जखमी झाला आहात ना?''

"लढाई म्हटली की दोनचार वार अंगावर झेलावेच लागतात धनी!''

"येसाजी, कृष्णाजी बेहोश आहे, तो शुद्धीवर येताच तुम्ही त्याला जातीनिशी गावी पोहोचवून या. आपल्याही जखमांची काळजी घ्या. आम्ही सकाळी परत येऊच.''

दुसऱ्या दिवशी सकाळी शंभूराजे कृष्णाजीच्या राहुटीत गेले. कृष्णाजी होशवर आला होता. त्याच्याजवळ जाऊन संभाजीराजांनी अत्यंत स्नेहभराने त्याच्या अंगाला स्पर्श केला आणि म्हणाले,

"कृष्णाजी, आपण एकाच वयाचे. तुझा आवेश आम्ही पाहिला. धन्य जाहलो. तुझ्यासारखी माणसं राहिली तर फिरंगी, शहाअलमसारख्यांचं आम्हास भय नाही.'' आणि येसाजीकडे वळून ते म्हणाले,

"येसाजी, कृष्णाजीला जातीनिशी घरी पोहोचवा...''

"राजे...''

"नाही येसाजी... मला असला धोका पत्करायचा नाही. तुम्हाला गेलंच पाहिजे. वैद्याला बरोबर घ्या. नीट जखमा भरेपर्यंत वैद्य तेथे राहिला पाहिजे. आमची ही आज्ञा आहे.''

शंभूराजांच्या त्या शब्दांनी येसाजी गहिवरला. शंभूराजे म्हणाले- "येतो कृष्णाजी आम्ही. तब्येतीला जपा. मराठी दौलतीला आपली गरज आहे याचा विसर पडू देऊ नका.''

दुसऱ्या दिवशी एका मेण्यातून कृष्णाजीला गावी पोहोचवून येसाजी परत पावली मोहिमेवर आला. राजांच्या आज्ञेने वैद्य कृष्णाजीजवळ राहिला. सावित्री डोळ्यांत तेल घालून कृष्णाजीची शुश्रूषा करीत होती. दिवस जात होते. कृष्णाजीच्या जखमा भरत होत्या. एके दिवशी त्याच्या छातीचे टाके काढले गेले. कृष्णाजी उठून बसू लागला. अद्याप जखमा ओल्या होत्या. जास्त चालण्याची त्यास हकिमाने मना केली होती.

कृष्णाजीच्या समोर फोंडा दिसत होता. फिरंगी दिसत होते. राजांनी चढाई केली असेल का? नाना विचारांची खैरात त्याच्या मनात माजत होती. युद्धाच्या बातम्या अधून-मधून कानावर पडत होत्या. कानावर पडणाऱ्या त्या बातम्यांनी कृष्णाजीला घरी बसून राहणे अशक्य होत होते. मराठ्यांनी साष्टी, बार्देश घेतले. कुंभारजुवे जिंकले. गनिमांचा पाडाव करीत मराठे विजयाने पुढे जात होते. कृष्णाजीला त्या बातम्यांनी आवेश चढत होता.

एक दिवस गावात बातमी आली. येसाजी आणि तुकडी गावी परत येत होती. त्या बातमीने गावात नवीन उत्साहाचा वारा संचारला. तोरण उभारले गेले. एक दिवस सारे वीर गावात पोहोचले. वाद्ये वाजली. जयघोष झाला. वीरांची मिरवणूक सुरू झाली. येसाजी पुढे आला होता. लोकांच्या उत्साहाला सीमा नव्हत्या. वाजत गाजत मिरवणूक पुढे येत होती. वीरांना आपल्या आपल्या घरी पोहोचवत होती. येसाजी कंक जातीनिशी त्यांना निरोप देत होता. दुपारपर्यंत मिरवणूक संपली आणि येसाजीपाठोपाठ गावचे लोक त्याच्या घरी आले.

जेथे कृष्णाजी झोपला होता तेथे येसाजी गेला आणि त्याने हाक मारली,

"कृष्णाऽ"

पण कृष्णाजी बोलला नाही. येसाजी अस्वस्थ झाला. पुढे होऊन त्याने कृष्णाजीच्या मस्तकावरून हात फिरवला आणि तो हसून म्हणाला,

"पोरा, का बोलत न्हाईस हे मला ठाऊक हाय. पण मी काय करू? तुला मोहीम अर्धवट टाकून यावंच लागलं. देवाची मर्जी. राजांची आज्ञा. मोहिमेत तू असतास तर आनंद वाटला असता मला. ऊठ. अरं त्या दिवशी गवनेरसायेब बचावला; पण तेचा पिच्छा सोडला न्हाई आमी..."

"खरंच?" एकदम उठत कृष्णाजी म्हणाला.

"अरं अरं", येसाजी म्हणाला, "काय खुळा हाईस का काय? जखमा नीट वाळल्या नसतील. सावकाश उठावं."

कृष्णा हसत म्हणाला,

"व्हतंय आबा आता? झालं सगळं."

येसाजी समाधानानं हसला. त्याचा हात धरून येसाजीने त्याला पलंगावरून खाली घेतले आणि त्यांच्या खांद्याचा आधार घेऊन कृष्णाजी बाहेर आला.

कृष्णाजी बसत म्हणाला, "आमी आल्यावर काय घडलं सांगा ना?"

"सांगतो, पोरा सांगतो. तुला इथं पोचवून मी परत गेलो. मी गेल्यावर परत मोठी चकमक झाली. तेबी मोठ्या हिकमतीनं लढले. तेचा मार बंदुकीचा पण आमचं नशीब लई मोठं. एकाएकी मोठा पाऊस पडला आणि फिरंग्याची दारू भिजली. हातात नळकांड्या घेऊन काय व्हनार व्हते? आमाला नुसतं समजलं बग. जे काय "हार हार महादेवऽ' करून घुसलो ते तोडायला सुरू. बकरी कापल्यासारखं गनिम कापलं. पण इस्वरानं खैर केली आणि गवनेरसायेब गाडीतून कसा पळाला समजलं बी नाई."

"पळाला?" कृष्णाजीची मूठ आवळली गेली. त्याच्या बाराबंदीचे बंद तटतटले. त्याच्याकडे कौतुकाने बघून येसाजी म्हणाला,

"अरं, पळला तर ऱ्हाईल. कापडं बदलायला नकोत?"

"आबा फार मोठी चूक केलीत तुम्ही. का सोडलं तेला तुमी?" त्वेषाने तो म्हणाला, "मी असतो तर सोडला नसता तेला. उभा कापला असता... पण ..." तो अडखळला.

येसाजीचे लक्ष त्याच्याकडे गेले. त्याच्या बाराबंदीवर रक्ताचे डाग मोठाले होत होते. पसरत होते. येसाजी गडबडीत उठला. "पोरा, काय झालं?" म्हणत त्याने कृष्णाजीला सावरले. गडबडीने त्याने कृष्णाजीची बाराबंदी सोडली. त्याचे डोळे विस्फारले. कृष्णाजीची छाती रक्ताने माखली होती. लोकांनी एकच गर्दी केली. येसाजी ओरडला,

"अरं बगतायसा काय? वैद्याला आणा."

सारे बळ एकवटून येसाजीने कृष्णाजीला उचलले आणि आत आणले. सावित्रीच्या ध्यानी जेव्हा ते आले तेव्हा ती उभ्या जागी बेशुद्ध झाली.

वैद्य आला. त्याने सारा प्रकार पाहिला आणि चकित होऊन तो म्हणाला,

"छाती उसवली? कशानं? काय झालं?"

पण त्याला त्या प्रश्नाचे उत्तर मिळाले नाही.

तसा वैद्य म्हणाला,

"थांबा, आलोच मी. काहीच आणलं नाही." म्हणत वैद्य घराबाहेर पडला. पण दरवाजा ओलांडून तो चार पावले गेला असेल नसेल तोच घरातून उठलेला हलकल्लोळ त्याचे हृदय भेदून गेला.

जखम दरबार भरला होता. फोंड्याच्या लढाईत मर्दुमकी गाजवणारे वीर

आपल्या आपल्या जागी बसले होते. संभाजीराजे आसनावर स्थानापन्न झाले होते. फोंड्याच्या लढाईत मर्दुमकी गाजवलेल्या वीरांना बक्षिसे देण्यासाठी खास जखम दरबार भरवला होता. एकेक नाव पुकारले जात होते. राजांच्या हस्ते कुणाला सहस्त्र, कुणाला दोन सहस्त्र होन दिले जात होते. जेव्हा येसाजी कंकाचे नाव पुकारले गेले तेव्हा येसाजी उभा राहिला. गेल्या चार-सहा महिन्यांत येसाजी एखादा बुरूज ढासळावा तसा ढासळला होता. थरथरत्या पावलांनी तो धीमी पावले पुढे जात होता. सर्वांच्या नजरा त्याच्यावर खिळल्या होत्या. येसाजी कंक नजरेत येताच शंभूराजे सिंहासनावरून खाली उतरले आणि चार पावले पुढे आले. येसाजी समोर येऊन उभा राहिला. त्याच्या मुजऱ्याचा स्वीकार करून शंभूराजे तसेच पुढे आले आणि त्यांनी येसाजीला मिठी मारली. सद्‌गदित होऊन ते म्हणाले,

"येसाजी, आम्हांला कृष्णाजीच्या मृत्यूची बातमी समजली. आमचा लाख मोलाचा एक हिरा हरपला. आम्हास यापरते दुःख नाही. तुमच्यावर कोसळलेल्या दुःखाचे सांत्वन करायला आम्ही असमर्थ आहोत. या प्रसंगी कृष्णाजीची अनुपस्थिती तीव्रतेने जाणवते आहे. पण दैवी सत्तेपुढे इलाज नाही. कृष्णाजीचा मृत्यू कसा घडला तेही समजले. त्याच्या मृत्यूला तोड नाही. आम्हीदेखील लढाया केल्या. आम्हालाही त्वेष आला. कैक वेळेला बाहू स्फुरले. मुठी वळल्या. पोर्तुगालच्या राजाचा हुक्म नसताना गवनेरसायबानं आमच्याशी युद्ध पुकारलं, तेव्हा आम्हाला असाच त्वेष आला होता. बाराबंदीचे बंद तटतटले, तुटले. पण येसाजी, आमचा ऊर कधी उसवला नाही..." राजांच्या डोळ्यांतून खळकन अश्रू आले आणि गालावरून ओघळले. क्षणभर त्यांच्या तोंडून शब्द उमटला नाही. भरल्या डोळ्यांनी आणि भरल्या आवाजाने ते म्हणाले,

"धन्य त्यांची! रणकथा ऐकून ज्यांचे बंद तुटतात; छाती उसवते अशा कृष्णाजीसारख्या वीरांची! येसाजी, कृष्णाजीची बातमी ऐकून आमचा ऊर भरून आला. आमचंही बंद तुटले. पण छाती उसवली नाही...छाती उसवली नाही..."

◆

६. श्रम संपन्न जाहले

अहिल्यादेवींच्या महेश्वराच्या राजवाड्यात शांतता नांदत होती. थंडीतलं मध्यान्हीचं ऊन सुखद उबारा वाढवत होतं. वाड्याच्या पायथ्याशी घाटाला लपेटून नर्मदेचा निळा गहिरा प्रवाह संथपणे वाहात होता. रक्षकांची वर्दळ सोडली तर सर्वत्र नीरव शांतता पसरली होती.

दोन प्रहरच्या वेळी त्या शांततेला जाग येऊ लागली. व्यवस्थित पोशाख केलेले दरबारी मानकरी आपल्या पगड्या, पागोटी सावरत राजवाड्याकडे जाऊ लागले. वाड्यातले रक्षक आळसावलेली अंगे झटकून धावपळ करू लागले. कोणत्याही क्षणी अहिल्यादेवी दरबारी कामकाज पाहण्यासाठी दरबारी येण्याची शक्यता होती. अहिल्यादेवींचे दैनिक कार्यक्रम ठरलेले असत. त्यात क्वचितच बदल होत असे.

अहिल्याबाई सूर्योदयापूर्वी घटका-दोन घटका उठून स्नान पूजाअर्चा परमेश्वर- स्तवन करून, पोशाख करून दरबारात जात. सूर्यास्तापर्यंत ते काम चाले. सायंकाळची पूजा झाली की, परत सरकारी कामकाज चाले. मध्यरात्रीच्या सुमारास त्या निजावयास जात.

अहिल्याबाईंची ही दिनचर्या सर्वांना परिचित असल्याने दोन प्रहर नजीक येताच दरबारी कामकाजाची माणसे दरबारी हजर झाली होती. दरबारी चिटणीस विठ्ठलपंत कारकुनांनी आणलेले सामान तपासत होते. कारभारी अहिल्यादेवींच्या समोर ठेवण्याच्या कामकाजाची मनात उजळणी करीत होते. त्याच वेळी आतून अहिल्यादेवींचा दासीपरिवार दरबारात आला.

दरबाराची जागा असूनही त्यात ऐश्वर्याची कुठलीही निशाणी दिसत नव्हती.

सर्वत्र पांढरा रंग नांदत होता. खुद्द अहिल्यादेवींची राजगादी पांढऱ्या शुभ्र बिछायतीने सजली होती. दासीपरिवाराने अहिल्यादेवींची पांढरी-घोंगडी बिछायतीवर हंतरली. खडीसाखर, तुळशीपत्रे असलेले रौप्य तबक घोंगडीशेजारी ठेवले गेले, आणि त्याच वेळी सारा दरबार उठून उभा राहिला. श्वेतवस्त्रा अहिल्यादेवी दरबारात प्रवेश करीत होत्या. साऱ्यांनी अत्यंत नम्रभावाने देवींना मुजरे केले. कलत्या मानेने त्या मुजऱ्यांचा स्वीकार करत अहिल्याबाई आपल्या गादीवर विराजमान झाल्या. अपवाद म्हणून गळयात सुवर्णात घडवलेली प्रवाळ माळा सोडली तर अहिल्यादेवी अलंकारहीन होत्या. त्या सावळ्या, साध्या रूपाला वेगळ्या तेजाची जोड होती. शांत, निर्भय नजरेला नजर भिडताच कोणाही माणसाची दृष्टी नम्रतेने झुकत असे. सात्त्विकतेचे तेज ल्यालेली, निर्भय दृष्टी बाळगणारी अहिल्यादेवी गादीवर विराजमान होताच कामकाजाला सुरुवात झाली. कारभाऱ्यांनी आलेली पत्रे वाचून दाखविली. उत्तराचे मसुदे कारभाऱ्यांना सांगितले गेले. सायंकाळच्या सुमारास कामकाज संपत आले असता कारभारी म्हणाले, ''नाशिकहून अंबाजी महादेव आपल्या आज्ञेनुसार दर्शनाला आले आहेत.''

अंबाजी महादेवांचा उल्लेख करताच अहिल्याबाईंच्या नजरेत कठोरता प्रगटली, पण क्षणभरच दुसऱ्याच क्षणी त्यांनी आज्ञा दिली,

''अंबाजी महादेवांना बोलवा.''

अहिल्यादेवीने अनेक धर्मस्थळी बांधकामे सुरू केली होती. कुठे देवळांचा जीर्णोद्धार होत होता तर कुठे घाट, धर्मशाळा, विहिरी बांधल्या जात होत्या. नाशिकला त्र्यंबकेश्वरी चाललेल्या कामावर अंबाजी महादेवाची नेमणूक झालेली होती. अंबाजी आता वार्धक्याकडे झुकले होते. उंच, शेलाटी अंगलट आता वाकली होती. दरबारात येताच अंबाजी महादेवांनी लवून मुजरा केला.

''अंबाजी, केव्हा आलात?''

''मातोश्री, काल रात्री आलो.''

''सर्व क्षेम आहे ना?''

''आपल्या आशीर्वादाने सर्व क्षेम आहे.''

''अंबाजी, आम्ही आपल्याला त्र्यंबकेश्वरी कुशावर्त घाटावर पूल पुरा करण्याचं काम सांगितलं होतं. पूल अद्याप पुरा झाला नाही, असं आम्ही ऐकतो.'' अहिल्यादेवी शांतपणे बोलत होत्या. पण त्यांच्या शब्दातली रूक्षता अंबाजीच्या ध्यानी चटकन आली. त्या जाणिवेनं त्यांचा घसा कोरडा बनला. किंचित खाकरून अंबाजी महादेव म्हणाले,

''क्षमा असावी! पुलाचं काम योग्य वेळी पुरं झालं असतं. पण पावसाळ्यात थोडा पूर आला आणि त्यामुळे बांधलेल्या कामाचं थोडं नुकसान झालं.''

"तेही आम्हाला कळलं आहे."

"तसं फारसं नुकसान झालेलं नाही. या उन्हाळ्याच्या आत ते काम पुरं केलं जाईल."

"अंबाजी महादेव, हे काम यापूर्वीच संपायला हवं होतं. आम्ही येवढा मोठा काशीचा घाट बांधायला काढला ते काम पुरं झालं आणि आपल्याला येवढा वेळ लागावा?"

"क्षमा असावी मातोश्री! स्पष्ट बोलावं लागतं."

"बोला."

"दगडावर दगड ठेवून घाट पुरा करणं सोपं. पुलाचं काम अधिक नाजूक व जोखमीचं."

"तुम्ही म्हणता ते खरं आहे."

अहिल्यादेवींच्या त्या बोलण्याने अंबाजीला धीर आला. तो म्हणाला, "आईसाहेब, वारेमाप खर्च करणं आम्हाला जमत नाही. अन्नछत्रे उघडून कामं करण्याची आम्हाला सवय नाही."

"अन्नछत्र?" अहिल्याबाई उद्गारल्या.

"हो! काशीला घाटाचं बांधकाम जगदीश पांडेनं पुरं केलं हे खरं. पण त्यासाठी दररोज शेकडो माणसांना सुग्रास भोजन घालण्याची काहीच आवश्यकता नव्हती."

"पण आपल्याला हे कुणी सांगितलं?" अहिल्याबाईंनी विचारले.

"सांगायला कशाला हवं! मी प्रत्यक्ष डोळ्यांनी ते पाहिलं आहे. सहकुटुंब काशीयात्रेला गेलो होतो ना! काय सांगावं राणीसाहेब, त्या तुमच्या पांडेनं... बोलून चालून पांडेच. त्याची मूळवृत्ती बदलणार कशी?"

"काय केलं पांडेनी?"

"गहजब! चक्क गहजब केला आहे. राजेश्वरसंपन्न बांधकाम चालू आहे. सुग्रास भोजनाचं अन्नछत्र आहे. शेकडो लोक त्यावर ताव मारताहेत. दररोज किमान पाच हजार पानं उठत असतील. घाटाच्या कामाशेजारी छावणी पडावी तशा मजुरांच्या पाली उभारल्या आहेत. चुन्याच्या घाण्या अखंड फिरत आहेत आणि चुनासुद्धा साधा नव्हे! चुन्यात आंबिल, कस्तुरी मिसळली जात आहे. दूर दूरवरून खरेदी केलेली धान्याची पोती आणणाऱ्या बैलगाड्यांची रांग तेथे लागली आहे."

अंबाजी महादेवाने केलेले ते वर्णन ऐकून सारे आश्चर्यचकित झाले; पण अहिल्यादेवींच्या चेहऱ्यावरच्या शांत भावात रेसभरही बदल घडला नव्हता.

"अंबाजी महादेव, तुम्ही सांगितलेल्या बातमीची आम्ही जरूर चौकशी करू!" अहिल्यादेवींची नजर कारभाऱ्यांकडे वळली. "आजपासून अंबाजी महादेव यांना नाशिकच्या पुलाच्या कामातून मुक्त करा व त्यांच्या जागी दुसऱ्या जबाबदार

माणसाची नेमणूक करा.''

अहिल्याबाईंच्या त्या आज्ञेचे साऱ्यांना आश्चर्य वाटले. अंबाजी महादेवाला उभ्या जागी कापरा भरला होता. धीर करून तो म्हणाला,

''मातोश्री! हा अन्याय होतो. यात माझी काही चूक नाही.''

एक क्षीण हास्य क्षणभर अहिल्यादेवींच्या ओठावर विलसलं. त्या थोड्याही विचलित न होता शांतपणे म्हणाल्या,

''अंबाजी, हा अन्याय नाही. पुलाचं जबाबदारीचं काम आपल्यावर सोपवलं असता त्या धर्मकार्याकडे दुर्लक्ष करून तुम्ही काशीयात्रेला गेलात. वेळीच काम पुरं न केल्याने पुरानं नुकसान झालं त्याला तुम्हीच जबाबदार आहात. तुम्ही आणि जगदीश पांडे हे दोघेही एकाच दरबारचे सेवक, असे असता तुम्ही पांडेच्या कामाबद्दल आगळीक करावी, हे योग्य नव्हे. आम्ही बसल्या जागेवरून कारभार पाहात असलो, तरी आमचे नजरबाज चौफेर विखुरले आहेत, हे तुम्ही विसरता. आपण जाऊ शकता.''

मुजरा करून अंबाजी महादेव निघून गेला. अहिल्याबाईंनी कारभाऱ्यांना आज्ञा केली,

''घाटाची सत्यस्थिती आम्हाला सत्वर कळायला हवी. त्याचबरोबर जगदीश पांडे यांना दरबारी बोलावून घ्या.''

दुसऱ्याच दिवशी काशीच्या रोखाने सांडणीस्वार रवाना झाला.

आणि एके दिवशी काशीहून अहिल्यादेवींचे नजरबाज विठ्ठल नाईक, दरबारी हजर झाले. त्या आधीच जगदीश पांडेही हजर झाले होते. पण त्यांना अहिल्याबाईदेवींचे दर्शन मिळालं नव्हतं. दरबारात विठ्ठल नाईक आले. अहिल्याबाईंनी त्यांना विचारलं,

''नाईक! काशीच्या घाटाचं काम कुठवर आलं?''

''आईसाहेब! काम पुरं झालं आहे.''

''त्यासाठी पांडे यांनी अन्नछत्रं घातली, असं आम्ही ऐकलं.''

''जी, शेकडो मजुरांच्यासाठी अन्नछत्र चालू होते. अतिभव्य असा देखणा घाट उभारलेला आहे. ठाई-ठाई अडचणीच्या प्रचंड शिला घालून बांधकाम पक्कं केलं आहे. असा सुंदर घाट पाहिला नाही, असे चारीधाम यात्रा करणारे यात्रेकरू बोलतात. घाटाला शोभणारी अशी सुंदर धर्मशाळा घाटाचं वैभव वाढवते आहे.''

''धर्मशाळा? आम्ही धर्मशाळा बांधण्याचा हुकूम दिला नव्हता.'' अहिल्यादेवी म्हणाल्या.

''धर्मशाळा पांडेनी बांधली आहे.''

''पांडेनी?''

''जी! आपली स्थावरजंगम गहाण टाकून पांडेनी धर्मशाळा बांधली आहे.''

"याची जरूर चौकशी व्हायला हवी. जा तुम्ही." नाईक जाताच अहिल्यादेवींनी जगदीश पांडेंना दरबारी हजर राहण्याची आज्ञा दिली. जगदीश पांडे दरबारी आले. मुजरा स्वीकारून अहिल्यादेवींनी त्यांना विचारलं,

"पांडेजी, घाटाचं काम पुरं झालं?"

"आपल्या आशीर्वादानं आणि जगदीश्वराच्या कृपेनं काम पूर्ण झालं आहे."

"पांडे, आम्ही तुम्हाला घाटाचं काम पुरं करण्यासाठी पाठवलं असता तुम्ही अन्नछत्रे चालू केलीत असं ऐकतो. चुन्यासाठी कस्तुरी आंबील वापरलीत म्हणे."

"खरं आहे आईसाहेब," जगदीश पांडे म्हणाले, "घाटाचं काम सुरू केलं तेव्हा चारी बाजूला दुष्काळ पडला होता. हवी ती मजुरी देऊनही माणसं मिळेनाशी झाली. तेव्हा अन्नछत्रे उघडावी लागली. आपल्या नावावर चाललेली अन्नछत्रे. मग कदान्न का वाढावं म्हणून भोजनाचा प्रबंध चांगला ठेवला होता. आजूबाजूच्या मुलखांतून धान्यखरेदी केली. त्यामुळे मजुरांचा तुटवडा पडला नाही. काम वेळच्या वेळी पुरं करता आलं. गंगेकाठी घाट बांधला जात असल्याने कामाच्या मजबुतीकडे लक्ष देणं जरूरीचं होतं. वर्षातून दोनदा गंगेच्या पुरांना तोंड देईल असा भक्कम घाट उभा करायचा होता. त्यामुळे चुना चांगला व टिकाऊ बनवावा लागला."

"पण खर्चात वाढ झाली ना?"

"तो अपराध असला तर घडलेला आहे. अंदाजापेक्षा जास्त खर्च झाला हे खरं. हिशेबाचे सर्व रुमाल सांगाती आणलेले आहेत. एकदा त्यावरून नजर फिरवावी ही चरणी विनंती आहे."

"आम्ही जरूर हिशेब पाहू. सायंकाळी सर्व दप्तर घेऊन तुम्ही या."

जगदीश पांडे चिंतातुर मनाने दरबारातून बाहेर पडला. सायंकाळी आपल्या कारकुनांसह सर्व दप्तर घेऊन तो वाड्यावर परत हजर झाला. वर्दी जाऊनही अहिल्यादेवींचे बोलावणे येईना. पळापळाने त्याची बेचैनी वाढत होती. त्याच वेळी दरबारची मंडळी बाहेरच्या चौकात आली. दासीपरिवारासह अहिल्यादेवी आल्या. साऱ्यांनी मुजरे केले, जगदीश पांडेकडे पाहून त्या म्हणाल्या,

"पांडेजी दप्तर आणलं?"

"जी मातोश्री."

"ते घेऊन आमच्या संगती चला."

अहिल्यादेवींच्या पाठोपाठ पांडे आपल्या कारकुनांसह चालत होते. कारकुनांच्या हाती दप्तर. रुमाल दिसत होते. अहिल्यादेवी घाटाच्या पायऱ्या उतरून नदीपात्राजवळ आल्या. एक खास सुसज्ज नौका नर्मदेच्या विशाल पात्रावर घाटालगत डोलत होती. अहिल्यादेवी त्या नौकेवर दासीपरिवारासह चढल्या. पाठोपाठ कारभारी,

जगदीश पांडे कारकुनांसह नावेवर चढले. सायंकाळच्या कोवळ्या किरणात वल्ह्याचे पंख फडकारले. नौका जाऊ लागली. नौका नर्मदेच्या पाण्यात मध्यभागी आली. अहिल्यादेवींनी विचारलं–

"पांडेजी, हिशेबाचे कागद हजर करा.''

अहिल्यादेवींच्या समोर दप्तर रुमाल ठेवले गेले. उंचेपुरे मजबूत बांध्याचे गौर वर्णाचे जगदीश पांडे अहिल्यादेवींची पुढची आज्ञा ऐकण्यासाठी अधीर झाले. त्याच वेळी अहिल्यादेवींची आज्ञा त्यांच्या कानावर आली.

"पांडेजी, हे सारे रुमाल या नर्मदेला अर्पण करा.''

"जी?'' जगदीश पांडे आश्चर्याने उद्गारले.

"पांडेजी! हिशेब पाहण्याची काही गरज नाही. एक जबाबदारीनं सोपवलेलं काम तुम्ही कसल्याही अडचणी न जुमानता चांगल्या तऱ्हेनं शेवटाला नेलंत, याचा आम्हाला आनंद आहे. तुमच्या कार्यावर आम्ही प्रसन्न आहोत. ही दप्तरं उचला आणि त्या प्रवाहात सोडून द्या.''

अहिल्यादेवींच्या आज्ञेचं पालन झालं. नर्मदेच्या प्रवाहात दप्तरे सोडण्यात आली. त्या कृतीनं भारावलेले जगदीश पांडे, अहिल्यादेवींचं शांत प्रसन्न रूप श्रद्धाभावानं मनात साठवत होते.

"जगदीश पांडे,'' अहिल्याबाई म्हणाल्या, "घाट पूर्ण झाला याचा जरूर आनंद वाटला. पण एक रुखरुख मनाला लागून राहिली आहे.''

"कसली रुखरुख मातोश्री?'' पांडेजींनी धीर करून विचारले.

"काशीच्या गंगेवर देखणा, मजबूत घाट बांधलात. आमच्या जीवनातली एक इच्छा सफल झाली. पण त्याचबरोबर तुम्ही त्या घाटावर त्या घाटाला शोभेल अशी धर्मशाळा बांधलीत हे खरं?''

"जी, ते खरंय.''

"पांडेजी, हे का केलंत? कुणाच्या हुकुमानं?''

जगदीश पांडे पुढे आले. त्यांनी अहिल्यादेवीच्या पायाला हाताने स्पर्श केला. कातर आवाजात ते म्हणाले,

"क्षमा असावी मातोश्री, घाटाचं काम पुरं झालं, त्यासाठी गोळा केलेले शेकडो मजूर, पाथरवट, चुन्याच्या घाण्या हाताशी आयत्या उपलब्ध होत्या. तेव्हा त्याच साहित्यातून धर्मशाळाही उभी करावी, असं मनात आलं. घाटाचा खर्च अंदाजापेक्षा वाढला याची रुखरुख मनाला लागून होती. त्यामुळे धर्मशाळेच्या कामाची मंजुरी मागायला संकोच वाटला आणि म्हणून...''

"स्वखर्चाने धर्मशाळा बांधून मोकळे झालात असंच ना!''

पांडेजी स्तब्ध उभे होते.

अहिल्याबाई म्हणाल्या, ''पांडेजी, तुम्ही धर्मशाळा पुरी केलीत. त्यासाठी घरदार गहाण टाकलंत. कार्याचं महत्त्व जाणून आमच्या कार्यात अशी सहभागी होणारी माणसं आम्ही फार थोडी पाहिलीत. याबद्दलची कृतज्ञता कशी व्यक्त करावी, हे आम्हाला कळत नाही. धर्मशाळेचा सर्व खर्च आम्ही देऊ, त्यासाठी तुम्ही कर्जबाजारी होण्याची काही गरज नाही.'' शेजारच्या तबकातलं सुवर्ण कडं व मानवस्त्र उचलून ते स्वहस्ते जगदीश पांडेला देत अहिल्यादेवी सांगत्या झाल्या.

''पांडेजी, आजपासून तुम्ही सुवर्ण कड्याचे मानकरी, कड्याचा मान तुमचा. यापुढे तुम्ही आमचे काशीचे कारभारी. काशीला तुम्ही जाताच जगदीश्वराच्या नावे काशीला अन्नछत्र उघडा.''

नौका घाटाकडे वळली होती. सूर्यबिंब पश्चिमेच्या क्षितिजावर टेकलं होतं. सारं क्षितिज नानाविध रंगांनी व्यापलं होतं. नर्मदेच्या गहिऱ्या पात्रात त्याच्या छटा उठल्या होत्या.

◆

७. कोणे एके काळी

उन्हाळ्याचे दिवस होते. वाढत्या उकाड्याने अंगातून घामाच्या धारा निघत होत्या. अचलेश्वराचे जंगलातून मी ठेचकळत जात होतो. शिकारीच्या नादामध्ये चुकलेली वाट हुडकत होतो. चालून-चालून पाय थकले तरी कँपची वाट सापडत नव्हती. दिसणारी पाऊलवाट परिचयाची वाटत होती. वाटेचे भान विसरून दिसेल त्या वाटेने पुढे जात होतो. हातातल्या बंदुकीचंही ओझं नकोसं वाटत होतं. मुलूख नवखा, जंगल सर्व्हेसाठी मी आलेलो असताना निदान सोबत घेऊन तरी बाहेर पडायची बुद्धी मला व्हायला हवी होती. विचारांच्या तंद्रीतून मी अचानक भानावर आलो. पावले थबकली. भरधाव वेगाने एक मेरू आडवा गेला. पावलागणीक पावलांची खसखस उडाली. बंदूक उचलायच्या आत ते श्वापद दिसेनासे झाले. श्वापद गेले तरी माझी नजर त्या जागेवर खिळून राहिली. गर्द राईमध्ये एका जुनाट इमारतीची भव्य वास्तू उभी होती. त्या इमारतीचे भग्न अवशेष सगळीकडे विखुरले होते.

झाडाझुडपांच्या सावलीत विखुरलेले ते अवशेष मी पाहात होतो. अर्धवट उभ्या राहिलेल्या कमानी, प्रचंड रेखीव स्तंभ, पांढऱ्या दगडांनी सजलेले, जोते, संगमरवरी पायऱ्यांच्या पायघड्या हे सारं निरखीत मी उभा होतो. भान विसरून ते मी पाहात असता माझ्या कानावर पाने चरचरल्याचा आवाज आला. वन्य श्वापदाच्या भीतीने मी गर्रकन बंदूक वळवली. माझ्यासमोर एक उंचापुरा म्हातारा राजपूत उभा होता. हसऱ्या चेहऱ्याने तो मला निरखीत होता. त्याच्या मस्तकी राजपुती पागोटे होते. अंगात पांढरा कुडता, पायात चुणीदार विजार होती. कानाच्या पाळीपर्यंत आलेले पांढरे शुभ्र कल्ले, झुबकेदारी मिश्या, लांब सरळ नाक, काळे पाणावलेले

डोळे त्याचे व्यक्तिमत्त्व दर्शवीत होते. जवळ येत त्याने विचारले,

"क्या देखते हो?"

"ही इमारत नजरेत आली. वाटलं पाहावं."

"आपण या भागात नवीन आहात?"

"हां! जंगलाची पाहणी करण्याचं काम माझं आहे, शिकारीसाठी बाहेर पडलो आणि..."

"वाट चुकली ना?" म्हातारा हसत म्हणाला, "काही हरकत नाही. मी दाखवीन वाट."

"उपकार होतील." मी म्हणालो.

"उपकार कसले त्यात?" तो म्हातारा म्हणाला, "आपण दमलेले दिसता. बसा. विश्रांती घ्या. थकवा जाऊ दे, मग जाऊ आपण."

मी तिथे पडलेल्या एका दगडावर बसलो. थोड्या अंतरावर तो म्हातारा वीरासन घालून बसला. काही वेळ असाच गेला. घाम पुसत मी विचारले,

"जंगलात ही इमारत कुणी बांधली?"

"संग्रामसिंगाने." तो म्हातारा म्हणाला. "या भागात संग्रामसिंगाची ही गढी प्रसिद्ध होती."

"मग जंगलात का बांधली?"

"या अचलेश्वरावर त्याचं राज्य होतं. फार पूर्वी येथे मोठे वैभव नांदत होतं." तो म्हातारा म्हणाला.

"मग कशानं राज्य गेलं? इंग्रजांनी..."

"नहीं बेटा नहीं! इंग्रजांनी नाही. अंग्रेज शिवलेसुद्धा नाहीत."

"मग?" माझे कुतूहल जागे झाले.

म्हाताऱ्यानं दीर्घ निःश्वास सोडला. तो म्हणाला, "फार वर्षांपूर्वीची कथा आहे. या भागात मोठी-मोठी राज्ये होती. कर्णावत, शेखावत, हाड्रा, प्रतापगड, नागोर, उदेपूर, जयपूर, अंबर किती म्हणून सांगू? जशी मोठी राज्ये होती तशीच शेकडो लहान-लहान राज्ये पण या भागात नांदत होती. ही छोटी मोठी राज्ये वाढली. आपापसातल्या भांडणात, परकीयांच्या स्वारीत नामशेष झाली. या संग्रामसिंगाच्या गढीचाही तोच इतिहास आहे. संग्रामसिंग तोडाचा पूर्वज. त्यानं इथं राज्य केलं. याचीच शाखा तोडाला गेली. या संग्रामसिंगाला एक मुलगी होती, शामकुवर. चंद्रासारखे सौंदर्य घेऊन जन्मला आलेली ही मुलगी बापाच्या लाडात वाढत होती. बाप एकुलत्या एक मुलीचे कौतुक करीत होता. मुलीच्या प्रेमात मग्न झालेल्या संग्रामच्या लक्षात हे आलं नाही की सुस्वरूप मुलीचा बाप होणं हे देखील कित्येक वेळा संकटासमान असते. शामकुवरच्या वाढत्या वयाबरोबर तिच्या रूपाची कीर्ती

पसरत होती. मालपुराच्या समशेरसिंगाच्या कानावर शामकुवरच्या गाण्याची व रूपाची तारीफ गेली आणि त्याने सरळ शामकुवरला मागणी घातली. संग्रामसिंहाच्या क्रोधाला सीमा राहिल्या नाहीत. समशेर मातबर होता. संग्रामपेक्षा बलशाली होता; पण संग्रामाचं कूळ फार मोठं होतं. समशेरच्या वाढत्या राज्याबरोबरच त्याचा व्यसनी स्वभाव व त्याची क्रूर कर्मे जगजाहीर झाली होती. संग्रामाने सरळ नकार कळवून टाकला. त्याचा परिणाम काय होणार हे त्याला पुरेपूर माहीत होते. त्याने जवळपासच्या सर्व राज्यांना मदतीची विनंती केली, पण समशेरचे वाढते बळ ध्यानी घेऊन कोणी मदतीला पुढे आले नाही.

आपली सेना गोळा करून संग्राम येणाऱ्या प्रसंगाला तोंड देण्याच्या तयारीत उभा राहिला.''

सांगता-सांगता तो म्हातारा थांबला. मी विचारले, ''मग समशेरने हल्ला केला?''

''सांगतो! ती उजव्या बाजूला इमारत दिसते ना?'' म्हाताऱ्याने बोट दाखवून विचारले. मी त्या दिशेकडे नजर वळवली. ओळीने उंच कमानी असलेली ती इमारत मी पाहात होतो. म्हातारा सांगत होता,

''तो पीलखाना! तिथे हत्ती असत. या पीलखान्यात एक हत्ती होता. 'ऐरावत.' साऱ्या हत्तीत तो उठून दिसे. नावासारखाच तो होता. शरीराने जसा मोठा तसाच मनानेही. पाठीवर अंबारी ठेवली तर पीलखान्याच्या उंच कमानीला अंबारीचं टोक टेकायचं. ऐरावत अचलेश्वराचं वैभव होतं.

एका चांदण्या रात्री संग्रामाने ऐरावताला चूपचाप बाहेर काढला. सेवकांच्या करवी दोन मोठ्या संदुका ऐरावताच्या हौद्यात ठेवल्या गेल्या. खास माहुत महिपतीला घेऊन संग्राम बाहेर पडला. ऐरावत जंगलातून जात होता. जंगलाची दाटी वाढत होती. टिपूर चांदण्यात जंगल नहात होतं. रातकिड्यांचा अखंड नाद उठत होता. एखादं वाघूळ किंवा वन्यपक्षी फडफडत जाई तेवढ्याच आवाजाची जाग लागे. जंगल माथ्यावर जाताच माहुताने हाक मारली,

''सरकार?''

संग्राम डुलक्या घेत होता. त्याने डोळे उघडले.

''काय महिपती?'' संग्रामाने विचारले.

''सरकार ही जागा बरी आहे. आडवाटेला आहे.''

संग्रामाने नि:श्वास सोडला व म्हणाला, ''ठीक आहे.''

ऐरावत पाय मोडून बसला. दोघांनी संदुका उतरल्या. महिपतीने आणलेले कुदळ-खोरे जमिनीवर ठाकले. उंच गेलेल्या एका वृक्षाखालची जागा निवडून महिपतीला खड्डा खणण्याची आज्ञा झाली. महिपती खड्डा खणत होता. ऐरावत ते

पाहात होता. खड्डा तयार झाल्यावर संदुका खड्ड्यात घातल्या गेल्या. संग्रामाने मोठ्या प्रेमाने ऐरावताला पुढे आणले आणि कोसंब्यांच्या रसाचे मोठे मोघे हत्तीसमोर ठेवले. मोघ्यांची तोंडे उघडताच उग्र वास दरवळला. रसाचा वास घेऊन ऐरावताने मोघ्यात सोंड घातली. आवडीने तो रस पिऊन होताच संग्राम ऐरावताजवळ गेला आणि म्हणाला,

''शामकुवर... शामकुवर--- ध्यान में रखना ऐरावत-शामकुवर.''

जसं काही समजल्यासारखे, ऐरावताने सोंड वर करून तुतारी फुंकली. साऱ्या जंगलात तो आवाज उठला. संग्राम म्हणाला, ''हां ठीक है ऐरावत! शामकुवर-''

खड्डा बुजवण्यात आला. त्यावर महिपतीने कुदळ-खोरे टाकले. इशारत करताच दाखवलेल्या प्रचंड शिळेला ऐरावताने मस्तक लावले. खड्ड्याच्या जागेवर ती शिळा स्थिर झाली आणि दोघे ऐरावतावरून परतले. गढीवर जायला पहाट होत आली होती. संग्रामच्या पाठोपाठ महिपती उतरला. एकापाठोपाठ दालने ओलांडीत दोघे जात होते. संग्रामच्या मागून दोघे भुयारात उतरले. भुयारात जाताच संग्रामाने हातातील शामदाणी खाली ठेवली व तळघराचा दरवाजा लावून घेतला. संग्राम भरल्या आवाजात म्हणाला,

''महिपती.''

''हां सरकार, माहीत आहे. तुमच्यासाठी माझा जीव खर्ची पडतो आहे, यात मला आनंद आहे. ऐरावताला मुलाची सवय आहे. लक्षात ठेवील तो. मला माझ्या घराची काळजी वाटत नाही. तुम्ही त्याचं कल्याण कराल.''

संग्रामचे डोळे भरून आले. त्याने विचारले, ''आणखीन काही.''

''काही नाही सरकार. देवाच्या कृपेने आपल्यावर आलेलं संकट टळावं एवढीच इच्छा.''

संग्रामने आपली तलवार उपसली. महिपती म्हणाला,

''सरकार.''

''काय?'' संग्रामने विचारले.

''मी गेल्यावर ऐरावताला चुकल्यासारखं होईल. झोप यायची नाही त्याला. मुलाची सवय आहे; पण ओढ लागली नाही.''

''मग?''

''आपल्या कुवरदेवींना सांगा. त्यांच्यावर ऐरावताचं भारी प्रेम आहे. त्याला गाणं आवडतं. तो विसरेल मला...''

पुढे महिपतीला बोलवले नाही. त्याने गुडघे टेकले. हात जोडून त्याने मान वाकवली. सारं बळ एकवटून संग्रामने तलवार उचलली आणि क्षणात ती महिपतीच्या मानेवर उतरली. रक्तलांछित तलवार फेकून संग्राम जेव्हा भुयाराबाहेर आला तेव्हा

उजाडू लागले होते.

संग्राम लढाईची तयारी करीत होता. तटाची डागडुजी चालू होती. गढीत धान्याचे साठे केले जात होते. सरदार गोळा होत होते. एके दिवशी दरबार भरला असता जासूद खलिता घेऊन आला. साऱ्यांच्या नजरा खलित्यावर खिळल्या होत्या. खलिता वाचून संग्राम म्हणाला,

"अरे! ढोकलचा जसवंत माझा दोस्त. त्याचा मुलगा अभय येतो आहे. त्याला अशा तऱ्हेने द्वारावर तिष्ठत ठेवणे इष्ट नव्हे. चला, त्याला सामोरे जाऊ."

संग्राम जेव्हा प्रासादाच्या महाद्वारी गेला तेव्हा ढोलकचा राजपुत्र अभय समोरून येत होता. त्या तरुण राजपुत्राकडे संग्राम प्रेमभराने पाहात होता. अभयचं वय विशीच्या आतबाहेर होतं. राजपूत तेज त्याच्या चेहऱ्यावर दिसत होतं. संग्रामच्या नजीक येताच अभयने संग्रामचे पाय शिवले. अभयला मोठ्या प्रेमाने कवटाळून संग्राम म्हणाला,

"एकटाच का आलास? तुझ्या पिताजीला घेऊन यायचं होतं ना?"

"ते आजारी आहेत, म्हणून ते येऊ शकले नाहीत." अभयने अदबीने उत्तर दिले.

अभयचा हात धरून क्षेमकुशल विचारीत संग्राम दरबारी आला. दरबाराला ओळख करून देऊन संग्राम म्हणाला, "आमच्या अडचणीच्यावेळी फक्त एकच मित्र जागला. त्याने आपल्या मुलाला मदतीला पाठवले."

समशेरसिंगाच्या भीतीने दबलेल्या सरदारांपैकी एक उठला. त्याने विचारले, "हुजूर किती कुमक आली?"

अभयची मान खाली गेली. संग्राम म्हणाला,"अभयचे पिताजी आजारी आहेत. त्यांच्याजवळ आज मोठी कुमक नाही म्हणून फक्त युवराजांना त्यांनी पाठवलं आहे."

त्या सरदाराच्या चेहऱ्यावर छद्‌मी हास्य उमटले. ते पाहताच संग्रामच्या कपाळावर आठ्या पडल्या तो तीक्ष्ण आवाजात म्हणाला,

"कुमकेपेक्षाही मोलाची मदत झाली आहे. एकुलत्या एक मुलाला मित्र सहायासाठी पाठवायचं याचा अर्थ तुम्हाला कळायचा नाही. तो मी समजू शकतो. आज अभय योग्य वेळी आले आहेत. समशेरने हल्ला केला तर त्या प्रसंगी उभा राहण्यासाठी एका सेनापतीची आपल्याला गरज होती. अभयला आज मी तो मान देत आहे."

इशारतीबरोबर तबक पुढे करण्यात आले. आपल्या हाताने संग्रामाने कमरेला जरीचा दुशेला बांधला. त्यात तलवार-कट्यार खोवली. अचलेश्वराचं सेनापतिपद अभयच्या हाती आलं.

सकाळच्या वेळी अभय तटाची पहाणी करीत होता. मोक्याच्या जागा समजावून घेत होता. फिरत फिरत तो दक्षिणेच्या पीलखान्याजवळ आला आणि त्याचं लक्ष पीलखानाच्या आवारात शिरणाऱ्या राजकन्येकडे गेले. राजकन्येचे लक्ष अभयकडे गेले नव्हते. अचानक शामकुवरचं लक्ष अभयकडे गेले. दोघांच्या नजरा एकमेकांना क्षणभर भिडल्या आणि दुसऱ्या क्षणी शामकुवरने बुरखा घेतला. गोंधळलेला अभय म्हणाला,

"माफ करा! तटाची पाहणी करीत येत होतो. कल्पना नव्हती की आपण इथे याल म्हणून."

शामकुवर शरमून उभी होती. त्याच वेळी अभयच्या कानावर हत्तीचे ओरडणे ऐकू आले. त्याने पाहिले तो त्या दोघांच्या रोखाने एक प्रचंड हत्ती येत होता. पळण्याला उसंत नव्हती. अभयने शामकुवरच्या दंडाला धरून मागे खेचले आणि तिला पाठीशी घालून अभयने तलवार उपसली. सारा प्रकार क्षणात शामकुवरच्या ध्यानी आला. तलवारीच्या हातावर आपला हात ठेवत ती ओरडली,

"थांबावं युवराज."

भरकन शामकुवर पुढे झाली आणि हत्तीच्या रोखाने धावत सुटली. शामकुवर नजीक जाताच हत्ती थांबला. त्याने आपली सोंड शामकुवरच्या मानेभोवती टाकली. शामकुवर हसत होती. हत्तीची सोंड कुरवाळत होती. अभय नजीक येताच शामकुवर म्हणाली,

"अभय, हा ऐरावत माझ्या सवयीचा आहे. मला पाहिलं आणि धावत आला."

"बांधून ठेवत नाही?"

"ऐरावताला? बांधण्याची काय गरज. याने आमच्या दोन पिढ्या पाहिल्या. पण याला बांधण्याची गरज भासली नाही. ऐरावत हे आपले पाहुणे आहेत."

"त्याला नाव नाही सांगितलंत?" अभयने हसत विचारले.

क्षणभर अभयवर नजर रोखून शामकुवर म्हणाली, "आपली ओळख ज्याची त्याने करून द्यावी."

आणि एवढे बोलून ती महालाकडे धावत सुटली.

संग्रामाच्या गढीला युद्धक्षेत्राचे स्वरूप येत होते. तोफा साफसूफ केल्या जात होत्या. संग्राम अभयला घेऊन साऱ्या गढीची माहिती देत होता. एके दिवशी तो अभयला घेऊन संग्राम महालाखालच्या तळघरात गेला. तेथे रचलेल्या पोत्यांच्याकडे बोट दाखवीत संग्राम म्हणाला,

"अभय, हे दारूघर. आपल्या साठ्यात दारूबत्ती विपुल आहे. पन्नास तोफा जरी अखंड धडाधड करीत राहिल्या तरी कैक दिवस ही दारू पुरेल."

दुसऱ्या दिवशी निवडक पंचवीस तोफा गाड्यावर चढवल्या गेल्या आणि गाडे गढीबाहेर पडू लागले. पांढऱ्या शुभ्र घोड्यावर बसून अभय ते निरखीत होता. संग्रामसिंगाच्या नजरेत ते येताच तो अभयकडे गेला.

"अभय! या तोफा कुठे नेता?" संग्रामने विचारले.

अभय म्हणाला, "संगाचाचा! पन्नास तोफांची गरज गढीला नाही. काही तोफांचे जंगलात मोर्चे बांधतो. शत्रू दाराशी आल्यावर तोफा डागून उपयोग होणार नाही."

जंगलात मोर्चे बांधले गेले. जेथून हल्ले होण्याची शक्यता होती त्या वाटा रोखल्या गेल्या. टेहळे बसवले गेले.

सकाळच्या वेळी अभय गढीतून फिरत होता. महालाच्या मागे असलेल्या कृष्णमंदिरातून भजनाचे सूर उमटत होते. नकळत अभयची पावले तिकडे वळली. अभय मंदिराजवळ जायला आणि गाणं बंद पडायला एकच गाठ पडली. अभय मंदिराच्या पायऱ्या चढत असता मंदिरातून दासीसह शामकुवर बाहेर आली. अभयला निरखीत ती म्हणाली,

"आपण? एवढ्या लवकर?"

"हां", अभय स्वतःला सावरत म्हणाला, "दर्शनाला आलो होतो."

"आपलं स्नान झालं?" खट्याळपणे शामकुवरने विचारले.

"नाही! माझ्या लक्षातच नाही. स्नान... करूनच मी येईन" म्हणत अभय गडबडीने तेथून निघून गेला. शामकुवरच्या चेहऱ्यावर हासू फाकले होते.

एके दिवशी ती वार्ता आली. समशेर संग्रामवर स्वारी करण्यासाठी मालपुराहून बाहेर पडला होता. तो नजीक येत असल्याच्या बातम्या दररोज येत होत्या. संग्रामाच्या सीमेवर येऊन समशेरने तळ दिला.

संग्रामचा दरबार भरला होता. सारे चिंतातुर दिसत होते. समशेरचे सैन्य दहा हजाराच्या आसपास होते. संग्रामाची कुमक फारतर पाच-सहा हजाराच्या आसपास होती. समशेरने शेवटचा खलिता पाठविला होता. शामकुवरच्या मागणीखेरीज समशेरची दुसरी अट नव्हती. संग्रामने अभयला सल्ला विचारला. साऱ्या दरबारावरून नजर फिरवीत अभय म्हणाला,

"माझे वय लहान. अनुभव थोडा. तरी पण असं वाटतं की जोवर अभिमानानं माणसाला जगता येतं तोवरच त्यानं जगावं. संगाचाचा आपण आज्ञा करावी. नशिबी यश असेल तर ते मिळेल. पराजय झाला तरी तो अभिमानाचा ठरेल."

"थांबा कुमार!" संग्राम म्हणाला, "तुमच्या भाषणाचं मला कौतुक वाटतं. पण माझे काळ्याचे पांढरे झाले. आता या विचाराने मन सुखावत नाही. समशेरच्या सैन्याला सामोरं जाणं म्हणजे मृत्यूला कवटाळण्यासारखं आहे."

"मृत्यू अटळ आहे हे ध्यानी आले तर मृत्यूची भीती उरत नाही."

"कुमार, असा विचार करू नका. हा तुमच्या वा माझ्या वैयक्तिक जीवनाचा प्रश्न नाही. राजपुतांनी पराजय जो घेतला तो याच वृत्तीमुळे. नुसतं मरणाला सिद्ध राहणं म्हणजे विजय प्राप्त करून घेणं नव्हे. संधीची वाट पाहायला आपण शिकलं पाहिजे समशेरशी मैत्री जोडता आली तर ती जोडली पाहिजे."

सारा दरबार चकित झाला. चिकाच्या पडद्यांची सळसळ झाली. अभय म्हणाला, "म्हणजे समशेरची मागणी मान्य करायची?"

संग्राम हसून म्हणाला, "कुणी सांगितलं! मागणी मान्य न करता मैत्री जोडता आली तर पाहावं. समशेर इथे आला, त्याला विश्वास वाटला तर कदाचित खंडणीनेही तृप्त होईल."

अभय संतापाने उठून उभा राहिला. राग आवरण्याचा प्रयत्न करीत तो म्हणाला, "संगाचाचा, आपण मला पूज्य आहात, पण मला सांगावंसं वाटतं."

"सांगाना, आम्हाला राग येणार नाही." संग्राम म्हणाला.

"दुर्बळांच्या मैत्रीला फारसा अर्थ असत नाही. त्यापेक्षा..."

"समजलं कुमार! फक्त एका माणसाच्या प्रतिष्ठेसाठी एवढ्या माणसांचा संहार ठीक नाही. आमच्याबद्दल तुमच्या मनात संदेह असेल तर तुम्ही यात भाग घ्यावा म्हणून मी आग्रह करणार नाही."

अभयने सरकन आपली तलवार काढली आणि संग्रामासमोर ठेवत तो म्हणाला, "आपल्या आज्ञेत राहण्याचा मला हुकूम आहे. निष्ठेसाठी तलवार आपल्यासमोर ठेवली आहे."

संग्रामाने उठून ती तलवार परत अभयच्या हाती दिली आणि तो सद्गदित आवाजात म्हणाला, "युवराज, तुमच्याबद्दल आमच्या मनात शंका नाही. तुम्ही उद्या समशेरची गाठ घ्या, त्याला आमचे आमंत्रण देऊन मानानं इथे घेऊन या, कदाचित त्याचं मन बदलेल."

त्या रात्री संग्रामने आपल्या महालात अभयला बोलावले. जेव्हा अभय महाली गेला तेव्हा तिथे शामकुवरही होती. संग्राम म्हणाला,

"अभय! उद्या कदाचित समशेर इथे येईल. काय होईल हे सांगता येत नाही. मी जिवंत राहिलो तर शामकुवरचा हात मी तुमच्या हाती देईनच. दुर्दैवाने तसे घडले नाही तर तिला सांभाळा. ती जबाबदारी तुमची." आणि शामकुवरकडे वळून तो म्हणाला, "मुली! यांची आज्ञा मोडू नको. यांच्या हाती तू सुरक्षित आहेस."

दुसऱ्या दिवशी अभय आपल्या पथकासह समशेरसिंगाला भेटायला गेला. समशेरने तत्काळ आमंत्रण स्वीकारले. समशेरची छावणी अचलेश्वराचे मैदानात आणली गेली. समशेर आपल्या खास तुकड्यांसह संग्रामच्या गढीत आला. संग्रामने

जडजवाहीर नजर करून समशेरचे स्वागत केले. समशेरला खूश करण्यासाठी नृत्यगायनाचे कार्यक्रम ठेवले होते. मेजवान्या झडत होत्या. मदिरेच्या सुरया रिकाम्या होत होत्या. अभय हे सारे पाहात होता.

पाचव्या दिवशी रात्री गाण्याची बैठक होती. एका बैठकीवर समशेर व संग्राम बसले होते. समशेरने भरपूर मद्य घेतले होते. गाणे संपल्यावर समशेर म्हणाला,

"आम्ही खूप गाणे ऐकतो इथे! पण जे गाणं ऐकण्यासाठी आलो ते गाणं कुठं आहे? किती दिवस आम्ही वाट पाहणार?"

"राजकन्या बैठकीत गात नसते समशेर" संग्राम म्हणाला.

"ती तुमची राजकन्या असेल पण माझी भावी पत्नी आहे. तिनं कुठं गावं हे मी ठरवणार." समशेर उर्मटपणे म्हणाला.

आपला क्रोध आवरत संग्राम म्हणाला, "समशेर, साऱ्याच गोष्टी सत्तेनं घेता येत नाहीत. मी हवी ती खंडणी द्यायला तयार आहे."

"माझी खंडणी मी सांगितली आहे." समशेर मद्याचा प्याला ओठी लावत म्हणाला.

"हे राजपुतांना शोभत नाही."

"मग पृथ्वीराजला ते कसं शोभलं?"

संग्रामचा संयम सुटला. तो ओरडला, "कशाला नाव बाटवतोस? कावळ्यानं हंसाची बरोबरी करावी? हं! जनानखान्यात पन्नास बायका बाळगणारा तू, तिथं माझी मुलगी देऊ म्हणतोस! कुलशीलाची ओळख आहे तुला?"

"संग्राम!" संतापाने बेभान होऊन समशेर म्हणाला.

"खामोश! चालता हो इथून! कमीनी कुत्ता कही..." पण पुढचे शब्द संग्रामला पुरे करता आले नाहीत. समशेरचा जंबिया छातीत केव्हा शिरला तेही संग्रामला कळले नाही...

संग्रामच्या सरदारांनी तलवारींना हात घातला त्याच वेळी चारी बाजूने समशेरचे लोक आत घुसले. सारी गढी क्षणात समशेरच्या हाती गेली.

रक्ताच्या थारोळ्यात संग्राम पडला होता. अभय नजीक गेला. त्याचे डोळे भरून आले होते. आतून शामकुवर तीरासारखी आली आणि ती पित्याच्या अंगावर पडली. तिच्या हाकेबरोबर कष्टाने डोळे उघडून संग्राम म्हणाला,

"शामकुवर! लक्षात...ठे...व. शामकुव...र" संग्रामने मान टाकली. शामकुवरच्या आक्रोशाला सीमा राहिल्या नाहीत. शामकुवर दासीसह आत निघालेली पाहताच समशेर ओरडला,

"जाते कुठे! आम्हाला गाणं ऐकायचं आहे."

अभय पुढे झाला. हात जोडून तो म्हणाला, "हुजूर, आज जाऊ देत.

तलवारीच्या जोरावर राज्य मिळवता येतं. स्त्रीच्या प्रेमाला हे चालत नाही. जरा सबुरीनं घ्यावं.''

अर्धवट शुद्धीत असलेला समशेर उठत म्हणाला, ''ठीक! आम्हाला एकदम मान्य आहे. पण उद्या तिला गावंच लागेल.''

''जरूर गाईल हुजूर! जरूर गाईल!''

गढीवर पहारे बसवून समशेर आपल्या तळावर गेला. दुसऱ्या दिवसापासून अभय समशेरची खुशामत करीत होता. समशेर अभयवर विश्वास ठेवत होता. संग्रामाचे दिवस संपताच शामकुवर समशेरपुढे गाईल हे वचन अभयने दिले होते. उलटणाऱ्या दिवसाबरोबर अभय अस्वस्थ होत होता. तो दिवस येऊन ठेपला. समशेर संग्रामाच्या गढीत शामकुवरचे गाणे ऐकण्यासाठी येणार होता. शामकुवरच्या महालात अभय खाली मान घालून उभा होता. संतापाने शामकुवर थरथरत होती.

''राजकुमार, आपण राजपूतच ना? शंका येते मला.''

''ऐकावं माझं,'' अभय म्हणाला, ''प्रसंग पाहून माणसानं वागायला हवं.''

''तेच म्हणते मी. असे अनेक प्रसंग राजपुतावर आले. अभयकुमार तुम्ही मला कट्यार आणून दिली असतीत तरी मी आनंदाने तिला माझ्या हृदयात स्थान दिले असते. पण ज्याचे हात बाबांच्या रक्तात रंगले त्याच्यापुढे शरणागत होऊन मी गाऊ म्हणता? त्याला माझं प्रेतही दिसणार नाही.''

''शामकुवर...'' अभय म्हणाला.

''ते नाव घेऊ नका! तो अधिकार तुमचा राहिला नाही.'' शामकुवरला हुंदका फुटला. ती म्हणाली, ''विसरलात तुम्ही. बाबांनी तुमच्या हाती माझा हात दिला होता.''

''ठीक आहे कुवरदेवी, ते नातं मान्य नसेल तर माझा आग्रह नाही. पण पित्याची आज्ञा विसरु नये एवढंच सांगायचं आहे.''

''कसली आज्ञा?''

''माझी आज्ञा मोडू नको म्हणून सांगितलं होतं. देवी, एवढी एकच विनंती ऐका. पटलं तर मला निरोप पाठवा.''

संग्राम प्रासादात अभयने बैठकीची जय्यत तयारी केली होती. सारा महाल शृंगारला होता. धूपाचा वास दरवळत होता. भरजरीची लोड-तक्क्यांची बैठक सजली होती. रुजामाच्या गालिच्यांनी जमीन आच्छादली होती. हंड्या-झुंबरांच्या प्रकाशात बैठक उजळत होती. प्रत्येक बैठकीजवळ उंची मद्याच्या सुरया व पेले ठेवले होते. पानांचे विडे बांधलेली तबके लक्ष वेधून घेत होती.

समशेर आपल्या सरदारासह बैठकीवर येऊन बसला. राजनर्तिकेचं नृत्य सुरू झालं. सुरयांतील मदिरा पेल्यात पडू लागली. समशेर अभयला म्हणाला,

"आम्ही तुमच्यावर खूश आहो. तुम्ही नसता तर एवढ्या सहजपणे हे जमलं नसतं. आमच्या दरबारी आम्ही तुम्हाला मोठी जागा देऊ."

एका पाठोपाठ नृत्ये होत होती. समशेर अधीर बनत होता. त्याने विचारले, "अभय, ही दिरंगाई का?"

"हुजूर, असल्या कामात दिरंगाईच चांगली."

"पण आमची बेचैनी वाढते ना?"

"मी जाऊन वर्दी देतो."

अभय आत गेला. शामकुवर आरक्त डोळ्यांनी उभी होती. अभयला पाहताच ती म्हणाली, "कुमार, मी तयार आहे. शक्यतो लवकर ही विटंबना संपवा."

"देवी, नृत्य संपताच आपलं गाणं आहे."

"समजलं" म्हणून शामकुवर वळली. अभयने हाक मारताच तिने विचारले, "आणखीन काही आज्ञा आहे?"

"हो", अभय म्हणाला. "गाणं होत असता प्रवेशद्वाराच्या बाहेर दिसणाऱ्या एका शामदानीकडे लक्ष ठेवा. ज्या क्षणी ती विझेल त्या क्षणी तुम्ही बाहेर पडा. महालाच्या मागे ऐरावत उभा असेल. पश्चिम दरवाज्यात कोणी अडवणार नाही, सरळ जंगलाचा रस्ता धरा."

आश्चर्यचकित होऊन शामकुवर ते ऐकत होती. ती कापऱ्या आवाजात म्हणाली, "आणि तुम्ही?"

"शक्यतो मी तुमच्या पाठोपाठ येईन, पण माझी वाट पाहू नका. मी गाठेन तुम्हाला."

अभय वळला. शामकुवरने हाक मारली, "अभय,ऽऽ". अभय थांबला. शामकुवर वर नजर स्थिर करीत तो म्हणाला, "सांगितल्यात चूक होऊ देऊ नका."

नृत्य संपताच बैठकीवर शामकुवर आली. तिने बैठक घेतली. समशेरचा डोळ्यांवर विश्वास बसत नव्हता. शामकुवर गात होती. स्वर्गीय आवाजाने महाल भरत होता. अभयने मदिरेचा प्याला भरून समशेरच्या हाती दिला. गाता गाता महालाबाहेरच्या शामदानीकडे शामकुवर पाहात होती. समशेर बेहोश होत होता. अचानक शामदानी विझली. शामकुवरने पाहिले, कोणीच भानावर नव्हते. ती गडबडीने उठली आणि महालाबाहेर पडली. प्रासादाच्या मागे ऐरावत उभा होता. शामकुवरने जवळ जाऊन खुणावताच ऐरावताने आपल्या सोंडेने अलगद शामकुवरला पाठीवर ठेवले. ऐरावत दक्षिण दरवाज्याने बाहेर पडला.

अभयने तळघराच्या दारापर्यंत आलेल्या वातीवर चमक झाडली. तटाला लावलेल्या शिडीवरून तट ओलांडला आणि तेथे उभ्या असलेल्या घोड्यावर तो स्वार झाला. धरणी दुभंगणारा आवाज उठला. एका पाठोपाठ आवाज उठत होते.

समशेरच्या पापांनी अपवित्र झालेल्या संग्राम गढीच्या ठिकऱ्या आकाशात उडत होत्या. बेसावध असलेल्या समशेरच्या तळावर चारी बाजूंनी तोफांची आग पाखडू लागली. चांदण्याचा उजेड अग्निलोळात दिसेनासा झाला. अचलेश्वराच्या जंगलाला धक्के बसू लागले.

क्षणभर ते दृश्य न्याहाळून अभयने घोड्याला टाच दिली. बराच वेळ मजल दरमजल केल्यावर त्याला ऐरावताचा आवाज ऐकू आला. त्या आवाजाच्या रोखाने अभय जात होता. ऐरावताशेजारी उभ्या असलेल्या शामकुवरला पाहिले तेव्हा अभयला बरे वाटले. घोड्यावरून उडी टाकून तो शामकुवरकडे धावला. शामकुवरचे दोन्ही खांदे धरून तिला न्याहाळत तो म्हणाला,

''त्रास झाला नाही ना?''

''अहं!''

शुभ्र चांदणे पडले होते. त्या चंद्रप्रकाशात दोघे एकमेकांना निरखीत होते. ऐरावत मान डोलावीत उभा होता. अचानक तो शामकुवरच्या मागे आला आणि त्याने शामकुवरला आपल्या सोंडेने धक्का दिला. सावरीत शामकुवर किंचित क्रोधाने म्हणाली,

''हा ऐरावत. मी शामकुवर आहे, शामकुवर.''

त्या शब्दाबरोबर ऐरावताने शामकुवरला आपल्या सोंडेचा विळखा घातला आणि अलगद उचलून शामकुवरला आपल्या पाठीवर ठेवले. काय होते आहे हे कळण्याच्या आत ऐरावत झपझप चालू लागला. ऐरावताच्या मस्तकावर पडलेली शामकुवर ऐरावताला सांगत होती,

''असं काय करतो ऐरावत! अरे मी शामकुवर...''

पहाटेचा समय होत आला होता. अभय घोड्यावरून मागोमाग जात होता. उजाडू लागले आणि ऐरावत अचलेश्वराचे माथ्यावर येऊन उभा राहिला. ऐरावत बसताच अभयने घोडे नजीक आणले व शामकुवरला उचलून घेतले. अभय व शामकुवर आश्चर्यचकित नजरेने ऐरावताकडे पाहात होते. शामकुवर म्हणाली,

''ऐरावत कधी असा वागला नव्हता.''

ऐरावत उभा राहिला. एका उंच वृक्षाखाली असलेल्या शिळेला त्याने मस्तक लवले. अभय, शामकुवर आश्चर्याने ते पाहात होते. शिळा हलताच ऐरावताने जोराने आवाज दिला आणि तो उभा राहिला. कुतूहलाने दोघे पुढे झाले. शिळेच्या जागी कुदळ-खोरे दिसत होते. शामकुवर म्हणाली,

''बरोबर आहे. अभय ही जागा उकरा. समशेरच्या स्वारीआधी एके रात्री बाबा ऐरावताला घेऊन बाहेर पडले होते. बहुतेक परवलीचा शब्द शामकुवरच सांगितला असावा.''

"कसला परवलीचा शब्द?" अभयने विचारले.

"कुमार, ही जुनी परंपरा आहे. परचक्र आले असे वाटले की राजेलोक हत्तीवर जवाहीर लादून एकांताच्या जागी जातात. तिथे द्रव्य पुरतात आणि हत्तीला कोसंब्याचा रस पाजून परवलीचा शब्द सांगतात. हत्तीचं स्मरण मोठं. तो लक्षात ठेवतो. मृत्यूपूर्वी राजा परवलीचा शब्द आपल्या मुलाला सांगतो. अशा तऱ्हेने धन सुखरूप राहते."

"तरीच", अभय म्हणाला, "तुला आठवतं संगाचाचा शेवटी काय म्हणाले ते? शामकुवर लक्षात ठेव...शामकुवर. त्यांना हेच सांगायचे असेल."

अभयने दोन्ही संदुका बाहेर काढल्या. शामकुवर म्हणाली, "याचं काय करायचं?"

"तो प्रश्न आपला आहे. धन आपलं आहे. जशी आपली इच्छा असेल तसं होईल." अभय म्हणाला.

शामकुवर कळवळून म्हणाली, "असं का बोलता? शामकुवर का नाही म्हटलंत?"

"तो अधिकार माझा नाही."

"कुमार!"

अभय नजीक गेला. शामकुवरच्या व्यथित नजरेला नजर देत त्याने विचारले, "खरंच माझा अधिकार आहे का?"

शामकुवर लाजली. अभय हसून म्हणाला, "आज कोसंब्याचा रस हवा होता."

"का?"

"माझं धन ज्या जागी सापडलं त्या जागेची आठवण ऐरावताला ठेवायला लावली असती, चल आपल्या राज्यात जाऊ."

"कुठे!"

"मुलीला पतीचं घरच आपलं असतं. माझ्या पिताजींना सून जरूर आवडेल. कारण ती त्यांच्या मित्राची मुलगी आहे ना?"

म्हातारा थांबला. म्हणाला, "संपली गोष्ट. चला उशीर होईल आपल्याला."

मी उठलो. कँपच्या वाटेला म्हाताऱ्यानं आणून सोडले.

तेथून कँप दिसत होता. मी म्हणालो,

"तुम्ही गेलात तरी चालेल. जाईन मी."

म्हातारा वळला. मी हाक मारली व म्हणालो, "आपलं नाव नाही समजलं."

म्हातारा हसला व म्हणाला, "सारे दरबार म्हणतात मला. संग्रामगढीजवळच राहतो मी. कुणालाही विचारलंत तरी सांगेल. वाट चुकलात तर जरूर या."

मी कँपवर गेलो. चालण्याच्या श्रमाने पाय दुखत होते. मी झोपी गेलो. दुसऱ्या दिवशी नोकराला घेऊन मी जंगलात फिरायला गेलो. जंगलातून फिरत असता एकदम मला आठवलं. मी नोकराला विचारलं,

"अरे दरबार तुला ठाऊक आहे?"

"जी हुजूर! जवळच आहे, जायचं?"

"हो."

नोकरापाठोपाठ मी जात होतो. संग्रामगढीची वास्तू ओलांडून मी पुढे गेलो. जंगलात एके ठिकाणी नोकर थांबला. मी विचारले,

"कुठे आहे दरबार?"

"तो काय." नोकराने बोट दाखविले. माझं लक्ष तिकडं गेलं. तेथे संगमरवरी टुमदार समाधी उभी होती. मी उद्गारलो, "हा दरबार?"

"जी हुजूर! दरबार म्हणजे राजा. ही समाधी त्याच नावाने ओळखली जाते. संग्रामसिंगाची ही समाधी आहे, असं म्हणतात."

◆

८. अहिर भैरव

मला जाग आली. सारे घर शांत होते. समोरच्या पलंगाकडे पाहिले. सुनीता तेथे नव्हती. ज्या आवाजानं मी जागा झालो, तो आवाज मी ऐकू लागलो. वरच्या मजल्यावरून सुनीताच्या खोलीतून सतारीचे सूर ऐकू येत होते. घड्याळात तीन वाजले होते. अशा अपरात्री सुनीताचे सतार वाजवणे मला चमत्कारिक वाटले.

माझी मुलगी रागिणी हिचे लग्न चार दिवसांपूर्वीच झाले होते. मुलगा अविनाश तोही परत आपल्या नोकरीवर गेला होता. लग्नाची धावपळ संपली, तसे घरही हळूहळू रिकामे झाले. कदाचित रागिणीच्या आठवणीनं सुनीता बेचैन झाली नसेल ना? मी उठलो आणि हळुवार पावलाने जिना चढून गेलो.

खोलीत निळा प्रकाश फाकला होता. पूर्वेकडची मोठी खिडकी उघडी होती. खिडकीशेजारी बैठकीवर बसून सुनीता सतार छेडीत होती. तिची पाठ माझ्याकडे होती. अगदी तन्मय होऊन ती सतार छेडीत होती. मी तसाच उभा राहिलो. जेव्हा सतार थांबली तेव्हा मी भानावर आलो. सतार मांडीवर घेऊन सुनीताने डोळ्यांना लावलेला हात मला त्या अंधूक निळसर प्रकाशात दिसला. मी हाक मारली,–

"सुनीता–"

तिने दचकून मागे पाहिले आणि गडबडीने आपले डोळे टिपले. मी तिच्या शेजारी बैठकीवर बसलो आणि म्हणालो–

"रागिणीची आठवण झाली ना?"

"हं!"

"काय वाजवीत होतीस?"

"अहिर भैरव."

"मी कधी ऐकला नव्हता हा राग. फारच गोड वाटतो कानाला. मी किती वेळ ऐकत होतो ते समजलंही नाही. बोल ना!"

"काय बोलू?" तिने वर पाहिले. अद्याप तिचे डोळे पाणावलेलेच होते. एवढे वय होऊनही तिचे सौंदर्य लोपले नव्हते. तिच्या व्याकुळ मुद्रेने मी अस्वस्थ झालो.

"सुनीता, मुलगी ही केव्हाही दुसऱ्याची, तिला घरी ठेवून कसं चालेल? मला तुझं दु:ख कळतं. मीही ते सोसतो आहे. अगं, कण्वमुनी..."

"नाही हो- मला त्याचं वाईट वाटत नाही." सुनीता कळवळून म्हणाली.

"मग?"

सुनीता काही बोलली नाही. ती तशीच स्तब्ध बसून राहिली. मी विचारले, "सुनीता, सांग ना! माझ्या हातून काही चुकलं का?"

तिने नकारार्थी मान हलवली. मी काही बोललो नाही. क्षणभर ती माझ्याकडे पाहात राहिली तिला काहीतरी डाचत होते. ते सांगण्याचा ती प्रयत्न करीत होती. ते मला जाणवत होते. मी विचारले,-

"कसला विचार करतेस?"

"तुम्हाला सांगावं की न सांगावं?"

"एवढं जड वाटत असेल तर सांगू नको."

"तसं नाही. गेली चोवीस वर्षं मी संसार करते आहे; पण आजवर मी बोलायला धजले नाही. आता वाटतं, हे केव्हाना केव्हा तुम्हाला सांगायला हवं."

"मग सांग ना."

"कसं सांगू? तितकं ते सोपं असतं तर...कसं तुम्हाला सांगू की मी तुमच्याशी संसार केला, पण तुमच्यावर प्रेम करू शकले नाही! खरं आहे ते. मी फार प्रयत्न केला. अत्यंत प्रामाणिकपणे तुमचा संसार केला, पण मी कधीच तुमच्यापाशी एकरूप होऊ शकले नाही. आपल्यामधलं अंतर कधीच कमी झालं नाही आणि त्याचंच दु:ख मला नेहमी वाटत आलं आहे."

"पण कारण तरी काय?"

"कारण! ते माहीत असतं तर फार बरं झालं असतं. मी एवढी वर्षं मनस्ताप भोगला नसता, तर एवढं दु:ख सहन करावं लागलं नसतं. तुम्हाला माहीत आहे, की आमच्या दादांना संगीताचा केवढा नाद होता ते! आज त्यांना जाऊन दहा वर्षं झाली, तरीही त्या भागात अद्याप त्यांचं नाव काढलं जातं. कलावंताचं नाव मागं राहतं यात आश्चर्य नाही, पण एक रसिक, संगीतकार, जाणकार म्हणून मागं नाव राहणं ही साधी गोष्ट नव्हे. दादांना मुलींची फार आवड. माझ्या दोन भावांच्या पाठीवर मी झाले, तेव्हा त्यांना स्वर्ग हाती आल्याचं समाधान वाटलं. मी आईपेक्षा त्यांच्याजवळच लहानाची मोठी झाले म्हटलं तर त्यात फारसं वावगं होणार नाही.

मी लहान असतानादेखील दादा मला गाण्याच्या बैठकीला घेऊन बसत. आई त्यांच्यावर रागावे. पण ते म्हणत,–

'अगं, मी तिचे कान तयार करतो आहे! मोठी झाल्यावर बघ कशी गाते ती!'

पण देवानं मला गळाच दिला नव्हता हे जेव्हा त्यांच्या ध्यानी आलं, तेव्हा त्यांना केवढं दु:ख सहन करावं लागलं असेल हे मी आज समजू शकते; पण दादा नाउमेद झाले नाहीत. आपल्या मुलीनं एखादं वाद्य तरी आत्मसात करावं या हेतूनं त्यांनी एक दिवस सुंदर पत्तीदार सतार आणून माझ्या हाती दिली. मास्तर ठेवला. मी नियमितपणे सतार वाजवते हे ते कटाक्षानं पाहात. वाड्यात कुणी संगीत जाणकार आला तर त्याच्यापुढं मला सतार वाजवायला लावीत. माझ्या होणाऱ्या कौतुकानं मला आनंद होई. वयाच्या चौदा वर्षांच्या आतच मी सारे तोडे व प्राथमिक राग संपवले.

अकस्मात माझं सतार शिक्षण थांबलं. माझ्या सतार-मास्तरांना कलकत्यात फिल्म कंपनीत नोकरी लागली. पण दादांचं लक्ष माझ्यावर होतं. तबलजी साथीला देऊन माझी मेहनत सुरूच राहिली. आई म्हणे, 'पोरीला लाडावून ठेवलीत. सतारीखेरीज तिला काही सुचत नाही. शिक्षण नाही. पोर मोठी झाली. आता तिला चांगलं स्थळ कसं मिळणार?'

त्यावर दादा म्हणत, 'ज्याला मन असेल तो माझ्या पोरीला आनंदानं स्वीकारील. असं रूप, असे गुण मिळतात कुठे?'

एकदा दादा जयपूरला गेले होते. दोन प्रहरची वेळ होती. आम्ही दादांची वाट पाहात होतो. दोन प्रहरच्या गाडीनं ते येणार होते. स्टेशनवर घोडागाडी गेली होती. घोड्यांच्या टापांचा आवाज ऐकताच मी वाड्याच्या सज्ज्यात गेले. गाडीतून दादा उतरले. त्यांच्या पाठोपाठ एक व्यक्ती उतरली. खाली उतरताच ती व्यक्ती पुन्हा वळली. गाडीतून त्या व्यक्तीनं गवसणी बाहेर काढली. त्या वाद्याच्या आकारावरून तो तंबोरा असावा, असं मला वाटलं.

दादांच्याकडे आजवर अनेक गवई, तंतकार आले होते. पण या व्यक्तिइतकं कुणीच माझं लक्ष वेधून घेतलं नव्हतं. ती व्यक्ती मोठी आकर्षक होती. सडपातळ बांधा, रेखीव नाक, श्यामलवर्ण असूनही एवढं आकर्षक व्यक्तिमत्त्व असलेला पहिलाच गृहस्थ मी पाहात होते. दादांच्या पाठोपाठ ती व्यक्ती वाड्याच्या पायऱ्या चढताना मी पाहिलं. मी गडबडीनं मागं वळले. चार पावलं टाकली असतील नसतील, तोच दादांची हाक माझ्या कानी आली,–

"सुनीता! बेटा सुनीताऽऽ'

पदर सावरून मी 'जी' म्हणत धावले. जिन्यावरून उतरत असता माझं लक्ष दादांच्यामागं उभ्या असलेल्या व्यक्तीकडे गेलं. दोघेही माझ्याकडे पाहात होते. त्या

क्षणदर्शनात मला कळून चुकलं की, त्या व्यक्तीचं आकर्षण तिच्या नुसत्या रूपात नाही तर काळ्याभोर डोळ्यात आहे. मी पुढं होऊन दादांना नमस्कार केला. मला आशीर्वाद देऊन ते म्हणाले,

''बेटी, त्यांनाही प्रणाम कर. जयशंकरजी, ही माझी मुलगी सुनीता.'

मी नमस्कार केला. त्यांनी हसऱ्या मुद्रेनं नमस्काराचा स्वीकार केला. त्या वेळचा त्यांचा गोंधळ त्यांना लपवता आला नाही. हाती वाद्य असल्यामुळे त्यांना तसं झालं की काय कुणास ठाऊक! दादा हसले व म्हणाले,–

'सुनीता, सांग पाहू मी काय आणलंय ते? नाही ओळखलंस! तुला सतार शिकायची होती ना? यांना पकडून आणलं बघ. मग शिकणार ना?'

ते गवई नव्हते तर! त्यांच्या हातातील वाद्याचंही मला कोडं उलगडलं. ते शिकवणार या कल्पनेनं अकारण समाधान वाटू लागलं. खाली पाहात मी म्हणाले, 'हो! शिकवलं तर.'

दोघं मोठ्यानं हसले आणि मी तेथून त्वरेनं निघून गेले.

संध्याकाळी दादांनी मला हाक मारली. बैठकीच्या खोलीत ते बसले होते. जयशंकरही तिथे होते. मी जाताच दादा म्हणाले,–

'सुनीता सतार घेऊन ये.'

मी सतार घेऊन गेले. गवसणीतून सतार काढून मी ती जयशंकरांच्या पुढे ठेवली.

दादा म्हणाले, 'अगं, त्यांना तुझी तयारी पाहायची आहे.'

मी संकोचाने म्हणाले, 'जुळवून देऊ देत ना?'

जयशंकरांच्या चेहऱ्यावर स्मित झळकलं. ते म्हणाले, 'असं पाहा. ज्याला वाद्य वाजवता येतं, ते जुळवताही आलंच पाहिले. जुळवा तुम्ही.'

मी ओठ चावले. सतार उचलली. सुदैवाने सतार फारशी उतरली नव्हती. सतार जुळवून मी दादांकडे पाहिलं. त्यांनी मान हलवताच मी अत्यंत परिश्रमपूर्वक बसलेला भीमपलास छेडायला सुरुवात केली. आलापी संपवून मी दिमाखानं गततोडे सुरू केले, अधून-मधून मी दोघांच्याकडे पाहात होते. दादा मान डोलावत होते, पण जयशंकर छताकडे पाहात स्वस्थ बसून होते. मी जेव्हा सतार खाली ठेवली तेव्हा दादा म्हणाले, –

'काय पंडितजी, कशी आहे सतार?'

'सतार छान आहे.' जयशंकर म्हणाले.

'सतार म्हणत नाही मी– हिची तयारी?'

माझी छाती अकारण धडधडली. सारं बळ एकवटून खाली मान घालून मी ऐकत होते.

जयशंकरनी विचारले, “किती वर्षं मेहनत केली?”

‘पाच वर्षं! का?’ दादांनी विचारलं.

‘पाच वर्षांत यांना काहीच शिकता आलं नाही. फार मेहनत घ्यायला हवी.’

दादाही अस्वस्थ झाले. ते उसन्या अवसानानं म्हणाले, ‘घेईलना! म्हणून तर तुम्हाला आणलं. सुनीता, घेशील ना मेहनत?’

होकारार्थी मान डोलावून मी उठले आणि गडबडीनं खोलीबाहेर पडले. सारं अंग संतापानं फुलून उठलं होतं. वाटलं दादांना सांगावं की मी कुणाकडंही शिकेन, पण या माणसाच्या हाताखाली शिकणार नाही.

दुसऱ्या दिवशी सकाळी मला बोलावणं आलं. जयशंकरांना दिलेल्या खोलीकडे मी गेले. जयशंकर तक्क्याला टेकून बसले होते. मी आत जाताच ते म्हणाले–

‘बसा.’

मी बसले. त्यांनी विचारले, ‘सतार कुठं आहे?’

‘सतार?’

‘तुम्ही सतार शिकणार आहात ना?’

बसल्या जागेवरून उठणं मला अपमानास्पद वाटत होतं. मी नोकराला हाक मारली. जयशंकर शांतपणे म्हणाले,

‘हे पाहा! वाद्यं नाजूक असतात. ती नोकरमाणसाकरवी फुटण्याचा संभव असतो. ते मला आवडत नाही. आपलं वाद्य आपण आणावं.’

मी उठले. सतार घेऊन आले. अपमान सहन करणं हा माझा स्वभाव नव्हता. ते माझ्या रक्तातही नव्हतं. मग त्या अपरिचिताकडून झालेला अपमान मी कसा सहन करीत होते, आणि ते धजवत होते तरी कसे? कुठेतरी वाटत होतं की दादांना सांगून या बेमुर्वतखोर मास्तराला वाड्याबाहेर हाकलावं, पण का कुणास ठाऊक, त्याच वेळी जयशंकर हे अपवाद आहेत हे मला तीव्रतेनं जाणवत होतं. त्या विलक्षण पराजयानं माझा संताप वाढत होता.

सतार जुळवून होताच जयशंकर म्हणाले, ‘आपण सारेगमपासून सुरुवात करू.’

“सारेगम...?’ मी उद्‌गारले.

‘हो–’

‘पण माझं सारेगम झालं आहे! प्राथमिक राग देखील झालेत.’ मी बोलून गेले.

‘ते विसरून जा.’ शांतपणे जयशंकर म्हणाले.

‘विसरु?’

‘हो.’

‘काय माणूस आहे? पाच वर्षांचे माझे परिश्रम याच्या नजरेत काहीच नव्हते.

केवढी घमेंड! काय मिजास! मी पुरी बेचैन झाले. सतार उचलताना असंख्य यातना माझ्या मनाला होत होत्या,

'सा-रे-ग-म' सतारीतून सूर उमटू लागले. त्या सात सुरांवर माझी बोटं खेळत होती. जयशंकर बघत होते. शेवटी सारेगमला कंटाळून मी सतार बंद केली. मी जयशंकरांचेकडे अपेक्षेनं पाहिलं.

'सुनीतादेवी, तुमच्या सतारीतून सूर निघतात, बोल निघत नाहीत. बोल निघायला हवेत बोल!'

मी मान वर केली. माझे डोळे भरून आले. अकारण केवढा अपमान मी त्या अपरिचिताकडून सहन करीत होते!

'वाईट वाटलं ना? साहजिक आहे; पण तो दोष तुमचा नाही. तुम्हाला सतार वाजवावी कशी हे शिकवलं गेलंच नाही. शिकलात नुसती बोटांची करामत– जी काही उपयोगाची नाही. सुनीतादेवी, सारीगम एवढं सोपं नाही. सारेगम असे निघायला हवेत की तेवढे ऐकले तरी ऐकणाऱ्याचं मन बहरून यावं.'

'मग तुम्ही दाखवा ना!' मी न राहवून म्हणाले.

क्षणभर त्यांच्या चेहऱ्यावर अपमानाचं दुःख तरळून गेलं; पण क्षणभरच. दुसऱ्याच क्षणी क्षीण हास्य करीत शांतपणे ते म्हणाले,–

'कुणी सांगितलं तुम्हाला की मला ती किमया येते म्हणून? फारच थोड्यांना ते भाग्य लाभलं आहे. प्रत्येक श्रेष्ठ कलावंताची ती जिद् आहे. त्यासाठीच श्रम करायला हवेत. आणि हेही लक्षात ठेवायला हवं की सतार तुम्ही शिकणार आहात. मला काय येतं अथवा नाही याचा विचार करून तुमचा फायदा होणार नाही.'

माझाही संयम सुटला होता. मी म्हणाले, 'त्यापेक्षा तुम्ही मला शिकवणार नाही, असं स्पष्टच दादांना का सांगत नाही?'

माझ्या नजरेला नजर देऊन ते धारदार आवाजात म्हणाले, 'सुनीतादेवी, कसल्या गर्वानं हे बोलताहात? पैशाचा तुम्हाला गर्व असेल तर एक ना एक दिवस तुम्हाला पैशानं साऱ्याच गोष्टी खरीदता येत नाहीत, हे ध्यानी येईल. रूपाचा म्हणाल, तसं रूप तुम्हाला मिळालेलं आहेही– तर ती ईश्वराची देणगी आहे, हे तुम्हाला पटावं. दिमाख माणसानं जरूर बाळगावा, पण तो स्वतःच्या कर्तृत्वाचा. अद्यापि ते तुमच्या हाती यायचं आहे. तुम्हाला सतार शिकायची असेल, तर सकाळी याच वेळी येत चला. जा तुम्ही.'

हा शांत माणूस एवढं धारदार बोलू शकेल, असं मला स्वप्नातही वाटलं नव्हतं. माझ्या जिवाचं पाणी पाणी झालं होतं. मी माझे अश्रू टिपले. परत त्या खोलीत पाऊल टाकायचं नाही, असं ठरवून मी सतार उचलली आणि बाहेर पडले.

संध्याकाळी दादा व जयशंकर फिरून आले. दादांना माझा निर्णय कळविण्यासाठी

मी त्यानंतर थोड्याच वेळात जिना उतरले. दादांच्या खोलीबाहेर माझे पाय थबकले. आतून सतारीचे बोल उमटत होते. दरवाजा बंद होता. मी हळुवार हातानं दार ढकललं. जे मी पाहिलं ते कधीच विसरू शकणार नाही. दादा बैठकीवर बसले होते. समोरच्या बैठकीवर जयशंकर सतार छेडीत होते. त्यांचे डोळे मिटलेले होते. एक दोन केसांच्या बटा त्यांच्या कपाळावर हेलावत होत्या. मींड घेताना निघणाऱ्या कोमल सुरांबरोबर सूक्ष्म आठी त्यांच्या कपाळावर उठत होती. जणू तो सूर त्यांच्या व्याकूळ अंत:करणातून निघालेला होता. तल्लीन होऊन ते आलापी छेडत होते. त्या सतारीतून निघणाऱ्या बोलांनी जीव व्याकूळ होत होता. जयशंकरांची नाजूक लांब बोटं मुलायमपणे सतारीवर खेळत होती. अशी सतार मी आजवर ऐकली नव्हती. जयशंकरांचे शब्द मला आठवत होते. एवढ्या श्रेष्ठ कलावंताचा उपमर्द करायला मी धजले तरी कशी? माझा राग कुठच्या कुठे गेला. राहिली होती ती शरम.

सतार संपल्यावर मी भानावर आले. आत जायचं धैर्य मला नव्हते. मी मागल्या पावली तशीच परतले. सकाळी धडधडत्या अंत:करणानं ठरल्या वेळी खोलीत पाऊल टाकलं. जयशंकर खिडकीपाशी उभे होते. त्यांनी वळून पाहिलं व ते म्हणाले,

'बसा.'

त्या शब्दांनं मला धीर आला. मी सतार जुळवली. जयशंकर समोर येऊन बसले आणि त्यांनी सुरुवात करण्यास सांगितलं. कालच्या प्रकाराबद्दल ते चकार शब्दही बोलले नाहीत. मी सारेगम छेडू लागले. आपल्या मांडीवर ताल धरून जयशंकर ऐकत होते. कंटाळून मी सतार थांबवली. जयशंकरांच्याकडे मी पाहिलं. ते मोकळेपणाने हसत म्हणाले,–

"ठीक आहे. सुनीतादेवी, आज एवढंच पुरे. सतार इथेच राहू दे. माझ्या सतारीबरोबर मी जुळवून ठेवीन. तुम्हाला शिकवताना माझ्या हाती सतार राहिली तर अधिक सोपं जाईल. जा तुम्ही.'

पण मी उठले नाही. त्यांनी विचारलं, 'का? काही विचारायचं आहे का?' मी होकारार्थी मान हलवली.

'मग बोला ना!' जयशंकर म्हणाले.

'मी आपली क्षमा मागते.'

'कशाबद्दल?'

'काल मी तसं बोलायला नको होतं.'

'ठीक! माझ्या मनात काही नव्हतं.'

'आणखीन एक विनंती करायची आहे. तुम्ही मला अहो जाहो म्हणू नका.

मला अवघड वाटतं.'

'बरं. आता जा तुम्ही.'

मी उठले. त्या दिवसापासून नियमितपणे मी सतार शिकत होते. एरवी खेळीमेळीनं घरात वावरणारे जयशंकर शिकवणीच्या वेळी अत्यंत कडक होते. त्यांच्या मनासारखे सतारीचे बोल अथवा मींड निघेपर्यंत त्यांना समाधान नसे. एखाद्या प्रसंगी ते रागावतही; पण मनासारखी मेहनत दिसली तर नुसत्या 'ठीक आहे' यावरच भुलावण होत असे. ते शब्द ऐकण्यासाठी मला अहोरात्र मेहनत घ्यावी लागे.

नेहमी ते पहाटे उठत. अनेक वेळा त्यांच्या सतारीनं मी जागी झाले आहे. त्यांची सतार ऐकत तासन्तास त्यांच्या खोलीबाहेर मी उभी राहिले आहे. ती सतार ऐकली की वाटे, आयुष्यभर जरी मी परिश्रम घेतले तरी असे बोल उमटणार नाहीत. पण जयशंकर शिकणाऱ्याच्या ठायी आत्मविश्वास निर्माण करण्यातही तसेच तरबेज होते.

त्यांचं स्नान झालं की सकाळी त्यांना मी चहा नेऊन देत असे. कैक वेळी दादा त्यांच्याबरोबर चहा घेत. नंतर ते मला शिकवीत. संध्याकाळी फिरणं सोडलं तर बहुधा दिवसभर ते खोलीतच असत. वाचनात अथवा अन्य उद्योगात गुंतलेलं मी त्यांना कधी पाहिलं नाही. जेव्हा ते एकटे असत तेव्हा एखाद्या स्वप्नाळू माणसाप्रमाणं भारावलेले बसून राहात. कैक वेळा त्यांचा चेहरा अत्यंत दुःखी बनलेला मी पाहिला आहे. सायंकाळी ते फिरायला जात. मनात येईल तेव्हा सतार छेडीत. दादा त्यांचे श्रोते असत. दिवस, महिने जाता-जाता वर्षे उलटत होती. माझी प्रगती अनवट रागापर्यंत पोहोचली होती. जयशंकरांच्या सतारीबरोबर सतार वाजवताना वेळकाळाचे भान राहात नसे.

जयशंकरांच्या पूर्वायुष्याबद्दल मला काहीच माहिती नव्हती. त्यांनी ते कधीही बोलून दाखवलं नव्हतं. एकदा मी दादांना त्याबद्दल विचारलं. तेव्हा ते म्हणाले—

'सुनीता, जेव्हा मी जयशंकरांना पाहिलं तेव्हा ते एकटेच होते. हा गृहस्थ साऱ्या जगाबद्दल माझ्याजवळ बोलला आहे, पण जेव्हा त्याचा विषय निघतो तेव्हा तो एकदम मुका बनतो, हा माझा अनुभव आहे. त्याला कीर्ती मिळवायची असती तर ती त्यानं केव्हाच उदंड संपादन केली असती. लक्ष्मीचा त्याला मोह नाही. एकच त्याला वेड आहे आणि ते सतारीचं! बस्. एवढंच मला माहीत आहे. पण तो असा एकाकी का ते मात्र मला माहीत नाही. त्याला दुःख असेलच, तर ते फार मोठं असणार. ते विचारण्याचं मला धैर्य झालं नाही. ते तू करू नको.'

पण मी तो सल्ला मानला नाही. मी ते ऐकलं असतं तर फार बरं झालं असतं, असं आज मला वाटतं आहे. त्या रात्री सतारीच्या सुरांनी मी जागी झाले. मी

घड्याळात पाहिलं तो तीन वाजून गेले होते. अशा रात्री उठून खाली जाणं मला योग्य वाटलं नाही. मी माझ्या खोलीचं दार उघडलं आणि सतार ऐकू लागले. जयशंकरांनी तो राग केव्हाच आळवलेला मी ऐकला नव्हता. त्या रागाचा गोडवाही असामान्य होता.

दुसऱ्या दिवशी नित्याप्रमाणे चहा घेऊन गेले. चहाचा कप हाती देत असता ते म्हणाले,

'सुनीता, आज सतारीला सुटी–'

'का?'

'आज तबलजी येणार नाही, असा निरोप आहे.'

'मग?'

'मग काय, सुटी!' ते हसून म्हणाले, 'हवं तर तू सतार वाजव, मी ऐकेन.'

'खरं?'

'हो–'

'मग मी जरूर तुम्हाला ऐकवीन...' रिकामा कप घेऊन जात मी म्हणाले. नेहमीच्या वेळी मी गेले. सतार जुळविली आणि विचारलं,–

'काय ऐकवू?'

जयशंकर समाधानानं हसले. माझ्यासमोर बैठकीवर बसत ते म्हणाले, 'सुनीता, या दिवसाचीच मी वाट पाहात होतो. या आत्मविश्वासाची फार गरज होती. तेवढंच तुझ्याजवळ कमी होतं. जे मनाला आवडेल ते वाजव.'

मी सतार उचलली. 'मधुवंती'चे बोल सतारीतून निघू लागले. एका अनोळख्या आनंदात मग्न होऊन मी सतार छेडीत होते. जयशंकर शांतपणे ऐकत होते. पण त्यांच्या अस्तित्वाचीही जाणीव मला राहिलेली नव्हती. तो आनंद प्रथमच मी अनुभवीत होते. जेव्हा सतार थांबली तेव्हा जयशंकरांच्या डोळ्यात पाणी तरळल्याचा मला भास झाला. ते म्हणाले,

'सुनीता, आज दादासाहेब हवे होते. केव्हा येणार आहेत?'

'येतील दोन दिवसांत. का?'

'त्यांना मला सांगायला हवं की, तुमच्या मुलीनं सतार आत्मसात केली आहे. जे मला मिळवायला इतकी वर्षं लागली, ते तू तीन-चार वर्षांत केलंस. फार समाधान वाटलं सुनीता.'

'काल रात्री वाजवलात तो कोणता राग?' मी एकदम विचारले.

जयशंकर चपापले. आपले काळेभोर नेत्र माझ्यावर स्थिर करीत ते म्हणाले, 'जागी होतीस?'

'हो! मला शिकवाल तो राग? नाव काय त्याचं?'

'अहिर भैरव–' एक उसासा सोडून ते म्हणाले, 'सुनीता, खुळी आहेस तू. गेली बारा वर्षे मी तो राग आळवतो आहे. पण माझ्या आयुष्याची पहाट झाली नाही.'

'का? तुम्हाला कोणी नाही?'

'तू आहेस ना?' ते चटकन बोलून गेले. ते लक्षात येताच स्वत:ला सावरत सतारीकडे बोट दाखवून म्हणाले, 'ही आहे.'

त्या दोन शब्दांनी माझं सारं अंग पुलकित झालं. अनोळख्या लाजेनं मी चूर झाले. तोवर मला त्या लज्जेचा अनुभव नव्हता. तार छेडताच खालच्या त्याच सुराच्या तरफेनं साथ द्यावी तसं मला झालं. तीच अवस्था जयशंकरांची झाली होती. ते एकदम गंभीर झाले व म्हणाले–

'सुनीता, मी जे बोललो ते विसरून जा. मी ते बोलायला नको होतं. साऱ्यांच्याच जीवनात कुणी ना कुणी असतंच असं नाही. काहींचं जीवन अखेरपर्यंत उजाड राहतं--ओसाड घरासारखं! त्यासाठी कुणी खंत करीत नाही आणि तेच ठीक आहे. जा तू आता. उद्यापासून मी तुला 'अहिर भैरव' सांगेन.'

मी जड मनानं उठले. दुसरे दिवशी त्या रागाची सुरावट सांगताना ते म्हणाले, 'सुनीता, साऱ्या आयुष्यात मी एवढंच कमावलं आहे. या रागाचे गत तोडे मी बसविले आहेत तेही माझ्याबरोबर संपावेत असं वाटत होतं; पण तुला ते देतानाही समाधान वाटतं आहे. फक्त एवढंच कर की, ज्याला खरोखर संगीतातलं काही कळतं त्याच्याचपुढे ही गत छेड. एवढं केलंस तरी मला सारं काही मिळालं, असं मी समजेन. उचल सतार.'

दादा दोन दिवसांत येणार होते. त्यांचा मुक्काम वाढला. ते येईपर्यंत मी 'अहिर भैरव' आत्मसात केला होता. दादा ज्या दिवशी आले त्या दिवशी सायंकाळी दादांनी मला हाक मारली. दादा जयशंकरांच्या खोलीत होते. मी तिथं जाताच जयशंकर म्हणाले–

'दादासाहेब, आपली सुनीता सतार वाजवू शकते हे आज मी मोठ्या समाधानानं सांगू शकतो. त्याचसाठी मी तुम्हाला बोलावलं. सुनीता, सतार घे.'

मी सतार घेतली. विलक्षण समाधानानं मन मोहरलं होतं. मी विचारलं, 'अहिर भैरव?'

ते हसले व म्हणाले, 'ठीक.'

अहिर भैरवचे गंभीर बोल उमटू लागले. सारं चित्त एकाग्र करून मी सतार छेडीत होते. जेव्हा सतार खाली ठेवली तेव्हा जयशंकर म्हणाले–

'पाहिलंत दादासाहेब! याचं सारं श्रेय तिला आहे. तिनं अविश्रांत घेतलेल्या मेहनतीला आहे.'

'छे:! याचं श्रेय तुम्हांला. तुम्हीच शिकवलंत.' दादा म्हणाले.

'नाही! ते तिचंच आहे. दादासाहेब, सतार वाद्य असं आहे की ते नुसतं शिकवून शिकता येत नाही. सूर शिकवता येतील, पण सतारीला बोलायला लावणं! छे! त्याला कलावंताची मेहनत हवी.'

दादांच्या डोळ्यांत पाणी तरळल्याचा भास झाला. ते भरल्या आवाजानं म्हणाले, 'जयशंकर, आजचा दिवस मोठा भाग्याचा. मी तुमचा कसा उतराई होऊ? हिनं गावं ही माझी इच्छा, पण ती सफळ होऊ शकली नाही. त्याचं मला फार दु:ख होई. आज ते समाधान मला मिळालं आहे. तेही तुमच्यामुळं. जसं हे समाधान मिळालं तसंच दुसऱ्या मोठ्या जबाबदारीतून पार पडलो की मिळेल. जयशंकरजी, तुम्ही या घरी परके नाही. हिचं लग्नही लवकरच करण्याचा माझा विचार आहे.'

मी चमकून दादांच्याकडे पाहिलं. जयशंकर अस्वस्थ झाले. त्यांनी विचारलं–

''स्थळं पाहिलंत वाटतं?'

'हो! त्याचमुळं माझा मुक्काम वाढला. बहुतेक सारं ठरल्यातच जमा आहे. त्यांना मुलगी पसंत पडली की झालं आणि त्यात मला संशय नाही. तुम्हांला काय वाटतं?'

मी तशीच बसून राहिले. सारा जीव गोळा करून मी ऐकत होते. जयशंकर म्हणाले–

'न पसंत पडायला काय झालं? सुनीतासारखी पत्नी लाभणं कुणीही आपलं भाग्य समजेल. काय करतात ते?'

'मोठे इंजिनियर आहेत. एवढ्या लहान वयात मोठा मान मिळवणारे फार थोडे. महिना दीड हजार रुपये प्राप्ती आहे. आहात कुठे? घरचेही फार श्रीमंत. आणि जयशंकर, हा जोडा जमला तर अगदी लक्ष्मी-नारायण! रूपानंही मुलगा फार चांगला आहे. उंचपुरा-गोरामोमटा...'

मी उठले आणि बाहेर पडले. दादांना वाटलं मी लाजून पळाले म्हणून. त्यांचं मोठ्यानं हसणं माझ्या कानावर आलं, पण त्यांचं एकट्याचंच.

ज्या दिवशी तुम्ही मला पाहायला आलात, त्या दिवसापर्यंत मी फार अस्वस्थ होते. जयशंकरांचं शिकवण्याकडे लक्ष नव्हतं. ते क्वचितच आपल्या खोलीबाहेर पडत. रात्री अपरात्री त्यांच्या खोलीतून सतार ऐकू येई. दादांच्या उत्साहाला मात्र सीमा नव्हती. ज्या दिवशी तुम्ही मला पाहायला आलात त्या दिवशी तुम्हाला आठवत असेल, जयशंकरांना मुद्दाम आपल्या खोलीतून बोलावून आणावं लागलं. तुम्ही, तुमचे मित्र, दादा, सारे बोलत होतात, पण जयशंकर स्वस्थ बसून होते. मी खोलीत प्रवेश केला तेव्हा प्रथम लक्ष जयशंकरांच्याकडे गेलं. त्यांची सारी ऐट उसनी होती. मी बेचैन झाले. मला पाहण्याचा कार्यक्रम पार पडला. दादा म्हणाले–

'आमची सुनीता सतार छान वाजवते, जयशंकरांच्याकडे बोट दाखवून ते म्हणाले, 'यांनीच शिकविली.'

'तुम्ही हसून म्हणालात, 'असं का! छान! पण मला संगीतांतलं फारसं समजत नाही. आवड थोडी कमीच.'

दादा एकदम गंभीर झाले. क्षणभर शांतता पसरली. तुमचे मित्र म्हणाले, 'मग सतार ऐकलीच पाहिजे.'

सतार आणवली गेली. एका मुलीच्या पाहण्याच्या प्रसंगी त्या मुलीची काय अवस्था असते, हे तुम्हांला कळणार नाही. मी पुरी बावरले होते. मी सतार उचलली. काय वाजवावं हे कळत नव्हतं. नकळत नुकताच वाजवलेला अहिर भैरव मी छेडू लागले. अचानक जयशंकर उठून गेले तेव्हा माझी चूक माझ्या लक्षात आली; पण फार उशीर झाला होता. कसाबसा मी तो राग संपवला. तुमी सारे निघून गेलात. जाताना मी पसंत होते हे सांगूनही मोकळे झालात. पण माझं मन जाणण्याचा कुणीच प्रयत्न केला नाही.

दादांनी मला जरूर तुमच्याबद्दल विचारलं. त्यात नुसता औपचारिकपणा होता, असंही मी म्हणत नाही. दादांचं माझ्यावरचं प्रेम मला माहीत होतं. त्यांना हे लग्न ठरल्यासारखं होतं. त्यांचा आनंद अमर्याद होता. तो दुखवायला माझं मन तयार नव्हतं. आणि तो दुखवायचा तरी कशाच्या जोरावर? त्याला फार मोठं बळ हवं होतं. आजवर कुठलीच मुलगी जे पित्याला सांगू धजली नाही ते मी तरी कशी सांगू शकणार होते?'

दुसरे दिवशी नेहमीप्रमाणे मी चहाचा कप घेऊन जयशंकरांच्याकडे गेले. त्यांनी कप घेतला व ते म्हणाले, 'नक्की झालं?'

मी होकारार्थी मान हलवली.

'छान झालं! मुलगा मला आवडला, पण तुमची संमती आहे ना?'

मी काही बोलले नाही. जयशंकर घसा खाकरून म्हणाले, 'मग ठीक; मला त्याबद्दल शंका होती.'

'का?' एकदम मी विचारले.

स्वत:ला सावरत ते म्हणाले, 'काही कारण नाही, नुसतं वाटलं. पण काल तुम्ही आहिर भैरव छेडायला नको होता.'

जयशंकरांनी वापरलेला 'तुम्ही' शब्द मला चाबकासारखा लागला. निदान त्यांनी तरी मला ओळखायला हवं होतं, असं मला वाटलं. माझा अभिमान जागा झाला. मी विचारलं–

'का?'

'तसं मी सांगितलं होतं, नाही का?' ते शांतपणे म्हणाले.

'पण त्यांना संगीत समजत नाही असं कोण म्हणतं?'

क्षणभर माझ्या नजरेला नजर देऊन ते म्हणाले, 'वा! एवढ्यात त्यांचा अभिमानही तुम्हाला वाटू लागला तर! ठीक आहे, जा तुम्ही.'

दुसरे दिवशी त्यांना चहा देण्याचं धैर्य मला झालं नाही. नोकराकरवी पाठवला. त्यांनी तो घेतला. चार दिवसांनी एकदम घरात धावपळ सुरू झाली. तुमची नेमणूक कलकत्त्याला झाली होती. पंधरा दिवसांचीही मुदत नव्हती. तुम्ही कामावर जाण्याआधी लग्न पार पडावं ही तुमच्या वडिलांची इच्छा होती. दादांनी त्यांना संमती कळवली. दररोज तारा पत्रं होत होती. घरात धावपळ सुरू होती.

एके दिवशी सकाळीच दादा माझ्या खोलीत आले. मला पाहताच ते म्हणाले–

'सुनीता, तुला समजलं का?'

'काय?'

'तू जयशंकरांना भेटली नाहीस?'

मी नकारार्थी मान हलवली.

'ते उद्या जाताहेत. फारच विक्षिप्त गृहस्थ. मी आग्रह केला; पण लग्नापर्यंत थांबणं त्यांना अशक्य आहे, असं ते म्हणतात. कसलं तरी मोठं दु:ख त्यांना झालं आहे. तूही त्यांना विचारून बघ. ते राहिले तर फार बरं होईल. कदाचित तुझं ते ऐकतील.'

दादा जाताच मी सुन्न होऊन जागच्या जागी उभी राहिले. जयशंकर जाणार ही कल्पनाही मला असह्य होत होती. पण त्यांना थांबवू शकण्याचं धैर्य माझ्या ठायी नव्हतं, हेही मी जाणलं होतं.

जेव्हा मी त्यांच्या खोलीत गेले तेव्हा ते पलंगावरून पडून होते. उठत ते म्हणाले,

'या!'

माझं सारं अंग थरथरत होतं. अश्रू माझ्या डोळ्यात गोळा झाले होते. त्यांनी एकवार माझ्याकडे पाहिलं आणि ते म्हणाले–

'दादासाहेबांनी तुम्हाला सांगितलं वाटतं?'

'आपल्याला राहता येणार नाही का?' मी कसंबसं विचारलं.

'मी राहणं योग्य नव्हे, हे तुम्हांलाही समजतं. तुम्ही...'

'पण मी काय केलं? माझ्यावर का रागावलात? आजवर मला आहो जाहो म्हटलं नाहीत. लग्न ठरलं हा का माझा अपराध?...' पुढं मी बोलू शकले नाही. जयशंकर गडबडीनं म्हणाले–

'नाही सुनीता, तो अपराध नाही. ते भाग्यलक्षण आहे. माझंच चुकलं. पूस ते डोळे. ज्याच्या जीवनाला काही अर्थ असेल त्याच्यासाठी माणसानं डोळ्यात पाणी

आणावं. तुझ्या विवाहाआधी जातो, त्याबद्दल राग मानू नको. त्या मंगलप्रसंगी तुला देण्यासारखं माझ्याजवळ काही नाही. आहे ती माझी सतार; तिनं मला आयुष्यभर सोबत दिली. ती मी तुला ठेवून जात आहे. तिला सांभाळ. मायेबिना माणसंदेखील गंजतात. तिचंही तसंच आहे. मेहनत सोडू नको.'

'जाण्याआधी तुमचा आशीर्वाद मला हवा.' म्हणत मी पाऊल उचललं; पण त्याच क्षणी मागं सरत ते म्हणाले–

'सुनीता, गुरुशिष्याच्या नात्यानं मी तुला कधीच शिकवलं नाही. पाया पडण्याची काही आवश्यकता नाही. आशीर्वाद म्हणशील तर त्याचीही गरज नाही. कारण तुझं चांगलं व्हावं याखेरीज माझी काहीही इच्छा नाही; जा तू.'

दुसरे दिवशी जयशंकर निघून गेले. माझ्या खोलीतून मी त्यांना गाडीत चढताना पाहात होते. एके दिवशी ते आले तेव्हा त्यांच्याबरोबर फक्त एक सतार होती. आता जाताना ते एकटे जात होते. कुठे ते मला माहीत नव्हतं. कुणाला माहीत असेल यावर माझा विश्वास नव्हता.'

सुनीताने डोळे टिपले. काय बोलावे ते मला सुचेना. काहीतरी विचारायचे म्हणून मी विचारले, "आणि त्यानंतर ते तुला कुठेच भेटले नाहीत?"

"भेटले असते तर" खिन्नपणे हसत सुनीता म्हणाली, "तुम्हालाही ते भेटलेच असते."

◆

९. तरफ

मेहबूब चाचाचे सतारीचे दुकान पेठेच्या वळचणीला होते. सहा-सात हात लांबीरुंदीचे छोटेखानी दुकान; तेवढाच आत आणखीन एक खण. ते त्यांचे घर. मेहबूब चाचाचे वय साठीच्या आसपास होते. सकाळच्या वेळी दुकानात बसून कातरीच्या पानाने तो भोपळा कोरीत होता. वरच्या छताला पाच-पंचवीस भोपळे टांगलेले होते. एका कोपऱ्यात कोरलेल्या दोन दांड्या होत्या. दुकानाच्या पुढच्या बाजूला धार लावायचे चाक होते. हत्यारांच्या पेट्या होत्या. एक जुनाट बाकडे दुकानाच्या भिंतीला लावून ठेवले होते. म्हातारा भोपळा साफ करीत होता. तोच आतून आवाज आला,

''चाचा!''

''जन्नत! बेटा क्या है?'' मेहबूबने वळून विचारले.

जन्नत दरवाज्याच्या चौकटीजवळ आली. रस्त्यावर नजर टाकून ती म्हणाली, ''घर में चावल नै. किसनचंद उधार देत नाही म्हणतो.''

''अस्सं! ठीक आहे बेटा. मी सांगेन त्याला.''

''चाचा!'' आर्जवाने जन्नत म्हणाली, ''ऐकायचा नाही तो.''

''बघू तरी. तू जा. मी चावल आणून देईन.''

क्षणभर जन्नत तशीच उभी राहिली. आपली मळकी ओढणी सावरीत ती माघारी वळली. मेहबूबने बसल्या जागी निःश्वास सोडला. भोपळ्याचे काम थोडेच राहिले होते. भोपळा साफ करण्यासाठी त्याने परत कातरीचे पान उचलले. एवढ्यात त्याच्या कानावर हाक आली.

''मेहबूब–''

"कौन?'' म्हणत म्हाताऱ्याने मान वर केली. रस्त्यावर ख्वॉजासाहेब उभे होते. ख्वॉजासाहेब म्हणजे मिरजेतली बडी असामी. त्यांच्या शेजारी एक अनोळखी तरुण उभा होता. मागे परतविलेले केस त्याच्या मानेवर रुळत होते. कशिद्याचा पांढराफेक लखनवी मलमली कुरता त्याने धारण केला होता. काळ्याभोर डोळ्यात सुरमा घातल्याने ते अधिक रेखीव भासत होते. धारदार नाकावर घर्मबिंदू गोळा झाले होते. ओठावर हसू होते. त्या तरुणाला निरखीत मेहबूब गडबडीने उठला. आपली चौकड्याची लुंगी सावरीत तो म्हणाला, "ख्वॉजासाब, आईये, आईये..''

हसत ख्वॉजासाब पायऱ्या चढले. पाठोपाठ तो तरुण आला. खांद्यावरच्या फडक्याने बाकडे झटकीत मेहबूब म्हणाला, "बैठिये हुजूर–''

दोघेही बसले. मेहबूबला काही सुचत नव्हते. एवढ्या सकाळी ख्वॉजासाब का आले याचे कोडे त्याला सुटत नव्हते.

"मेहबूब!'' ख्वॉजासाब म्हणाले, "हे मेहमान आले आहेत. यांचं नाव शौकतअली.'

त्या तरुणाने नमस्कार केला. ख्वॉजासाब म्हणाले, "यांचे वडील रहमानखान माझे दोस्त. हे सतार छान वाजवतात. येथे दर्ग्याच्या उरुसासाठी आले आहेत. सतार वाजविणार आहेत.''

मेहबूब चाचाला अद्याप कोडे सुटत नव्हते. तो मान डोलवीत होता. ख्वॉजासाहेबांनी त्याला फार वेळ कोड्यात ठेवले नाही. ते म्हणाले,

"जयपूरला असतात हे. इथे आलेच आहेत. मिळाली तर यांना एक सतार हवी आहे. पेठेतली सारी तयार हत्यारं यांनी पाहिली, पण यांना काही पसंत नाही.''

"पण हुजूर! मी सतार बनवीत नाही हे माहीत आहे आपल्याला.''

"हो, पण समजलं, की तुझ्याजवळ फैजच्या हातचं एक हत्यार आहे म्हणून.''

उसासा सोडून मेहबूब म्हणाला, "हां! एक आहे.''

"मग दाखवतोस?'' ख्वॉजासाहेबांनी विचारलं.

"इथं नाही.''

ख्वॉजासाब म्हणाले, "समजलो. तिकडे जाऊ आपण. चल!''

मेहबूब गडबडीने म्हणाला, "ये कैसे हो सकता है? आपल्यासारखे मेहमान आले. चाय तरी घ्याल की नाही? मग जाऊ.'' आणि आत वळून त्याने हाक मारली, "बेटी जन्नतबी!–''

जन्नत दाराशी आली. मेहबूब म्हणाला,

"देख बेटी, कौन आये है।''

जन्नतने ओढणी सावरली. ती एक पाऊल पुढे आली आणि तिने कुर्निसात केला. ख्वॉजासाब म्हणाले, "खुश रहो बेटी!''

शौकतची नजर सहज वर गेली. क्षणभर दोघांच्या नजरा भिडल्या. जन्नतने एक साधी निळ्या रंगाची सलवार नेसली होती. पिवळ्या मलमलीची ओढणी तिच्या मस्तकावर होती. तिचा गौर वर्ण, काळेभोर केस, पातळ ओठ, विशाल भालप्रदेश शौकतच्या नजरेत आला. असल्या मामुली जागी असे सौंदर्य त्याने अपेक्षिले नव्हते. त्याची नजर खाली वळली. ओढणी सावरून जन्नत मागे सरकली.

चहाचे पेले आणून तिने मेहबूब चाचाच्या हाती दिले. दोघांना चहाचे पेले देत मेहबूबने विचारले, ''आपल्याला एकही हत्यार पसंत नाही?''

शौकतने नकारार्थी मान हलवली. ख्वॉजासाब म्हणाले, ''तसे पाहिलं तर यांची एक सुरेख सतार आहे. तशी काही खास चीज असेल तरच यांना हवी आहे.''

जन्नत वळत म्हणाली, ''चाचा! आमची सतारही काही खास चीज नाही. उगीच त्यांना त्रास कशाला देता?''

मेहबूब जन्नतकडे पाहातच राहीला. ख्वॉजासाब म्हणाले, ''तकलीफ काहेकी बेटी? मेहमानांना मिरज पाहिल्यासारखे होईल.'' तिघे दुकानाबाहेर पडले. वाटेने जाताना मेहबूबला शौकतने विचारले, ''चाचा, मग सतार इकडं कुठं ठेवली?''

''काय सांगू? मिरजेत जे हत्यार तयार होतं ते आख्ख्या भारतात तयार होत नाही. आप तो जानतेही होंगे, सतारीच्या पेठा दोन-लखनौ आणि मिरज. आमचा तो पिढीजात धंदा आहे. जसा धंदा तसंच नशीब.''

''म्हणजे?''

''हां! लपवू कशाला? वर्षाकाठी कुठंतरी एखादं हत्यार चांगलं तयार होतं. एवढी किंमत देणारं गिऱ्हाईक मिळत नाही. चांगल्या दुकानात फार तर दोन-चार मामुली सतारी. एखादी तानपुऱ्याची जोडी. चार-दोन बुलबुल. हाच वर्षाकाठीचा व्यापार. नशिबानं भारी हत्यार तयार झालं तर वर्षानुवर्ष त्याला गिऱ्हाईक मिळत नाही. दुकानाचा व्यापार होतो त्यावर चालत नाही– चांगल्या हत्यारापेक्षा चांगल्या गिऱ्हाइकाची फार कमतरता. तसं गिऱ्हाईक सापडेपर्यंत हत्यार घरी ठेवून परवडत नाही. मग गिरवी ठेवायचं. घर कसंबसं चालवायचं.''

''मग दिल्लीला सतारी दिसतात त्या?''–

''हां! बरं विचारलंत. हे व्यापारी लोक असतात ना? हे येतात. एकदम दहा-पाच नग उचलतात. नड साऱ्यांनाच असते. येईल त्या किमतीला देऊन टाकतात. त्यांचा व्यापार होतो; आमचा नाही.''

एव्हाना घर आले होते. दोघांना रस्त्यावर उभे करून मेहबूब आत गेला. थोड्या वेळाने बाहेर येऊन त्याने दोघांना आत नेले. आतून एका माणसाने गवसणी आणली. शौकत अधीर होऊन पाहात होता. मेहबूब चाचाने गवसणी खोलली आणि सतार बाहेर काढली. काळीभोर कमलपत्तीदार सतार नजरेत भरत होती.

इतकी प्रमाणबद्ध सतार शौकतने पाहिली नव्हती. वेलपत्तीचे काम भारी होते. अतृप्त नजरेने शौकत पाहात होता. ख्वॉजासाब उद्‌गारले, "वा! क्या चीज है!"

"आपण ही बनवलीत?" शौकतने विचारले.

भानावर येऊन सतारीवरची दृष्टी काढून मेहबूब म्हणाला, "नाही. मला सतार बनवणं आयुष्यात जमलं नाही. माझा भाऊ होता– फैज. त्याचं नाव काढलं तरी अजून सतारिये कानाच्या पाळ्या पकडतात. त्याच्या हातची ही अखेरची चीज आहे. हिची तारीफ काय करावी? आजकाल बाजारात सागवानी लाकूड आणि अभ्रकाची कलाबूत पाहायला मिळते. हे लाकूड तूनचं आहे. ही कुसर हस्तिदंती आहे. तेरा तरफांची सतार आहे. पण वजन? उचलून पाहा. गुलाबाचं फूल आहे! आमच्या घराण्याची इज्जत आहे ही!"

"काय किंमत आहे सतारीची?"

"कोण सांगणार? मी?" मेहबूब म्हणाला, "नाही जनाब. या सतारीचा दुसरा हक्कदार आहे. जन्नतबी आहे ना? तिला विचारायला हवं! तिच्याच बापाच्या हातची ही सतार आहे. ही सतार फैजनं करायला घेतली आणि जन्नत जन्माला आली. त्यानं ही सतार बेचली नाही. त्याच्या मागं मला बेचायला धीर झाला नाही. नशिबानं पाठ धरली. नाइलाज झाला आणि ही इथे आली. पण बेचली नाही. सतार जुळवून पाहणार?"

"नको." शौकत म्हणाला, "त्याची गरज नाही. पाहिल्यायाबरोबर कळतं हत्यार काय आहे ते! सुंदर आहे सतार. सतार विकली नाहीत तरी पाहायला मिळाली हे समाधान काय थोडं आहे? उद्या आम्ही येऊ तेव्हा सांगा!"

दुसऱ्या दिवशी शौकत पुन्हा दुकानी आला. म्हातारा भोपळे साफ करीत होता. त्याने शौकतचे स्वागत केले. शौकत बाकावर बसला. पण मेहबूब काही न बोलता भोपळा साफ करीत होता. शौकतने विचारले,

"चाचा! काय झालं?"

"कशाबद्दल?"

"सतारीबद्दल?"

"हां हां! सतार! शौकतसाब, मजबूर हूँ! सतार द्यायची नाही!"

शौकत याच उत्तराला भीत होता. त्याच्या कपाळी सूक्ष्म आठी पडली. तो म्हणाला. "आपण किमतीबद्दल शंका धरू नका; पण सतार द्यायची नाही. मी लाचार आहे." मेहबूब म्हणाला. आत पावले वाजली. दाराशी जन्नत चहाचा कप घेऊन उभी होती. मेहबूब उठलेल्या शौकतकडे पाहात म्हणाला, "चाय पिऊन–"

"नको." म्हणत शौकतने पाऊल उचलले आणि भरभर पायऱ्या उतरून तो रस्त्याला लागला. जन्नत दारातून शौकतची उंचीपुरी पाठमोरी आकृती पाहात होती.

तिचे डोळे भरून आले. मेहबूब वैतागाने म्हणत होता, ''बेटी! ही सतार घर बरबाद केल्याखेरीज राहणार नाही. ऐकून ठेव!''

पण ते ऐकायला जन्नत दाराशी नव्हती.

दर्ग्याचे विस्तीर्ण आवार माणसांनी फुलून गेले होते. फुलांच्या माळांनी कबर सुशोभित केली होती. उदाच्या वासाने सारे वातावरण दरवळत होते. दूरदूरहून आलेले एक-एक कलावंत हजेरी लावीत होते. रात्र उलटत होती. मध्यरात्र उलटली आणि शौकतची पाळी आली. उत्सवाचे व्यवस्थापक सांगत होते.

''आता शौकतअल्लीचं सतारवादन होईल. शौकतअल्ली जयपूरचे आहेत. भारतात त्यांचं नाव सतारिये म्हणून मशहूर आहे. शौकतअल्ली...''

शौकत रंगमंचकावर आला. टाळ्यांचा कडकडाट झाला. हातातली सतार बैठकीवर ठेवून त्याने जागा घेतली. तबला जुळवला जात होता. आकाशात चंद्र चढत होता. मोकळ्या पटांगणात, वाढत्या थंडीत रसिक बसले होते. रसिकांना आदाब अर्ज करून शौकतने करंगळीचे नख मुलायमपणे तरफेवर फिरवले. सतार झणकारली. शौकतने सतार उचलली. तारा जुळविलेल्या आहेत याची काही क्षण खातरी करून त्याने पवित्रा घेतला. डोळे मिटले आणि सतारीतून बोल उमटले. आलापीची सुरावट ऐकताच जाणकार थक्क झाले. मैफल अर्ध्यावर असता शौकत आनंदभैरवी वाजवीत होता. पण त्याचा समाधिभंग करण्याचे धारिष्ट कुणाला झाले नाही. एवढा नाजूक, एवढा मुलायम हात कधी कुणी पाहिला नव्हता! प्रत्येक स्वराबरोबर श्रोत्यांची मने पिळवटून निघत होती. शौकत वाजवत होता. त्याच्या देखण्या चेहऱ्यावरचे व्याकूळ भाव स्पष्ट दिसत होते. आलापी संपली. झाला धरला गेला. जेव्हा झाला संपला आणि गत सुरू झाली, तेव्हा श्रोत्यांचे उरले-सुरले भान हरपले! मुक्तकंठाने ते वाहवा देत होते. मैफल रंगत होती.

गत संपली. शेवटचे सूर छेडून शौकत भानावर आला. त्याने दचकून डोळे उघडले. टाळ्यांचा पाऊस पडत होता. शौकतला आपण काय वाजवले याचे भान आले. त्याचा चेहरा शरमिंदा झाला. समोरच्या माईकपुढे वाकून तो म्हणाला, ''मैं शरमिंदा हूँ! भर मैफलीत मी भैरवी वाजवली. माझ्या लक्षात आलं नाही.''

पण शौकतने मैफल जिंकली होती. स्तुतीचा वर्षाव होत होता. मधेच भैरवी छेडल्याचे कुणालाच दु:ख नव्हते. ख्वॉजासाहेबांच्याबरोबर शौकत जेव्हा घरी आला तेव्हा ख्वॉजासाहेब म्हणाले, ''शौकत! आज भैरवी छेडून तू साऱ्यांना थक्क केलंस!''

''ख्वॉजासाब, कसं घडल काय सांगू तुम्हाला; खरंही नाही वाटायचं! हवी तर सतार बघा. नकळत तरफही भैरवीचीच जुळलेली होती.''

''काय झालं तुला?''

"तेच समजत नाही. काल सतार पाहिल्यापासून मन बेचैन आहे."

"सतारच पाहिल्यापासून ना?" –खोचकपणे ख्वॉजासाहेबांनी विचारलं.

"थट्टा नाही ख्वॉजासाहेब! पण ते अलौकिक हत्यार पाहिल्यापासून मन बेचैन आहे. ते मिळविल्याखेरीज मनाला शांती मिळायची नाही."

"तो नाद सोड. एवढी आवडली सतार तर उद्या ती बाजारात दाखवू. तशीच दुसरी बनवून देतील. अजून मिरजेची कला गेली नाही."

"नाही चाचा! सतार करतो म्हणून होत नाही. वाद्य तयार झाल्यावरच त्याची जात कळते."

"हां! तेही खरंच आहे. पण इलाज नाही."

दुसऱ्या दिवशी भर दोन प्रहरी शौकत मेहबूब चाचाच्या दुकानी गेला. मेहबूब दुकानात दिसत नव्हता. दुकानाच्या दारात उभे राहून शौकतने हाक दिली, "कोई है?"

क्षणभरात जन्नत दारात उभी राहिली. शौकतला पाहताच ती म्हणाली, "चाचा बाहेर गेलेत."

शौकत वळला. त्याच्या कानावर शब्द आले– "येतील येवढ्यात. बसावं."

भारल्यासारखा शौकत वळला आणि दुकानातल्या बाकावर येऊन बसला.

जन्नत दाराशी उभी होती. तिच्या चेहऱ्यावर खट्याळ हसू होते. ती म्हणाली, "राग नाही गेला?"

"छे! राग कसला? सतार तुमची. ती देणं न देणं हा हक्क तुमचा."

"काल आपली सतार ऐकली." विषय बदलीत जन्नत म्हणाली.

"तुम्ही आला होता?"

"हां!"

"आवडली सतार?"

"सच कहूँ?"

"हां हां!"

काही क्षण ती स्तब्ध उभी राहिली. दुसऱ्याच क्षणी ती म्हणाली,

"आलापी, गत आवडली."

"आणि झाला?"

"तेवढी तयारी वाटली नाही!"

शौकतचा अभिमान दुखावला गेला. त्याने विचारले, "सतार येते तुम्हाला?"

"त्याला सतार कशाला यायला हवी? सतार समजावयाला कानांची गरज. ते आहेत माझ्याजवळ."

शौकत पुरा अस्वस्थ झाला होता. तो काही बोलणार तोच खाकरणे कानावर

आले. मेहबूब दुकानात येत होता. जन्नत आत गेली. मेहबूब म्हणाला, ''आपण काल फार सुंदर सतार वाजवलीत.''

''तुम्ही आला होता?''

''नहीं तो? अशा थंडीत या वयाला जमत नाही. जन्नतबी म्हणत होती. फार तारीफ करीत होती तुमची. फार वेळ झाला येऊन?''

''नाही.''

''काही खास काम होतं?''

''हां! पुन्हा एकदा सतार बघाविशी वाटली.''

''ते हत्यारही तसंच आहे. जाऊ आपण.''

दोघे उठले. रस्त्यावरून जाताना मेहबूब सांगत होता, ''शौकतसाब! सतार नाही म्हटली म्हणून राग मानू नका. मी मजबूर आहे.''

''ते मला माहीत आहे. माझा राग नाही.''

''काय करू? फैज ही अमान मागं टाकून गेला. एक सतार आणि ही जन्नत. माझी बिबी मेली. मी परत शादी नाही केली, या जन्नतसाठी. आपली शादी झाली?''

''हां!'' शौकत म्हणाला.

''बच्चे!''

शौकत हसून म्हणाला, ''एक सौ दस.''

''थट्टा करता?'' मेहबूब थांबून म्हणाला.

''नाही चाचा, थट्टा नाही. माझं लग्न सतारीशीच झालंय.''

''अजून शादी नाही केली?''

''नाही. तो विचारच केला नाही.''

सावकाराचे घर आले. जेव्हा सतार आणली गेली तेव्हा ती पाहात शौकत बसला होता. काही वेळ तसाच गेला. शौकतने विचारले,

''कितीला गहाण टाकलीत?''

''अडीचशेला!''

शौकतने खिशातून पाकीट काढले. नोटा मेहबूबच्या हातात देत तो म्हणाला, ''हे देऊन टाका.''

''पण शौकतसाब...ही सतार...''

''मला माहीत आहे.'' मेहबूबला थांबवत शौकत म्हणाला, ''मी सतार सोडवली आहे– घेतली नाही.''

दुकानी येताच मेहबूबने सतार गवसणीतून बाहेर काढली आणि त्याने हाक मारली, ''बेटी जन्नत, देख.''

जन्नत दाराशी आली. सतार पाहताच तिचा क्षणभर नजरेवर विश्वास बसला नाही. शौकतकडे पाहताच तिचा संताप उफाळून आला. ती खोलीबाहेर येत म्हणाली, "कुणी आणली सतार? मी सांगितलं होतं ना की सतार विकायची नाही म्हणून?"

"सबूर बेटी! सतार बेचली नाही." मेहबूब म्हणाला.

"मग?"

"यांनी सोडवून आणली."

"का?"

"जरा सुनोगी?" शौकत शांतपणे म्हणाला, "ही सतार मी पाहिली आणि माझं मन जडलं,–हा काय गुन्हा नाही. वाटलं सतार अशी खितपत पडू नये. फार दिवस सतारीवर हात फिरला नाही तर तीही अबोल बनते. म्हणून सोडवून आणायचं धाडस केलं. जेव्हा शक्य होईल तेव्हा मला परत कर– घेईन मी ते!"

जन्नतचे डोळे भरून आले. ती झरकन आत गेली. जेव्हा चहा घेऊन ती आली तेव्हा तेथे मेहबूब सतार निरखीत बसला होता. तिने विचारले, "शौकतसाब किधर गये?"

"वो तो गये बेटी!"

"केस पिकले तरी अक्कल नाही चाचा तुला! त्यांनी येवढे उपकार केले, साधा चहा घ्या म्हटलं नाहीस!"

"चुकलं बेटी. कसूर झाली खरी! ही सतार एवढ्या दिवसांनी घरी आली आणि काही सुचलं नाही."

ख्वॉजासाब रात्री शौकतच्या खोलीत आले. शौकत उठत होता. त्याला बळेच झोपवत ख्वॉजासाब म्हणाले, "झोपला नाही?"

"झोप आली नाही."

"मग दर्ग्यात जाऊ या?"

"नको."

ख्वॉजासाब खुर्चीवर बसले. ते सिगारेट पेटवीत म्हणाले,

"सतार सोडवलीत ना?"

"कुणी सांगितलं?"

"समजलं!" हसून ख्वॉजासाब म्हणाले.

"हां! चांगलं हत्यार गहाण पडलेलं बरं नाही वाटलं."

"ठीक केलंत."

"ख्वॉजासाब! उद्या जातो मी."

"एवढ्या लवकर?"

"मुंबईला थांबून जाईन."

"ठीक आहे."

ख्वॉजासाहेब दार ओढून बाहेर गेले. बरीच रात्र होईपर्यंत शौकतला झोप लागली नाही.

दुसऱ्या दिवशी निरोप घेण्याच्या उद्देशाने ख्वॉजासाब आणि शौकत मेहबूबकडे गेले. मेहबूबच्या दुकानी जाताच शौकतचे पाय थबकले. आतून सतारीचा आवाज येत होता. दोघांना पाहताच मेहबूब अवघडून बसला होता. सतार थांबली. दोघे दुकानात चढले. शौकतने विचारले, "कोण वाजवत होतं सतार?"

"जन्नतबी–" मेहबूब म्हणाला.

"सतार येते त्यांना?"

"येते?" मेहबूब म्हणाला, "जन्नतचा बाप फैज काय सतार वाजवत होता हे ख्वॉजासाबना विचारा. त्याचीच ही मुलगी. लहानपणापासून सतार वाजवत, ऐकत वाढली. दुकानात हत्यार तयार झालं की फैज जन्नतच्या हाती द्यायचा. तिच्या हातात बरकत आहे म्हणायचा."

ख्वॉजासाहेब घसा खाकरून म्हणाले, "मेहबूब! आज मेहमान जाणार. निरोप घेण्यासाठी आलेत ते."

जन्नतने हाक मारली, "चाचा! जरा अंदर आव तो."

मेहबूब आत गेला. जेव्हा तो बाहेर आला तेव्हा त्याचा चेहरा प्रसन्न दिसत होता. हातातली सतार खाली ठेवीत तो म्हणाला, "शौकतसाब! सतार द्यायची आहे."

शौकतने सतारीकडे पाहिले आणि उसासा सोडून तो म्हणाला, "माझ्या वतीनं शुक्रिया अदा करा. काल तुम्ही हे म्हणाला असता आणि सतारीचे हजार रुपये सांगितले असते तरी ते देऊन सतार घेण्याविना गत्यंतर नव्हतं. त्याशिवाय जिवाला चैन पडली नसती."

"अब क्या हुआ?"

"कुछ नही! पण इथेसुद्धा सतारीची कदर होईल ही खातरी आहे. इथे राहिली तरी वाईट वाटणार नाही."

"शौकतसाब! काहीतरी बोलू नका. खरंच तुम्ही घेऊन जा. तुमच्या हाती ही आमच्या घराण्याची अमानत सुखरूप नसती तर बेटीनं इजाजत दिली नसती."

शौकत सतार निरखीत म्हणाला, "हिची किंमत?"

"जी कराल ती मंजूर आहे."

"तुम्ही सांगा ना!"

दाराशी जन्नत आली. कशीबशी म्हणाली, "चाचा! त्यांना सांगा, किंमत

मिळाली. गहाण पडलेली सतार सोडवून आणली त्यातच किंमत आली.''

"खरं आहे. घेऊन चला सतार.'' मेहबूब म्हणाला, "एका अमानतीतून सुटलो. आता एकच राहिली.''

शौकतने एकवार मेहबूबकडे पाहिले, आणि तो म्हणाला, "चाचा! पहचान थोडी. जबान जादा करतो म्हणून रागावू नका. सतार नुसत्या वरच्या तारेवर बोलत नाही. तिला तरफेची जोड लागते. वरच्या तारा आणि तरफ वेगळी करता येत नाही. सतार घेऊन जाईन पण तरफ इथेच राहील! सतार द्यायची तर पुरी द्या. ते माझं भाग्य समजेन.''

मेहबूबला काही कळत नव्हते. ख्वॉजासाब म्हणाले, "अरे मूरख! हा तुझ्या जन्नतला मागणी घालतो आहे. मी याचं खानदान ओळखतो. हो म्हण.''

मेहबूबला कापरा सुटला. त्याचा कानांवर विश्वास नव्हता. तो म्हणाला,

"थट्टा करता का गरिबाची?''

"नाही चाचा! ख्वॉजासाब म्हणतात ते ठीक आहे. माझ्या तकदीराची मी परीक्षा पाहतो आहे...''

"हो म्हण मेहबूब! माझ्यावर विश्वास ठेव.'' ख्वॉजासाहेब अधीरतेने म्हणाले.

मेहबूब खालच्या सतारीकडे वेड्यासारखा पाहात होता. स्वत:शी बोलल्यासारखा तो म्हणाला, "ताज्जूबकी बात है ख्वॉजासाब! फैज मरायला टेकला तेव्हा म्हणाला होता, भय्या, मी निघालो. सतार आणि जन्नत तुझ्या हाती दिली आहे. पण जन्नतची काळजी करू नको. ही सतार तुला तिच्या काळजीतून सोडवील.''

"मग बात पक्की?''

"जरा आत विचारून–''

ख्वॉजासाब एकदम म्हणाले, "हां, हां! या सतारीबद्दल जन्नतला विचारलंस ते पुष्कळ झालं. आता आतल्या सतारीबद्दल तूच सांग.''

–आणि ख्वॉजासाहेबांच्या हसण्यात मेहबूबचा आवाज मिसळला.

◆

१०. कौन भ्रम ऽ भूले....

वाढत्या रात्रीबरोबर चांदणी चौकातील दिवे हळूहळू विझू लागले होते. रस्त्यावरची वर्दळ कमी होत होती. अशा वेळी एक शाही मेणा त्या रस्त्यावरून किल्ल्याच्या दिशेने जात होता. पाठीमागून मोगलाई अंगरखा, पागोटे परिधान केलेला तरुण चालत होता. दुडक्या चालीने जाणाऱ्या त्या मेण्यापुढे एक इसम मशाल घेऊन धावत होता. अचानक मेण्यातून टाळीचा आवाज आला. मेणा थांबला. मेण्यातून हाक आली–

"चक्रधर–"

"जी हुजूर–" म्हणत चक्रधर पुढे धावला.

"शूऽऽ" म्हणत ओठावर बोट ठेवत मेण्यातल्या व्यक्तीने बाहेर डोकावले. चांदणी चौकातील साऱ्या इमारतींवर काळोख पसरला होता. फक्त एका इमारतीच्या वरच्या मजल्यावर प्रकाश दिसत होता. तेथूनच संगीताचे, नूपुरांचे आवाज कानावर येत होते.

"वाऽऽ क्या आवाज! कौन गाता है?" त्या मेण्यातल्या व्यक्तीने विचारले.

"होगी कोई नाचनेवाली!" चक्रधर म्हणाला.

"मेणा फिरवा! मी गाणं ऐकणार."

"आत्ता?"

"हां! अभी!"

चक्रधर अजीजीने म्हणाला, "हुजूर, मी आज चौकशी करीन. उद्या आपण गाण्याचा बंदोबस्त करू."

"मेणा फिरवायला सांग."

"पण हुजूर, आपल्याला अशा माडीवर...आधी खबर न देता जाणं शोभत नाही."

"मेणा फिरवतोस की मी उतरू?"

मेणेकरी चक्रधरकडे पाहात होते. त्याने खुणावताच मेणा फिरवला गेला. जेव्हा मेणा थांबला तेव्हा आतल्या व्यक्तीने बाहेर डोकावले. समोरच्या माडीवर उजेड दिसत होता. सारंगी-तबल्याच्या साथीवर सुरेल तान उठत होती. मेणा जमिनीला टेकताच ती व्यक्ती बाहेर आली. तलम चुणीदार अंगरखा त्या व्यक्तीने परिधान केला होता. त्या अंगरख्यावरील जरीची वेलपत्ती पलित्याच्या उजेडात चकाकत होती. गडबडीने सेवकाने जरीचा चढाव पुढे ठेवला. तो चढवीत असता त्या तरुणाचा तोल गेला. सेवकाने परत त्याला सावरले. एकवार सेवकाकडे पाहून तो तरुण हसला आणि त्याच्या खांद्याचा आधार घेऊन तो तरुण चालू लागला. माडीवर जेव्हा तो तरुण आला, तेव्हा त्या शृंगारलेल्या महालात बसलेल्या साऱ्यांचे लक्ष त्या तरुणाकडे गेले. तो नाकीडोळी रेखीव, गव्हाळी रंगाचा देखणा तरुण मानेवर रुळणाऱ्या काळ्याभोर केसांवरून हात फिरवत तो महाल निरखीत उभा होता. दिवाणखान्यातील मैफलीचे मानकरी धडपडत उठत होते. त्या तरुणाच्या शेजारून अंग चोरून बाहेर पडत होते. पाहता पाहता दिवाण-खाना रिकामा पडला. आता फक्त त्या महालात चारी बाजूंनी घातलेली लोड-तक्क्यांची बैठक, अधून-मधून तबकात ठेवलेल्या सुरया, पेले, पानदाने एवढेच नजरेत भरत होते. ते न्याहाळत तो तरुण उभा असताना त्याच्या कानावर नूपुरांचा झणत्कार आला. त्याने मान वळवली. एक तरुणी हलक्या पावलांनी त्याच्याकडे येत होती. प्रत्येक पावलागणिक पायांत बांधलेल्या चाळांचा झणत्कार उठत होता. पावलांच्या हालचालीबरोबर हेलकावे घेणारा, किनखापाचा घागरा चमकत होता. तिने तंग कंचुकी परिधान केली होती. तलम दुपट्ट्याचे खाली चेहरा झाकला होता. ती गौरांगी महालाच्या मध्यभागी आली आणि तिने लवून मुजरा केला. तो तरुण पुढे झाला आणि हळुवार हातांनी त्याने तिच्या मस्तकावरील अवगुंठन मागे सारले. दोन पाणीदार डोळे त्याचे रूप न्याहाळत होते. नाजूक ओठांवर मंद स्मित होते. तिचे ते लावण्य न्याहाळत तरुण हसला आणि त्याने विचारले,

"नाव काय तुझं?"

"गुलशन."

"गुलशन! मघाशी तू गात होतीस?"

"जी."

"खरं?"

"का?" तिने नजर उंचावत विचारले.

"एवढं रूप आणि गोड आवाज, खरं नाही वाटलं. मी आल्यामुळं मैफलीचा बेरंग तर नाही झाला?"

"छे! आपल्यासारख्यांचे पाय लागणं हेच मैफलीचं भाग्य."

"आमच्या चक्रधरनं आमची ओळख दिली वाटतं."

"त्यांनी सांगितलं नसतं तरी कळलं असतं. तानसेनच्या बिलासखानांना सारी दिल्ली ओळखते."

"का नाही! पण तानसेनमुळंच ही ओळख ना? आम्ही बसावं?"

गुलशन लाजली. गडबडीने तिने बैठकीकडे हात केला. बिलासखान बसताच तिने त्याच्या हाती मोतियाचा गजरा बांधला व ती म्हणाली,

"काय सेवा करू मी?"

"आम्हांला गाणं ऐकायचं आहे."

दासीने सुरई व मद्याच्या पेल्याचे तबक आणून ठेवले. गुलशनने खुणावताच साजिंदे आले. तबला-सारंगी जुळवली गेली. बिलासखान लोडाला टेकून हातातल्या गजऱ्याचा वास घेत मद्याने धुंद झालेल्या नेत्रांनी गुलशनचे सौंदर्य निरखीत होता. वाद्ये जुळवून होताच गुलशनने विचारले, "नुसतं गायलं तर चालेल?"

"हां." बिलासखान म्हणाला.

गुलशनने पायातले चाळ सोडले. तिने बैठक घेतली. काळाभोर पत्तीदार तानपुरा हाती घेतला. सारंगीतून स्वरमाला उमटली आणि गुलशनने विचारले, "काय गाऊ?"

"मघाशी जी गझल गात होतात ती."

गुलशनने मुजरा केला आणि एक चढ्या सुरातील तान घेऊन तिने गझल गायला सुरुवात केली.

"सैंया बिन नहीं काटत मोरी राऽत"

गुलशन गात होती. तिच्या गळ्यात तान होती. शांत जलाशयावर एकापाठोपाठ लाटा उमटाव्यात तसे बिलासखानाच्या अंगावर रोमांच उठत होते. अनेक जागा अनोख्या वाटत होत्या. तोडी रागाशी मिळते सूर होते; पण कैक जागी ते बदलत होते. त्या बदलत्या सुरात असामान्य गोडवा होता. त्या सुरांनी मोहित झालेला बिलासखान गुलशनचे सौंदर्य विसरून गझल ऐकत होता. जेव्हा गझल संपली तेव्हा बिलासखान म्हणाला,

"वा ह व् वाऽ बहोत खूबऽवाऽ"

गुलशनने मुजरा केला. त्याचा स्वीकार करीत बिलासखान म्हणाला, "जरा तानपुरा दे पाहू."

गुलशनने तानपुरा बिलासखानाच्या हाती दिला. बैठक घेऊन बिलासखानने

तानपुरा जुळवला व तो म्हणाला,

"गुलशन, म्हणा पाहू पुन्हा!"

आश्चर्याने गुलशन म्हणाली, "हीच गझल?"

"हां!"

गुलशन मोठ्याने हसली. बिलासखानने विचारले, "का?"

जास्तच हसत ती म्हणाली, "हसू नको तर काय करू? राजभूषण तानसेनचे पुत्र एका कलावतीकडे गाणं शिकणार हे आश्चर्यच समजलं जाईल."

"जाऊ दे! पण गा ना तू!"

"गंडा बांधणार?"

"जरूर! का नाही?"

"आणि बिदागी?"

"जी मागशील ती मिळेल." बिलासखान प्रसन्नतेने म्हणाला.

गुलशन सामोरी बसली. तिने एकवार तानपुरा घेऊन बसलेल्या बिलासखानकडे पाहिले. त्याचे मद्याने आरक्त झालेले नेत्र, गव्हाळी रंग, कपाळावर आलेली केसांची अवखळ बट, गालावरची कोवळी तुरळक दाढी. ते रूप न्याहाळत असता बिलासखानाने हसून तानपुरा छेडायला सुरुवात केली. गुलशन भानावर आली. ती गाऊ लागली,

"सैंया बिन नाहीऽऽ"

मधेच बिलासखानने ते सूर उचलले. त्या गोड निर्मळ आवाजाने गुलशन मोहरून निघाली. देहभान विसरून ती गात होती. बिलासखान साथ देत होता.

बिलासखानच्या आवाजाला लपेटून जाताना तिला तालवृक्षाच्या आधाराने वर चढणाऱ्या पुष्पलतेप्रमाणे वाटत होते. चक्रधर स्तिमित होऊन गानलुब्ध झालेल्या दोघांकडे पाहात होता. वर्षाऋतूतील मेघाप्रमाणे तान घेऊन बिलासखान खाली उतरे, तर एका नवख्या हरकतीने गुलशन त्या तानेचा दिमाग नाहीसा करून टाकी. गझल संपली तेव्हा बिलासखानने तानपुरा खाली ठेवत म्हटले,

"वाऽ बाईजी, क्या आवाज है आपकी!"

गुलशन मान झुकवत म्हणाली,

"माझं कसलं अनाडी गाणं! आपला आवाज आणि मेहनत माझ्याजवळ कुठे आहे?"

"अच्छा! रात्र संपत आली. येतो आम्ही." उठत बिलासखान म्हणाला.

"थांबा ना थोडं! अद्याप मिठाई, शरबत घेतलं नाहीत."

"संगीताच्या गोडीनं आणि तुझ्या रूपानं आम्ही थोडे का बेहोष झालो? त्यावर आम्ही परत मिठाई आणि शरबत घ्यावं? आता काही नको. पुन्हा येऊ आम्ही."

“आणि माझी बिदागी?” गुलशनने मिस्कीलपणे विचारले.

“बरी आठवण केलीस.” म्हणत बिलासखानने आपल्या करंगळीतील हिऱ्याची अंगठी काढली आणि पुढे केली.

“मला अंगठी नको.”

“मग?”

“हुजूर, आपल्याला आठवत असेल, मी मागेन ते द्यायचं कबूल केलं होतंत.”

“जरूर माग! मला जरी मागितलंस तरी चालेल.”

“मागू?”

“जरूर!”

क्षणभर गुलशन घोटाळली. खाली मान झुकवत ती म्हणाली, “आपल्या वडिलांची तारीफ साऱ्या जन्मभर ऐकत आले. वाटतं, एकदा ते गाणं ऐकावं.”

“बस, एवढंच? जरूर ऐकवीन मी ते गाणं? केव्हा ऐकणार?”

“जेव्हा हुक्म होईल तेव्हा.”

“आत्ता!”

“आत्ता?”

“हो! ऐकणार की नाही?”

“का नाही!”

“चल माझ्याबरोबर.” ते आव्हान स्वीकारीत बिलासखान म्हणाला.

“आपण थट्टा तर करीत नाही ना?”

“गुलशन! मी संगीताशी इमानदार आहे.”

“कुठं जायचं?”

“घरी.”

“आपल्या घरी?”

“मग पिताजींनी इथं येऊन तुला गाणं ऐकवावं अशी इच्छा आहे का तुझी?”

“नाही, नाही.” घाबरून गुलशन म्हणाली, “आले मी एवढ्यात.”

“जाताना ही घेऊन जा.” तिच्या बोटात अंगठी चढवीत बिलासखान म्हणाला, “ही माझी आठवण म्हणून राहू दे.”

“ज्याला आपली आठवण विसरली जाण्याची भीती असते त्यांनी असल्या वस्तू द्याव्यात!” म्हणत गुलशन आत निघून गेली.

बिलासखानच्या मागे उभा असलेला चक्रधर म्हणाला,

“सरकार! खरंच तुम्ही तिला...”

“का?”

"पण आपले पिताजी नाराज..."

"चूप!"

चक्रधरने पाहिले. गुलशन बाहेर येत होती. खाली येताच बिलासने गुलशनला मेण्यात बसवले. मेणा उचलला गेला. पाठीमागून बिलास व चक्रधर जात होते. पहाटेची वेळ जवळ आली होती. अकबरी मोहल्ल्यात पोहोचताच बिलासने मेणा थांबवला. गुलशन उतरली. पहाटेचा उजेड नुकताच फाकू लागला होता. गुलशनने विचारले,

"लांब आहे का?"

"छे! आलं ना घर! पिताजी रियाज करीत असतील. या वेळी त्यांना व्यत्यय आला तर खपत नाही."

काही पावले टाकल्यावर, तोडी रागाचे सूर दोघांच्या कानावर आले. पहाटेच्या नीरव शांततेतून उठणारे ते स्वर्गीय सूर कानी पडताच दोघेही क्षणभर थबकले. बिलास म्हणाला,

"ऐकलंस! आज मियाकी तोडी गाताहेत. त्यांनीच बसवलेला हा राग."

तानसेनमहालाच्या समोर जाताच देवडीवाल्याने बिलासला मुजरा केला. गुलशनने ओढणी चेहऱ्यावर ओढली. कितीही हळुवार पावले टाकली तरी तिच्या पायांतल्या नूपुरांचा आवाज उठत होता. ते काढण्यासाठी ती वाकली. तिला उठवत बिलास म्हणाला, "राहू दे."

बिलासपाठोपाठ गुलशन जात होती. दुसऱ्या मजल्यावर पोहोचताच दोघांचीही नजर स्थिरावली. त्या महालाच्या दुसऱ्या टोकाला, सज्ज्यावर, पूर्वाभिमुख बसलेला तानसेन तानपुऱ्यावर रियाज करीत होता, महालातली झुम्बरे अद्यापिही तेवत होती. ज्या प्रशस्त मंचावर बसून तानसेन रियाज करीत होता. त्या मंचाच्या दोन्ही बाजूंना दोन समया जळत होत्या. पूर्वेकडून येणाऱ्या वाढत्या प्रकाशाबरोबर त्यांचा प्रकाश मंदावत होता. एक-एक पाऊल टाकीत गुलशनला मागून येण्यास खुणावत बिलास पुढे जात होता. सज्ज्याच्या अलीकडच्या कमानीजवळच्या पडद्यामागे गुलशनला उभी करून बिलास पुढे झाला. तानसेनसमोर जाऊन त्याने प्रणाम केला. तानसेनने त्याला मंचावर बसण्याची खूण केली. बिलास मंचावर बसला. तानसेन गात होता. पाहता-पाहता बिलासने आपला आवाज त्यात मिसळला. तानसेनच्या गळ्यातून निघणारे सूर, तान, तो सहीसही झेलत होता. मधेच त्याचे लक्ष पडद्याआडून तल्लीनतेने गाणे ऐकणाऱ्या गुलशनकडे वळत होते. हळूहळू मनसोक्तपणे, भान विसरून तो बिलास गाऊ लागला. तानसेनने केव्हा साथ थांबवली हेही त्याच्या लक्षात आले नाही. जेव्हा गाणे संपले तेव्हा तानसेन म्हणाला,

"वाऽऽ बेटे! आज तर कमाल केलीस! निदान मियाकी तोडीमध्ये तुझा हात

कोणी धरणार नाही! जे मला या वयापर्यंत साधता आलं नाही ते सहज तू तुझ्या कोवळ्या वयात मिळवलंस!''

''आपली कृपा.'' म्हणून बिलासने मान झुकवली.

अचानक तानसेनच्या कानावर नपुरांचा आवाज पडला. त्याने वळून पाहिले. बिलासची दृष्टी तिकडे वळली. गुलशन गडबडीने जात होती. तानसेनने विचारले,

''कौन?''

त्या हाकेबरोबर गुलशनची पावले जागच्या जागी खिळली. भ्यायलेल्या नजरेने ती दोघांकडे पाहात होती. बिलासने हाक मारली,

''गुलशन!''

खाली मान घालून गुलशन तेथे आली. तिने तानसेनला मुजरा केला. तानसेन प्रश्नार्थक नजरेने बिलासकडे पाहात होता. आवंढा गिळून बिलास म्हणाला,

''ही गुलशन! आपलं गाणं ऐकावं अशी हिची इच्छा होती.''

तानसेन हसून म्हणाला, ''आओ बेटी, बैठो!'' आणि बिलासकडे वळून तो म्हणाला, ''तरीच इतका सुंदर तू गायलास हं!''

बिलास लाजला. तानसेन गुलशनकडे पाहात म्हणाला, ''मुली, आवडलं गाणं?''

''जी! माझं भाग्य...''

''खरं आहे! कुठे राहतेस?''

''चाँदनी चौक.''

तानसेनचे भाव पालटले. त्याचा आवाज करडा बनला. त्याने विचारले, ''बिलास, कोण ही?''

''पिताजी! ही गाणंबजावणं करीत असली तरी हिचा आवाज...''

''खामोश!'' तानसेन त्वेषाने उठत म्हणाला, ''एक बाजारबसवी ही आणि तिला या घरात घेऊन आलास, तानसेनचं गाणं ऐकायला? ही हिम्मत!''

''पिताजी...'' बिलास कळवळला.

''चूप! आत्ताच्या आत्ता हिला जायला सांग! नाहीतर चाकराकरवी...''

अश्रू थोपविण्याचा प्रयत्न करीत गुलशन धावत सुटली. ती महालातून निघून जाताच बिलास भानावर आला. 'गुलशन' म्हणत त्याने पाऊल उचलले.

''बिलास!''

बिलास वळला. त्याचा चेहरा संतापाने फुलून निघाला होता. तो म्हणाला,

''मी आणलेल्या मेहमानाचा असा सत्कार केलात तुम्ही!''

''मेहमान! ही बाजारबसवी मेहमान! बिलास, शरम नाही वाटत तिला पाहुणी म्हणायला! आपलं खानदान, इज्जत, शराफत!''

प्रत्येक शब्दावर जोर देत बिलास म्हणाला, ‘‘केव्हा आलं हे खानदान? ही शराफत शाही दरबारच्या नौकरीबरोबर विकत मिळते का?’’

‘‘खामोश!’’ तानसेन ओरडला. ‘‘बिलास, सांगून ठेवतो. पुन्हा या घरात त्या पोरीनं पाय ठेवता कामा नये!’’

‘‘आणि ती माझी बेगम, आपली सून म्हणून आली तर?’’

‘‘बेगम? ती छटेल पोर? बिलास, कशावर भाळलास एवढा? तिचं गाणं की रूप?

‘‘कदाचित दोन्ही.’’

‘‘त्याला माझ्या घरात थारा नाही!’’

‘‘ठीक आहे. तसं झालंच तर जगही फार मोठं आहे!’’

एवढे बोलून बिलास महालाबाहेर पडला. तानसेन थरथरत मंचाचा आधार घेऊन, निघून जाणाऱ्या बिलासकडे विस्फारित नेत्रांनी पाहात होता!

बिलास त्या दिवसापासून गुलशनच्या महालात वेळ काढू लागला. चांदणी चौकात कैक रात्री अपरात्री बिलासचा मेणा उभा असलेला दिसू लागला. गुलशनच्या माडीवर अनेक वेळा बिलासचे गाणे रंगू लागले. भडकत्या ज्वालेप्रमाणे ती बातमी साऱ्या दिल्लीभर पसरली. तानसेनला ते ऐकून मोठे दु:ख झाले. जेव्हा पाहावे तेव्हा बिलास बेहोश असे. अनेक रात्री सेवकांनी धरून आणलेल्या बिलासला तानसेनने पाहिले. त्यातच अकबराचा मुक्काम फत्तेपूर शिक्रीला हलला. तानसेनला ते वरदान वाटले. सकाळी त्याने बिलासला बोलावले.

‘‘बिलास, उद्या आपण आग्ऱ्याला जायचं.’’

‘‘आपण?’’

‘‘हो! तू आणि मी. वर्षभर तरी परत दिल्लीला यायची चिन्हं नाहीत.’’

‘‘ठीक.’’

त्या रात्री गुलशनच्या महालात दिव्यांची रोषणाई झगमगली नाही. नूपुरांचा आवाज उमटला नाही. सुरेल ताना उठल्या नाहीत. नाजूक हास्याच्या लाटेने झुंबरांचे लोलक किणकिणले नाहीत. पण पहाट होईपर्यंत गुलशनच्या महालासमोर शाही मेणा उभा होता. रस्त्यावर डुलक्या घेत मेणेकरी बसून राहिले होते.

आग्ऱ्याला गेल्यानंतरही बिलास तानसेनच्या अपेक्षेप्रमाणे सुधारला नाही. तो रियाजाला बसत नसे. बाहेरही कुठे जात नसे. सदैव मदिरापानात त्याचा वेळ जात होता. दिवसेंदिवस त्याची बेचैनी वाढत होती.

एकदा मोठ्या मिनतवारीने तानसेनने बिलासला आपल्याबरोबर फत्तेपूर शिक्रीला नेले. दिवाण इ-खासमध्ये अकबरासमोर तानसेन गात होता. आमसभा तटस्थ होऊन ते स्वर्गीय संगीत ऐकत होती. तानसेनच्या साथीला बिलास बसला होता.

तानसेनने खुणावूनही तो सूर देण्यापलीकडे गात नव्हता. जेव्हा गाणे संपले तेव्हा अकबरने विचारले,

"तानसेन! बिलासचा आवाज तर भारी सुरेल आहे. गातो की नाही?"

"जी."

"मग त्याचं गाणं ऐकव ना!"

तानसेनने बिलासकडे पाहिले. बिलास उठून कुर्निसात करून म्हणाला,

"खाविंद, गुस्ताफी माफ हो! ही आज्ञा आज करू नये."

"का?"

"जी नहीं लगता, खाविंद."

सारा दरबार त्या वाक्याने चकित झाला. श्वास अवरोधले गेले. तानसेनची मान खाली झुकली. अचानक बादशहाचे हसणे साऱ्या दरबारात पसरले.

"वाऽबहोत खूब! ठीक आहे. आम्हालाही कलावंताची लहर माहीत आहे. बिलासखान, जेव्हा मर्जी लागेल तेव्हा वर्दी दे. आम्ही तुझं गाणं ऐकू."

साऱ्यांचे निःश्वास सुटले. दरबार संपला. बिलास बाहेर पडत असता एका सेवकाने बिलासच्या हातात अंगठी ठेवली. ती हिऱ्याची अंगठी पाहताच बिलासने विचारले,

"या अंगठीची मालकीण कुठे आहे?"

"मिनार मोहल्ल्यात, हुजूर."

"चल."

बिलासने आपला घोडा मागवला. दोन घोडी भरधाव वेगाने आग्रा शहराची वाट कापू लागली. मिनार मोहल्ल्याच्या एका साध्या इमारतीत गुलशन उतरली होती. गुलशनला पाहताच बिलास पुढे धावला. तिला मिठीत घेत तो म्हणाला,

"मेरी गुलशन! केव्हा आलीस तू?"

"आज महिना होत आला हुजूर."

"महिना! आणि एवढ्या दिवसांत मला खबर नाही?"

"कशी लागणार? माझ्यासारख्या सामान्य बाईची राजदरबारात वर्दी कशी लागणार?"

"का आलीस तू?" बिलासने एकदम विचारले.

"तुम्हाला भेटायला."

"एवढी आठवण येते?"

"तुम्हांला नाही येत?"

"अंहं." बिलास हसून म्हणाला.

गुलशन मोठ्याने हसली.

"का हसतेस?" बिलासने विचारले.

"मला चक्रधरनं सारं सांगितलं. असं वागायचं होतं तर का आला नाहीत दिल्लीला?"

"तरीच चक्रधर मध्यंतरी दिल्लीला गेला. जाऊ दे. तू भेटलीस ना! सारं मला मिळालं. आता मला सोडून जाऊ नकोसं. ते दुःख मला सहन व्हायचं नाही."

एखादे लहान मूल आईच्या कुशीत शिरावे तसा बिलास गुलशनला बिलगला. त्याच्या केसांतून बोटं फिरवत ती म्हणाली,

"जे मला सहन झालं नाही ते तुम्हाला तरी कसं व्हावं! मला वाटलं होतं की एक ना एक दिवस या मोहल्ल्यात तुम्ही याल. भेट होईल म्हणून मी इथं मुक्काम टाकला."

"नाही गुलशन! तू माझ्या आयुष्यात आलीस आणि कोणती जादू केलीस कुणास ठाऊक! आता असल्या मोहल्ल्यात रमवायची ताकद राहिली नाही."

गुलशनच्या घरी पुन्हा मैफली सुरू झाल्या. बिलासचे मुक्काम गुलशनकडे पडू लागले. एक दिवस तानसेनने चक्रधरला बोलावले. विचारले,

"चक्रधर, बिलास कुठं असतो?"

"इथंच हुजूर."

"मला खरं उत्तर हवं. आता तो कुणाच्या नादी लागला आहे सांग!

"हुजूर, त्या दिल्लीच्या बाई..."

"कोण गुलशन?"

"जी."

"केव्हा आली ती इथे? कुठे राहते?"

"मिनार मोहल्ल्यात, हुजूर."

"उद्या मला घेऊन जाशील? पण बिलासला पत्ता लागता उपयोगी नाही."

दुसऱ्या दिवशी संध्याकाळी जेव्हा तानसेन गुलशनसमोर उभा राहिला तेव्हा ती गोंधळून गेली. तानसेनला आसन देऊन कुर्निसात करून ती उभी राहिली.

"का आलीस तू इथे?"

"का, आग्र्याला यायची बंदी आहे?"

"मला माहीत आहे तू का आलीस ते! बिलास येतो ना इथे?"

"असतील! तो त्यांचा प्रश्न आहे."

"ते बंद झालं पाहिजे."

"कलावतीची माडी फक्त निष्कांचनांनाच बंद असते, खाविंद!" गुलशन उपरोधाने म्हणाली...

"गुलशन! माझा संताप वाईट आहे! जे आयुष्यात मिळणार नाही ते मी तुला

देईन. तू निघून जा.''

''द्याल मागेन ते?''

''जरूर! माग काय हवं ते. पण परत इथे यायचं नाही!''

''नाही येणार.''

''सांग ना किंमत?''

''बिलास हवा मला.'' शांतपणे गुलशन म्हणाली.

''चूप! माझी थट्टा करतेस? या तानसेनची?''

''–आणि आपण माझ्या घरी माझी, माझ्या प्रेमाची थट्टा करता ते?''

''तुझ्या घरी आलो हेच भाग्य समज.''

''जरूर! काय सेवा करू मी आपली? गाणं म्हणू?''

ताडकन उठत तानसेन म्हणाला, ''ही मिजास? माझा उद्या इथे मुक्काम आहे. हिम्मत असेल तर माझ्या कानावर तुझं गाणं घाल. बघ, मागायला तरी गळा उरतो का!''

''जरूर पाहीन.''

पण हे ऐकायला तानसेन तिथे थांबलाच नाही!

दुसऱ्या दिवशी दोन प्रहरीच बिलास गुलशनकडे आला. गुलशनने विचारले,

''लवकर आलात.''

''का येऊ नये?'' तिच्या कपड्यांकडे पाहात बिलासने विचारले, ''एवढ्या लवकर तयारी? आज मैफल लवकर सुरू होणार का?''

''नाही. जरा बाहेर जाऊन यायचंय.''

''केव्हा परत येणार?''

''एवढ्यात आलेच. तुम्ही बसा.''

तानसेन आपल्या महालात निद्रासुख घेत होता. अचानक त्याला जाग आली. त्याने डोळे उघडले. महालात शांतता होती. सज्ज्याच्या बाजूने दाणेदार तान उठली. पाठोपाठ बोल आले.

''सैंया बिन नाही ऽ कटत् ऽ मोरी रात.''

''बहोत खूब! क्या आवाज!'' म्हणत तानसेन उठला आणि सज्ज्यात गेला. क्षणात त्याचे भाव पालटले. त्याच्या मुठी वळल्या गेल्या. रस्त्यावर मेणा उभा होता. बाजूला साजिंदे तबला-सारंगीची साथ करीत होते. मेण्यात बसलेली गुलशन सज्जाकडे तोंड करून गात होती. आजूबाजूला लोक जमत होते. सारे तानसेनच्या सज्ज्याकडे पाहात होते.

''ही हिम्मत!'' म्हणत तानसेन वळला आणि तेथे टांगलेला तास त्याने जोराने वाजवला. नोकर धावत आले. तानसेन ओरडला,

"त्या पोरीला गिरफदार करा आणि कोतवालाचे हवाली करा! उद्या सूर्यास्ताचे आत तिला हत्तीच्या पायाखाली द्या! हा माझा हुकूम कोतवालाला कळवा!"

सेवक धावले. पाहता-पाहता गुलशन गिरफदार केली गेली. रस्त्यावर जमलेले लोक पांगले आणि त्या गोंधळानंतर पसरलेल्या नीरव शांततेने तानसेन आणखीन अस्वस्थ झाला.

अकबराचा नित्याचा दरबार भरला होता. हजर असलेल्या नवरत्नांत तानसेनही होता. वजीराने गुलशनला दरबारात हजर केले आणि तानसेनने दिलेली शिक्षा अकबराच्या कानावर घातली. अकबराने तानसेनकडे पाहिले. तानसेनची नजर खाली वळली. अकबर निर्भय नजरेने पाहणाऱ्या गुलशनकडे बघत होता. त्याने विचारले,

"मुली, तुझी कैफियत आहे?"

"जी नहीं."

"तानसेन, इतनी मासूम लडकी और इतनी कडाई सजा?"

तानसेन काही बोलला नाही. अकबर अस्खलित वाणीने सांगू लागला,

"तानसेनच्या संगीत समाधीचा जो भंग करील त्याला तानसेन हवी ती सजा देऊ शकतो हे आमच्या साऱ्या रियासतीला माहीत असता ज्या अर्थी या मुलीनं..."

"खाविंदऽ!"

"कौन?" अकबराने मान वर केली.

साऱ्यांच्या नजरा वळल्या. दरबारात बिलास येत होता.

"कौन, बिलास! बेटा का आलास?"

"हुजुरांची आज्ञा असेल तर गाणं ऐकवावं म्हणतो."

"आता?"

"जी. आपण म्हणाला होता..."

"आम्हाला आठवण आहे. जरूर ऐकू आम्ही गाणं."

बिलासने टाळी वाजवली. पाठोपाठ तबलजी, सारंगिया आणि तानपुरा घेतलेले सेवक आत आले. वाद्ये जुळविली गेली. मुजरा करून बिलासने समोरच्या आसनावर वीरासन घातले. तानपुरा उचलला आणि तो गाऊ लागला,

"सैंया बिन नाहीं ऽ कटत् मोरी रात ऽ"

त्या गोड आवाजाने सारी सभा भारावून गेली. निर्मळ, स्वच्छ आवाजात बिलास तोडी रागातील गझल गात होता. जेव्हा गझल संपली तेव्हा अकबर म्हणाला,

"बहोत अच्छा! बिलास, आज प्रथम तू आमच्या दरबारी गायलास. तानसेनच्या मागं आमच्या दरबारची संगीतरत्नाची जागा तू भरून काढशील हे आज आम्हांला

पटलं. जे हवं असेल ते तू माग. ते जरूर तुला मिळेल!''

बिलासखानने गुलशनकडे बोट केले व तो म्हणाला, ''आपल्या कृपेनं हिला मुक्त केलं जावं.''

''वॉ बिलास! एवढी रसिकता! ठीक आहे. गुलशनला आम्ही ह्या क्षणी मानानं मुक्त करीत आहो.''

''पण हुजूर, माझी आज्ञा...'' तानसेन उठत म्हणाला.

''खामोश! तानसेन, अद्यापि दिल्लीच्या तख्तावर अकबराचं राज्य आहे! अजून ते राज्य गवयाच्या हाती गेलं नाही...''

अकबर उठला. दरबार उठला. अकबर भालदार चोपदारांच्या ललकाऱ्या घेत निघून गेला. हळूहळू दरबार मोकळा पडला. त्या दरबारात फक्त तानसेन, बिलास आणि गुलशन राहिली. बिलास तानसेनकडे गेला आणि म्हणाला,

''पिताजी–''

तानसेनने नजर वर केली. त्याचे डोळे भरून आले होते. त्यात अंगार पेटला होता. तो म्हणाला,

''मुबारक हो बिलास! तुझी कीवसुद्धा करावीशी वाटत नाही. या पोरीच्या नादानं तू गमावला असतास तरी मला वाईट वाटलं नसतं. पण तुझं गाणं – तेसुद्धा हिच्य नादानं गमावलंस! शाही दरबारात हिच्यासाठी छटेल गझल गायलास तू!''

''नाही. ती छटेल गझल नव्हती!''

''मग कोणती रागिणी होती ती?'' उपहासाने तानसेनने विचारले.

''ते अद्याप मला माहित नाही. पण याच सुरातून उद्या एखादी रागिणी जन्म घेईल!''

''नाव माहीत असेलच की!''

''कदाचित बिलासखानी तोडीही असेल! कुणी सांगावं! एक ना एक दिवस मी जरूर ती तुम्हाला ऐकवीन आणि ती ऐकून तुम्ही प्रसन्नतेनं हसल्याखेरीज राहणार नाही!''

''तसं झालं तर तो मी माझा पराजय समजेन!''

''पिताजी–''

''चूप! बिलास, मी शेवटचं बजावतो. तू हिचा नाद सोड!''

''आणि तसं घडलं नाही तर?''

''तर?'' मुठी आवळीत, ताडकन उभा राहात तानसेन म्हणाला,

''मी आमचे गुरू महमूद गौसची शपथ घेऊन सांगतो, आयुष्यात तुझं तोंड मी पाहणार नाही! यात बदल झाला तर तानसेनचं गाणं राहणार नाही!''

बिलासचे डोळे भरून आले. पाठ फिरवून उभ्या असलेल्या तानसेनला प्रणाम करून तो गुलशनकडे गेला व म्हणाला,

"चल गुलशन, जाऊ आपण.''

दोघे जड पावलांनी दरबारमहालाबाहेर पडले.

गुलशनच्या घरी जाताच गुलशन म्हणाली, "काय केलंस हे बिलास? सारी रियासत उद्या म्हणेल की, एका छटेल पोरीनं बिलासखानाचं स्वर्गीय संगीत नाहीसं केलं!''

"जग तसं म्हणणार नाही गुलशन!'' तिला जवळ घेत बिलास म्हणाला, "म्हटलंच तर जग हेच म्हणेल की, गुलशननं तबा होणाऱ्या बिलासला वाचवलं, त्याचं संगीत जिवंत राखलं. गुलशन, आता या बिलासजवळ तुझ्याखेरीज काही नाही. काही नाही!''

त्या दिवशी गुलशनने बिलासखानाबरोबर आग्रा सोडले. ग्वाल्हेर, इंदूर, लखनौ, बनारस अशी गुलशन फिरत होती. बिलासची संगीतसाधना गुलशनच्या सहवासात आणि मद्याच्या कैफात रंगत होती. बिलासखानाची ख्याती हळूहळू वाढत होती. पण त्याच वेळी तानसेन हताश होऊन दिवस कंठित होता. गाण्यात त्याचे मन रमत नव्हते. बिलासचा वियोग त्याला तीव्रतेने जाणवत होता. बिलासखानावर मुलगा म्हणून जेवढे त्याचे प्रेम होते, त्याहीपेक्षा शतपटीने जास्त शिष्य म्हणून होते. आपल्यामागे आपले गाणे बिलासखान जिवंत ठेवील हा त्याचा विश्वास होता. भर मैफलीत गाता-गाता तानपुऱ्याला तडा जावा तसे तानसेनचे झाले होते. वाढत्या वयाबरोबर वाढणारी निराशा तानसेनला खचवीत होती.

एक दिवस बिलासखान ग्वाल्हेरला आल्याची वर्दी तानसेनला लागली. आपले गुरू महमूद गौसच्या दर्ग्याचे दर्शन घेण्याच्या निमित्ताने तानसेनने ग्वाल्हेरची वाट धरली. प्रवासात त्याची तब्येत ढासळत होती. ग्वाल्हेरला तो पोहोचला तेव्हा त्याचा आजार बळावला. त्याचे सारे शिष्य गोळा झाले. चाहते आले. तानसेनने बिलासखानला बोलावणे पाठवले. गुलशनच्या घरी जेव्हा तो निरोप आला तेव्हा गुलशन म्हणाली,

"आपण एकदा तरी जाऊन यावं.''

"नाही गुलशन, ते माझ्या हातून होणार नाही. जग काय म्हणेल याची मला पर्वा नाही. पण पिताजींच्या अंतकाळी, त्यांनी घेतलेल्या आपल्या गुरूच्या शपथेचा भंग निदान मी तरी होऊ देणार नाही.''

सेवक निघून गेला. त्या रात्री मैफल झाली नाही. बिलासने तानपुरा उचलला. तोडीचे सूर आळवीत तो बसून राहिला. शून्य नजरेने आणि व्याकूळ भावाने गाणाऱ्या बिलासकडे भरल्या नेत्रांनी गुलशन बघत होती.

दुसऱ्या रात्री मैफल भरली. गुलशन पदन्यास करीत गझल गात होती. मद्याचा कैफ चढत होता. गुडाखूचा कडवट वास दरवळत होता. त्या वेळी चक्रधर आत आला. गाणे थांबले, आपले धुंदावलेले नेत्र चक्रधरवर स्थिर करीत बिलासने विचारले,

"कोण चक्रधर, का आलास? पिताजी स्वर्गवासी झाले हेच सांगायला आलास ना?"

"जी."

"केव्हा गेले पिताजी?"

"आज रात्री पहिल्या प्रहरात."

बिलासखान मोठ्याने हसला. हसता हसता त्याचे डोळे भरून आले. तो म्हणाला,

"प्यारे दोस्तो! मैफल खत्म हो गयी. संगीताचा सम्राट गेला! तख्तावर बादशहा नाही तर दरबार कोण भरवणार?" आणि चक्रधरकडे वळून तो म्हणाला, "चक्रधर, थांब. पित्याचं दर्शन जरी घेता आलं नाही तरी गुरुचं दर्शन घेता येईल. आम्ही येतो. चल गुलशन."

बिलास उठला. गुलशनने कपडे बदलले आणि ती बिलासबरोबर बाहेर पडली. गुलशनचा मेणा उभा होता. गुलशन म्हणाली, "बिलास, बैस, तुला चालवणार नाही."

अश्रू टिपीत बिलास मेण्यात बसला. मेणा जात होता. पाठोपाठ गुलशन, चक्रधर चालत होते. पहाटेची वेळ नजीक आली होती. थंडी जाणवत होती. तानसेनचा महाल येताच मेणा थांबला. बिलास बाहेर आला. त्याने पाहिले, महालासमोर गर्दी जमली होती. आतून संगीताचे सूर ऐकू येत होते!

गुलशनचा हात धरून बिलास पावले टाकीत जात होता. जमलेल्या लोकांनी गडबडीने बिलासला वाट करून दिली. महालात पाऊल टाकताच बिलासचे पाऊल अडखळले. मोठमोठे उमराव, मनसबदार यांनी महाल भरला होता. तानसेनचे शिष्य, चाहते – सारे तेथे गोळा झाले होते. महालाच्या मध्यभागी तानसेनचा पुष्पाच्छादित देह ठेवला होता. उदबत्त्यांचा, अत्तराचा, धूपाचा संमिश्र वास सर्वत्र दरवळत होता. तानसेनच्या पायाशी बसून एक शिष्य आपली सेवा रुजू करीत होता. बिलास भानावर आला. धीमी पावले टाकीत तो तानसेनजवळ गेला. बिलासला पाहताच गाणे थांबले. काही क्षण टक लावून बिलास तानसेनच्या शांत मुद्रेकडे पाहात होता. पांढऱ्या भिवयांखाली मिटलेले नेत्र पाहून बिलासखान खिन्नपणे हसला. ते नेत्र पुन्हा कधीही उघडणार नव्हते. तानसेनच्या चेहऱ्यावर अंतकाळच्या सूक्ष्म वेदनेची छटा तशीच राहिली होती. बिलासने तानपुरा घेतला.

वीरासन घालून तो तानसेनजवळ बसला. मुजरा करून त्याने डोळे मिटले आणि 'आ'कार लावला. बिलास शोकाकुल होऊन गात होता.

कौन भ्रमऽ भूले वे गुरुग्यानी
अनजानकी कछु जाननकीऽऽ

बिलासखानी तोडी जन्माला येत होती! त्या स्वरांनी साऱ्यांची मने बधिर होत होती. डोळ्यांतून अश्रू झरत होते. जेथे भावनावेगाने बिलास थांबत होता तेथे गुलशन सूर उचलीत होती. बिलास गात होता.

चाहत भला मेरे प्रभुजीऽ
ओ तानसेन गुरुग्यानीऽऽ

बिलासखानी तोडी संपली. सारे आश्चर्यचकित होऊन तानसेनच्या चेहऱ्याकडे पाहात होते. त्या चेहऱ्यावरचा वेदनेचा भाव नाहीसा झाला होता. त्या जागी प्रसन्नतेचे स्मित दिसत होते. बिलासखानने ते पाहिले. नकळत त्याच्या मुखातून हुंदका बाहेर पडला. मुजरा करून गुलशनचा आधार घेत तो महालाबाहेर आला. त्याच वेळी मागून कुणी तरी धावत आले. त्या व्यक्तीने विचारले,

''बिलास, तानसेन का हसले? कसलं हसू होतं ते?''

बिलास खिन्नपणे हसला व म्हणाला, ''विजयाच्या वेळी माणसाला हसू येतं असं नाही. कैक वेळा पराजयातही ते येतं. चल गुलशन, आज आपणाला ग्वाल्हेर सोडून जायचं आहे.''

आणि एवढे बोलून बिलास गुलशनचा हात धरून महालाबाहेर पडला. पहाटेच्या मंद उजेडात दोघे महालापासून दूर जात होते.

◆

११. शेज काट्यांची

मध्यरात्र उलटली होती. दामोदर हॉल प्रेक्षकांनी तुडुंब भरला होता. भारतीय बैठक असूनही हॉलमध्ये मुंगीला शिरकाव करण्याएवढीही जागा उरली नव्हती. हॉलच्या बाहेरच्या व्हरांड्यातही तीच गत झाली होती. सुप्रसिद्ध गायिका मोहिनी कालेलकर यांच्या सुरेल संगीताने मैफल जिंकली होती. मोहिनी गात होती. पाठीमागे दोन साथीदार तानपुरे छेडत होते. तबला पेटी साथ करीत होती. उमटणाऱ्या अचूक जागांवर जाणकार दाद देत होते.

मोहिनीचं वय फारतर चाळिशीच्या आसपास होतं. एवढ्या लहान वयात तिने आपल्या संगीताने अखिल भारतीय कीर्ती मिळवली होती. नुसती संगीताची जाणकार नव्हे तर बुद्धिवती गायिका म्हणून तिचा लौकिक होता. मैफलीतल्या प्रत्येक सुरामागची जाणकारी त्याची साक्ष देत होती. गौर वर्णाची, गोल चेहऱ्याची, ठसठशीत बांध्याची मोहिनी आपल्या रूपानं, गुणानं मैफली आदब वाढवत होती.

हंसध्वनी संपला आणि टाळ्यांचा कडकडाट झाला. मोहिनीने स्मित वदनाने एकदा रसिकांच्याकडे पाहिलं. आपल्या साथीदारांशी काहीतरी बोलून मोहिनी समोरच्या माईकवर किंचित झुकली. आपल्या नाजूक आवाजात ती म्हणाली, "भारतीय संगीत विद्यामंदिर ही संस्था मला आदरणीय आहे. या मैफलीच्या शेवटी मी आज माझी आवडती गझल – शमीमची गझल गाणार आहे. चालेल ना?"

टाळ्यांचा कडकडाट झाला. तानपुरे झंकारू लागले. मोहिनीने गझल गायला सुरुवात केली.

"मौत कदमोंपे उनके लाई है!"

तबलजीकडे वळून आपल्या डाव्या मांडीवर थाप मारीत ठेका सांगितला.

"धाऽधिन् तक धिन् ऽऽ धागित्रक ऽऽ धिन् ऽऽ"

दमदार तबल्याच्या साथीवर मोहिनी गात होती.

"मौत कदमोंपे उनके लाई है!"

सारे रसिक त्या गझलेच्या तालावर डोलत होते. ती आर्त गझल साऱ्या रसिकांना केव्हाच आपल्या भावविश्वात घेऊन गेली होती. गझलचे शब्द सुरांच्या भावावर उमटत होते.

"तल्खीये इश्क पुछीये उनसे ।
जिनको काँटोपे नीन्द आयी है ।
लज्जते गम न दू किसी कीमत ।
मैंने किन मुष्किलों से पायी है ॥"

सारे सभागृह निश्चल बनले होते. त्या भावमुग्ध श्रोत्यांची अवस्था मोहिनीच्या ध्यानीही नव्हती. पाणावलेल्या नयनांनी ती शेवटचे कडवे गात होती.

"क्या शिकायत शमीम गैरोंसे ।
मैंने अपनोंसे चोट खाई है ॥"

गझलचे ध्रुवपद गाऊन मोहिनीने गझल संपवली. श्रोत्यांना नमस्कार केला. टाळ्यांचा कडकडाट होत असता मोहिनीने आपल्या पदराने डोळे टिपलेले कुणाच्या ध्यानी आलं नाही. क्षणात ती स्मित वदनाने श्रोत्यांना निरखू लागली.

साथीदार वाद्ये गवसणीत घालीत होते. व्यासपीठाभोवती रसिकांची गर्दी झाली होती. ते कौतुक, ती स्तुती सारं तिला परिचयाचं होतं. व्यवस्थापक मोहनराव आले तेव्हा मोहिनीनं विचारलं,

"हे आले नाहीत?"

"कोण कमलाकर? दिसले नाहीत बुवा!" मोहनराव खांदा उडवत म्हणाले.

"येतो म्हणाले होते!" मोहिनी उद्गारली.

मोहिनीचे एक चाहते माणिकलाल शेट मधेच तोंड खुपसून म्हणाले,

"बाईजी! ते तर इंजिनिअर. कामाचा प्रेशर आला असेल. काम लई मोठा हाय."

"कसलं काम?" मोहनरावांनी विचारलं.

"ऐका!"

माणिकलाल आपल्या बोटातल्या अंगठ्या फिरवीत म्हणाले, "आमी बाईजीच्या मिस्टरना एस.एन. कन्स्ट्रक्शन कंपनीत लावून दिला. भला टॅलंटेड इंजिनिअर, त्याला सोडणार कसा?"

माणिकलाल आपल्याच बोलण्यावर हसले. खिशातून काढलेली चांदीची डबी उघडून साऱ्यांना मसाला सुपारी पुढे केली. त्याचा स्वीकार करीत मोहनराव म्हणाले,

''मोहिनी! तुम्हाला कदाचित माहीत नसेल. आज आपल्या संस्थेला माणिकलालजींनी पाच हजारांची देणगी दिलेली आहे.''

''अरे व्वा!'' मोहिनी म्हणाली, ''माणिकलालजी म्हणजे आमच्या संगीताचे आश्रयदाते आहेत.''

''ते खरं नाही! आमी साफ सांगते'' माणिकलालजी म्हणाले, ''आमाला गाना आवडतो.''

''आम्ही तेच म्हणतो.'' मोहिनी म्हणाली, ''नाहीतर तुमच्या घरी तुम्ही हौसेनं तानपुऱ्याची जोडी, संगीताचं साहित्य ठेवलं नसतं.''

माणिकलालजी त्या बोलण्यानं खूश झाले. मोहनरावांनी विषय बदलला. ते म्हणाले,

''आजच्या इतका कधी हॉल भरला नव्हता.''

''तुमची संस्था तोट्यात तर गेली नाही ना?'' मोहिनीनं विचारलं.

''तोट्यात? एवढा सक्सेसफुल कार्यक्रम कधीच झाला नव्हता.'' मोहनराव अभिमानाने उद्गारले.

मोहिनीचं लक्ष हातातल्या घड्याळाकडे गेलं. ती म्हणाली,

''बाई गं! दीड! किती वेळ झाला ते कळलंच नाही. मोहनराव, टॅक्सी बोलवता ना?''

''टॅक्सी!'' माणिकलालजी म्हणाले, ''आमची इज्जत करता काय? आमची गाडी हाय ना! ब्यूक इंपोर्टेड.''

मोहनराव, माणिकलालजीसह मोहिनी हॉलमधून बाहेर पडली. इमारतीच्यासमोर पोर्चमध्ये निळ्या रंगाची लांबलचक ब्यूक उभी होती. पांढऱ्या वेशातल्या शोफरने अदबीने दार उघडले. मोहिनी मोहनरावांना म्हणाली,

''तुम्ही कशाला त्रास घेता?''

''तसं कसं?'' मोहनराव म्हणाले, ''जसं तुम्हाला आणलं तसं तुम्हाला पोहोचवायला पाहिजे.''

काही न बोलता मोहिनी पाठीमागे बसली. शेजारी माणिकलालजी बसले. ड्रायव्हरशेजारी मोहनराव बसताच गाडी सुरू झाली. मध्यरात्र उलटल्याने रस्ते मोकळे होते. भरधाव वेगाने गाडी धावत होती. थकलेली मोहिनी मागच्या सीटवर किंचित कलली तोच माणिकलालजींचा आवाज आला,

''मोहिनीबाई! आमी एक नजर आणलेय तुमच्यासाठी.'' म्हणत त्यांनी सीटच्या मागे हात घातला. एक सुबक पॅकेट त्यांनी मोहिनीच्या हाती दिलं. पॅकेट देत असता मोहिनीला माणिकलालजींच्या बोटांचा दबाव क्षणभर जाणवला. पॅकेट हाती घेत ती उद्गारली,

"काय आहे?"

"उघडून बघा ना!"

पाठीमागचे दिवे लावले गेले. मोहिनीनं कुतूहलाने पॅकेट उघडलं. आतली वस्तू पाहताच ती उद्‌गारली.

"अय्या! शॅमल फाईन! मला भारी आवडतं. मी खूप चौकशी केली, पण मला हे सेंट बाजारात मिळालं नाही."

"मिळंल कसा? हे हाय क्वालिटीचा माल. आमचा रिश्तेदार पॅरीसला गेला व्हता ना! तेला आमी तुमच्यासाठी सांगितला व्हता ना!"

"थँक्यू!" मोहिनी म्हणाली.

मोटार थांबली. गाडीतून उतरण्याआधी मोहनरावांनी खिशातून पाकीट काढले. ते मोहिनीच्या हाती देत म्हणाले,

"बाई! पंधराशे आहेत. चालेल ना?"

"चालेल! मोहनराव, मी तुमच्या बाबतीत केव्हा व्यवहार केला होता?"

पाकीट आपल्या पर्समध्ये ठेवत मोहिनी गाडीतून उतरली. तिच्या फ्लॅटच्या दारापर्यंत दोघे पोहोचवायला आले होते. दाराशी येताच मोहिनीने आपल्या घड्याळात पाहिले. दोन वाजायला आले होते. मोहिनी किंचित संकोचाने म्हणाली,

"माफ करा! हे आले असतील, झोपले असतील."

"बाईजी, आमी समजते." माणिकलालजी म्हणाले, "तुमी चिंता करू नका. आमी जाते."

मोहिनीने ते दोघे जाताच आपल्या पर्समधून किल्ली काढली. हळुवारपणे दार उघडले. आतून सावकाश दार लावून घेतले. फ्लॅटमध्ये संपूर्ण अंधकार पसरला होता. सरावाने मोहिनीने स्वीचबोर्ड शोधला. दिवा पेटला. पर्स हॉलच्या कोचावर टाकून ती दबक्या पावलांनी बेडरूममध्ये गेली. बेडरूमचा रात्रीचा दिवा लावला आणि तिच्या डोळ्यांवर विश्वास बसला नाही. डबलबेड संपूर्ण मोकळा होता. त्यावरची सुरकुतीही हालली नव्हती.

मोहिनीने सर्व दिवे लावले. बेडरूम प्रकाशित झाली.

ड्रेसिंग टेबलासमोरच्या स्टुलावर बसून मोहिनी आपले दागिने उतरवत होती. ते करीत असता तिचं लक्ष टेबलावर ठेवलेल्या फोटोकडे गेलं. कमलाकर-मोहिनीचा विवाह झाल्यानंतर तो फोटो काढला होता. त्या फोटोफ्रेमकडे पाहात असता गळ्यातला सोनहार उतरण्याचं भान विसरून मोहिनी त्या फ्रेमकडे पाहातच राहिली. क्षणात तिच्या पूर्वायुष्याचं पान उलगडलं गेलं.

अशीच एक मैफल संपली होती. रसिकांचा निरोप घेऊन मोहिनी घरी जाण्यासाठी बैठकीतून उठली. व्यवस्थापकांनी टॅक्सी मागवली होती. मोहिनी हॉलबाहेर पडणार

तोच एक उमदा, देखणा तरुण सामोरा आला. मोहिनीला नमस्कार करून म्हणाला,

"आपल्याशी मला थोडं बोलायचं आहे."

"बोला ना!" मोहिनी हसून म्हणाली.

सोबतच्या व्यवस्थापकाकडे पाहात तो तरुण म्हणाला,

"जरा बाजूला येता?"

नकळत मोहिनी त्या तरुणामागून बाजूला गेली. आजूबाजूला कोणी नाही हे पाहून तो तरुण म्हणाला,

"मोहिनी! माझं नाव कमलाकर. मी पोरका म्हणून वाढलो. माझ्या मेरीटवर मी शिकलो. आज मी इंजिनिअर म्हणून वावरतो आहे. मला संगीताची आवड आहे."

"पण हे मला का सांगता?" किंचित त्रासिकपणे मोहिनीनं विचारलं. "मी जाते."

मोहिनी वळली. तोच मागून आवाज आला,

"थांबा!"

त्या आवाजात हुकमत होती. मोहिनी नकळत वळली.

त्या तरुणाच्या चेहऱ्यावरचं स्मित तसंच होतं. तो म्हणाला,

"मला तुमचं गाणं आवडतं. तुमच्याशी विवाह करावं असं वाटतं."

"काय?" मोहिनी किंचाळली.

"साधी गोष्ट आहे! मला तुम्ही आवडता. तुम्हाला मी आवडत असेन तर आपण संसार करू. निर्णयाची घाई नाही. तुम्ही विचार करा. मला निर्णय सांगा."

"आणि नकार दिला तर!" मोहिनी म्हणाली.

"त्याचीही सवय आहे. बालपणापासून तेच ऐकत आलो. शमीम म्हणतो ना! 'नाव साहिलपे डगमगाई है । नामुरादी तेरी दुहाई है ।"

कमलाकरच्या धारिष्ट्याने मोहिनी थक्क झाली होती. त्यांचं कौतुक वाटत होतं. ती म्हणाली,

"मी जरूर विचार करीन."

"मी आपल्याला पोहोचवायला येऊ!" कमलाकरने विचारलं.

"या ना!"

मोहिनी मैफलीच्या संयोजकाकडे आली. संयोजक म्हणाले,

"आपली टॅक्सी उभी आहे."

कमलाकरकडे बोट दाखवत मोहिनी म्हणाली, "हे मला पोहोचवतील. मी जाते."

कमलाकर व मोहिनी टॅक्सीत बसले. टॅक्सी धावत होती. बाहेर चांदणे पडले

होते. गार वारा अंगाला स्पर्श करीत होता. कमलाकरची ऊब केव्हा मदतीला धावली हेही मोहिनीला कळलं नाही. मोहिनीला पोहोचवून कमलाकर परतला, तेव्हा मोहिनीने त्याला होकार दिला होता.

त्या आठवणीत हरवलेली मोहिनी भानावर आली. तिने घाईने आपले उरलेले दागिने उतरवले. आपले पातळ बदलीत असता ती समोरच्या आरशात बघत होती. आपलं बदललेलं शरीरसौष्ठव ती पाहात होती. नकळत तिच्या मनात विचार आला,

"जे शरीराचं घडतं तेच माणसाचं! नाहीतर ज्याच्या धाडसावर, कर्तृत्वावर विश्वास ठेवून ज्याला आपलं मानलं तो कमलाकर असा का बदलला असता! केवढ्या अपेक्षा होत्या. केवढी स्वप्नं होती. भर समुद्रात नाव डगमगली तर क्षम्य ठरेल. पण किनाऱ्यावरच नाव डगमगावी?"

"नाव साहिलपे डगमगाई है ।
नामुरादी तेरी दुहाई है ।"

"हवं तेच न गवसणे हाच परमेश्वरी आशीर्वाद असेल तर!"

त्या विचाराने अस्वस्थ झालेल्या मोहिनीने आपले वस्त्र अंगाभोवती लपेटलं. डोळ्यांत झोप असूनही झोपावंसं वाटत नव्हतं. त्याच वेळी घंटा वाजली. त्या कर्कश आवाजाने मोहिनीच्या उभ्या अंगावर काटा उमटला. ती धावली. दार उघडण्याआधी तिनं विचारलं,

"कोण?"

"कमलाकर!" बाहेरून आवाज आला.

मोहिनीने साखळी काढली. दार उघडले.

मोहिनीला बाजूला सारून कमलाकर आत आला. दार आतून बंद झाले. मोहिनी कमलाकरकडे पाहात होती.

निळी वुलन पँट, पिवळ्या चौकड्याचा बुशशर्ट घातलेला कमलाकर आपल्या तारवटलेल्या डोळ्यांनी मोहिनीकडे पाहात होता. गौरवर्ण तोच होता; पण त्याची लाली वाढली होती. रक्तवर्ण डोळ्यांखाली उमटलेली, सुरकुतलेली काळी वर्तुळे नजरेची भेदकता वाढवीत होती. मोहिनी काही बोलण्याआधीच कमलाकरने विचारलं,

"मैफल झाली?"

"हो!"

"केव्हा संपली ?"

"एक वाजता."

"व्वा! मैफल रंगली वाटतं. किती बिदागी दिली?"

"दीड हजार."

"हलकट! कमीतकमी तीन हजार तरी घ्यायला हवे होते."

"संस्था आपली आहे म्हणून..." मोहिनी म्हणाली.

आपल्या चपला उडवत कमलाकर बैठकीच्या खोलीत गेला. गरकन मागे वळत, आपला तोल सावरत तो म्हणाला,

"संस्था आपली आहे म्हणून नव्हे. माणसं आपली आहेत... भडवेऽऽ"

"काय बोलताऽऽ" मोहिनी म्हणाली.

"खरं ते बोलतो. आमच्या गडकरी मास्तरांनी सांगितलंय, 'प्यायलेला माणूस कधी खोटं बोलूच शकत नाही.' कमलाकर हसला. 'तुला पोहोचवायला कोण आलं होतं सांगू? तो मोहनराव आणि तो हलकट माणिकलाल ना? खरं ना? बोल!"

झुकल्या मानेनं मोहिनी म्हणाली, "हो! तुम्ही मला न्यायला याल असं वाटलं होतं."

"मी" छातीवर हात मारत कमलाकर म्हणाला, "तेवढा नादान नाही मी! मी तिथं येऊ? नोकरी गेली म्हणून सांगू? त्या डॅंबीस माणिकलालला?"

"नोकरी गेली?" मोहिनी उद्गारली.

"हो! काय समजतात मला? मी काय कुली आहे? मी इंजिनिअर. आता ते मजूर सिमेंट घालतात का वाळू ते बघायचं काम माझं? म्हणे घरांना भेगा पडल्या, जबाबदार मी! वारेऽव्वा! गेली नोकरी. जाऊ दे खड्ड्यात. असल्या छप्पन मिळवीन. कोण समजतात मला?"

ते ऐकून मोहिनी हताश झाली. खरोखरच ती छप्पन्नावी नोकरी होती. आवंढा गिळून तिनं विचारलं,

"एवढा वेळ!–"

पण हे वाक्य पुरं होण्याआधीच कमलाकरचा आवाज उमटला,

"तू कोण विचारणार? पगाराचे मिळाले होते. ऐकायचं आहे कुठं गेलो होतो ते?" झोकांड्या देत कमलाकरने आपले अंग कोचावर टाकले. आपल्या बुशशर्टची बटणे मोकळी करीत तो म्हणाला,

"ऐश केली. आराम केला. गाढवांच्या नावानं आंघोळ केली. मोहिनी, मी कुठं गेलो होतो माहीत आहे? मी सरळ कस्तुरीच्या कोठीवर गेलो. काय गाते. व्वाऽऽ"

"आपण काही खाणार का?"

"माणसं माणसाला खातात मग माणूस काय खाईल? अंऽऽ माणूस काय खाईल?" कमलाकर आपल्या विनोदावर खळखळून हसला. "तुला खरं सांगू? तुम्ही गाणारे कलावंत सारे बाजारबसवे आहात! खोटं नाही सांगत. त्या कस्तुरीच्या कोठीवर गेलो होतो ना! तिथं त्या माणिकसारखे दोन आंबटशौकीन होते. मी

कस्तुरीला सांगितलं, 'आजची कोठी फक्त माझी.' तर ती रांड पानानं रंगलेले दात दाखवत म्हणाली, 'तीनशे रुपये.' सालं साऱ्यांच्या देखत खिशातलं सहाशे रुपयांचं पुडकं तिच्या दाताडावर मारलं. म्हणालो, 'भांचोद! उचल ते! सहाशे आहेत. आता हाकल यांना आणि म्हणेल ते गा.' ''

कमलाकरने क्षणाची उसंत घेतली आणि बोलू लागला. ''निर्लज्ज जात! पैसे उचलले, कोठी बंद झाली. ती गात होती. मी ऐकत होतो. मैफलीचा बादशहा फक्त मीच होतो. हाताला घुंगरू बांधलेला तबलजी तबल्याची साथ करीत होता. कडक पेटी बोलत होती. आणि काळी पाचमध्ये कस्तुरी मिटल्या बोटावर टिचक्या मारत गझल गात होती. व्वा! काय आवाज!''

''रात्र खूप झाली!'' मोहिनी म्हणाली.

''पण उजाडलंय कुठं?'' कमलाकर म्हणाला, ''कस्तुरीला मी एक गझल म्हणायला सांगितली. तू म्हणतेस ती. काय बरं!'' आपल्या कुरळ्या केसांतून बोटे फिरवत कमलाकर म्हणाला, ''हां! आठवलं 'जिंदगी की दुवा न दे जालीम, जिंदगी किसको रास आयी है ।' शमीमचीच आहे ना?''

मोहिनीने होकारार्थी मान हलवली. कमलाकर छद्‌मीपणाने हसला.

''तूही गातेस. तीही गाते. पण फरक केवढा. तुमचा मुलायम नाजूक आवाज त्या गझलेची सर त्या आवाजात येणार कशी? त्याला खर असलेला बुलंद आवाज हवा. तुझी चाल वेगळी. ती अगदी उडत्या चालीत गाते आणि नजरबंदी काय! अर्थ सांगावा लागत नाही. तिच्या गझलवर जीव कुर्बान करून टाकावा असं वाटतं.''

''बस्स करा!'' मोहिनीचा संयम ढळला. ''त्या कोठीवालीच्या गाण्याबरोबर माझी तुलना करता?''

कष्टानं उठत कमलाकर ओरडला, ''आवाज बंद!''

मोहिनी भीतीनं मागे सरली.

भीतीनं मागे सरलेल्या मोहिनीकडे पाहात कमलाकर मोठ्यानं हसला.

''भिऊ नको! मारणार नाही मी! कलावंताची बूज कशी राखावी हे मला जास्त कळतं. नाहीतर या घरात राहिलो नसतो.'' आपले हात नाचवत कमलाकर बोलत होता. ''तुला माहीत आहे. त्या कोठीसाठी खिशातलं नोटांचं पुडकं त्या कस्तुरीच्या तोंडावर फेकलं आणि उठताना खिशात दिडकी नाही. लक्षात आलं. सालं रांडांच्याकडे कोण उसने मागतो? बोटातली अंगठी फेकली आणि दहा रुपये घेतले. टॅक्सीसाठी. याला म्हणतात दानत! कलावंताची कदर!''

मोहिनीचं लक्ष कमलाकरच्या बोटाकडे गेलं. मोहिनीने लग्नाआधी हौसेनं घेतलेली एंगेजमेंट रिंग दिसत नव्हती.

''ती एंगेजमेंट रिंग होती.''

"घोरपड घेतली ना गळ्यात! मग रिंग कशाला पाहिजे? ती दिली आणि मोकळा झालो!"

उभ्या जागी मोहिनीला हुंदका फुटला.

"रडायला काय झालं? कोण मेलं?"

"मी खायला आणतेऽ" स्वतःला सावरत मोहिनी कशीबशी म्हणाली.

"घेऊन ये. तोवर मी थोडी घेतो."

मोहिनीने सुटका करून घेतली. जेव्हा चीज, अंड्याची सँडवीच घेऊन ती बैठकीच्या खोलीत गेली तेव्हा कमलाकर कोचावर झोपला होता. टेबलावर व्हिस्कीची बाटली, ग्लास होतं. मोहिनीनं व्हिस्कीच्या बाटलीला टोपण लावलं आणि तिनं हाक मारली,

"अहोऽ अहोऽऽ उठता ना!"

"अं!" म्हणत कमलाकरने डोळे उघडले.

"जरा खाता ना!"

"मला भूक नाही. मी झोपतो."

"मग आत झोपा ना!"

"आयची कटकट!" म्हणत कमलाकर उठला. तोल सावरत कसाबसा बिछान्यावर जाऊन पडला. मोहिनीने व्हिस्कीची बाटली कपाटात ठेवली. केलेले सँडवीच रेफ्रिजरेटरमध्ये ठेवले. घरातले सारे दिवे बंद केले. आणि ती बेडरूममध्ये गेली. थकल्या शरीरानं तिने कमलाकरशेजारी अंग झोकून दिलं.

पायाचं पांघरूण अंगावर घेण्याचं बळही तिला उरलं नव्हतं. थकवा असूनही डोळे मिटत नव्हते. डोळ्यांतून अश्रू का ओघळतात हे तिला कळत नव्हतं.

◆

१२. दहेज

दिल्लीच्या मीर मोहल्ल्यातील पहाटेची अजाँ उमटली. रफतखाँ आणि बहादूरखाँ नमाज पढून बैठकीवर आले होते. थांबलेला तबल्याचा रियाज माडीवर सुरू झाला होता. रफतखाँचा मुलगा दाऊद नित्याची मेहनत करीत होता. रफतखाँ दाऊदचे वडील. बहादूरखाँ हे रफतखाँचे मेहुणे. वर घुमणारा तबला ऐकून बहादूरखाँ म्हणाले,

"रफत, हा तुझा मुलगा नाव काढणार बघ."

रफतखाँ हसले. म्हणाले,

"ठीक है बहादूर, तसं व्हावं ही माझी इच्छा आहे. त्यासाठीच गेली बारा वर्ष या मुलाला मी तालीम देतो आहे. आपल्या घराण्याचा तबला त्यानं आत्मसात केला आहे. पण एकच दु:ख आहे."

"कसलं दु:ख?"

"आमचं घराणं तबलजीचं घराणं. त्याला बाजारात किंमत जरूर आहे. पण आमच्यात तबलानवाझ खलिफा कोणी उपजला नाही. आज खलिफा एकच - ते म्हणजे शौकत अली."

बहादूरखाँ काही बोलला नाही. पेटवलेली गुडगुडी ते दोघे आळीपाळीने ओढत होते.

सूर्योदय झाला आणि घामेजलेला दाऊद जिना उतरून खाली आला. थकलेल्या बोटांना मुठीमध्ये तो कुरवाळीत होता. त्याला पाहताच बहादूरखाँनी विचारलं,

"बेटा, रियाज झाला?"

"जी!"

वास्तविक पाहता हे बोलणं झाल्यानंतर दाऊदने निघून जायला हवं होतं; पण

तो तसाच उभा राहिलेला पाहून बहादूरखाँनी विचारलं,

"क्या है बेटा?"

दाऊद खालच्या मानेनं म्हणाला, "मामाजी! बारा वर्षं मी तबल्याचा रियाझ केला आहे."

"सच्ची बात!" बहादूरखाँ म्हणाले.

"जसमीन मोहल्ल्यात संगीताचा दरबार भरणार आहे. त्याचं मला आमंत्रण आलं आहे. त्या मैफलीला जाण्याची परवानगी दिलीत तर मी जाईन."

"बेटा! तुझी तेवढी तयारी आहे? मैफल जिंकशील?" बहादूरखाँनी विचारलं.

"का नाही? बारा वर्षं मी परोठे भाजले नाहीत. जरूर मैफल जिंकीन."

आतापर्यंत मामा-भाच्यांचा संवाद ऐकत शांतपणे बसलेल्या रफतखाँनी आपली हुक्क्याची नळी बाजूला ठेवली.

"बेटा, तू जरूर मैफलीला जा. पण त्याआधी एक कर. आपल्या तबला घराण्याचे खलिफा म्हणून शौकतअलीखाँसाहेब जहांगीर मोहल्ल्यात राहतात. त्यांच्याकडे जा. त्यांना तुझा तबला ऐकव आणि त्यांनी इजाजत दिली तर जरूर मैफलीत भाग घे. मी तुला अडवणार नाही."

त्या परवानगीने उत्साहित झालेला दाऊद दुसरे दिवशी अंगात कळीदार अंगरखा, पायात तंग विजार, मस्तकी कलाबुतीची पांढरी शुभ्र मलमली टोपी परिधान करून, आपला तबला-डग्गा घेऊन टांग्यात बसला. जहांगीर मोहल्ल्यात शौकतअलीखाँसाहेबांच्या हवेलीसमोर टांगा थांबला. दाऊद टांग्यातून उतरला. आपला तबला-डग्गा घेऊन देवडीवर आला. शौकत-अलीखाँसाहेबांचा शागीर्द करीम दाऊदच्या स्वागताला आला. दाऊद म्हणाला,

"कहो, आब्बाजान कैसे हो?"

करीम म्हणाला, "अल्ला परवरदिगार!"

ताठ मानेनं दाऊद म्हणाला, "जाके उन्हें कहो! रफतखाँके बेटे आपको तबला सुनाने के लिये आये है।"

करीमने आश्चर्यचकित होऊन विचारलं, "जी! क्या कहा आपने?"

"मैंने बोला ना! कहो के, रफतखाँके बेटे आपको तबला सुनाने के लिए आये है। समझ गये?"

क्षणभर करीम त्या निरोपाने घोटाळला. दुसऱ्याच क्षणी तो आत गेला. बैठकीवर शौकतअलीखाँसाहेब बसले होते. शौकतअलींनी विचारलं,

"क्या है?"

करीम अदबीने म्हणाला, "रफतखाँके बेटे दाऊद आले आहेत. त्यांना आपल्याला तबला ऐकवायचा आहे."

क्षणभर शौकतअलीखाँसाहेबांनी विचार केला. ते म्हणाले,

"जाओ, उस्से कहो! हमारे जुतें देवडी में रख्खे हैं उसे सीरपर रख और गर्दन झुकाके फिर अंदर आ जाये!"

तो निरोप ऐकून करीमला काय करावं समजत नव्हतं. पण आज्ञा मालकाची होती. सारं बळ एकवटून तो बाहेर गेला. तबला-डग्गा हाती घेतलेला दाऊद देवडीवर तिष्ठत होता. दाऊदनं विचारलं,

"काय झालं?"

करीम म्हणाला, "माफ करना! उस्ताद कह रहे है कि, उनके जूतें देवडी में रख्खे हैं । वे सीरपर रख्खो और गर्दन झुकाके फिर अंदर आवो!"

त्या निरोपाने दाऊदचा संताप वाढला होता. पण त्याच्या वडिलांची आणि मामांची शौकतअलींच्याबद्दल असलेली निष्ठा तो विसरू शकत नव्हता. तो करीमला म्हणाला,

"ठीक आहे. जोडे आण."

करीमने जोडे आणले. दाऊदने ते मस्तकी धारण केले. हातातला तबलाडग्गा सावरीत, तोल सावरीत त्याने आतल्या महालात प्रवेश केला. पांढऱ्या स्वच्छ बैठकीवर लोडाला टेकून शौकतअलीखाँसाहेब बसले होते. वार्धक्याची झाक त्यांच्या चेहऱ्यावर नुकतीच प्रकटली होती. गोरेपान व्यक्तिमत्त्व असलेल्या त्या शौकतअलीखाँसाहेबांचे गाल तांबडं फुटल्यासारखे होते. पांढऱ्या मिशा, अंगावर पांढरा कुडता, हिरवं मखमली जाकीट हा त्यांचा वेश होता. अवघडलेला दाऊद मस्तकी शौकतअलीखाँचे जोडे आणि दोन्ही हातांमध्ये तबलाडग्गा घेऊन उभा होता. दाऊदला पाहताच शौकतअलीखाँ म्हणाले,

"जीते रहो बेटा! तबला सुनाने आये हो?"

त्याच अवस्थेत असलेला दाऊद म्हणाला, "जी हुजूर! पण आपले जोडे मस्तकी असल्यामुळे मान झुकवता आली नाही, त्याची माफी असावी."

त्या वाक्याने शौकतअलीखाँ भानावर आले. ते गडबडीने उठले आणि दाऊदच्या मस्तकावरचे जोडे काढून घेतले.

"बेटा! हम अभी तुम्हारा तबला सुनेंगे! बजाव!"

शौकतअलीखाँ बैठकीवर बसले होते, सामोरा दाऊद तबला घेऊन बसला होता. दाऊदने अस्तन्या आखडल्या आणि तबला वाजवायला सुरुवात केली. अडीच घंटे दाऊद बोल वाजवत होता. तटस्थ पुतळ्यासारखे शौकतअलीखाँ बसले होते. ना मान हालत होती, ना व्वा मिळत होती. तटस्थ पुतळ्यासारखे ते तबला ऐकत होते. एकच लक्षणीय गोष्ट होती. तबला ऐकत असता पानाचा विडा व हुक्का याची त्यांना एकदाही आठवण झाली नव्हती.

दाऊदने आपलं तबलावादन संपवलं. आपल्या कपाळीचा घाम डाव्या हाताने पुसला आणि तो म्हणाला,

"हुजूर! इजाजत!"

शौकतअलीखाँ हसले. ते म्हणाले,

"बेटा, ऐसा करना, तुम्हारे मामू और वालिदको कहना, बच्चे को ढोलक अच्छी तरहसे सीखाये है! और रफतखाँको कहना कि मैंने उनको बुलाया है!"

तो निरोप घेऊन त्याच संतापात दाऊद घरी आला. रफतखाँनी विचारलं,

"बेटा! क्या हुआ?"

त्यावर सारा गिळलेला संताप दाऊदच्या मुखातून उफाळला. तो म्हणाला,

"हे शौकतअलीखाँसाहेब स्वत:ला काय समजतात? दोन-अडीच तास तबला जीव तोडून वाजवला, आणि नंतर ते संदेशा सांगतात की, तुझ्या बापाला आणि मामाला जाऊन सांग, मुलगा ढोलकं वाजवायला छान शिकला."

रफतखाँ ते ऐकून बैठकीवरून ताडकन उठले. त्यांचा श्वास वाढला होता. ते म्हणाले,

"हा निरोप दिला खाँसाहेबांनी?"

"जी!"

त्या उद्‌गारांनी संतप्त झालेल्या बापानं दाऊदच्या मुस्कडात खाड्‌दिशी थप्पड लगावली. ते उफाळले,

"समजलं? तुला तबला येत नाही ते! म्हणूनच तुला खाँसाहेबांच्याकडे पाठवला. आजसे फिर रियाज शुरू हो जाय! त्यांच्या आज्ञेप्रमाणे मी त्यांना उद्या भेटायला जात आहे. शागिर्दीशिवाय कला येत नाही, हे तुला कळायला हवं." छातीवर हात बडवत रफतखाँ म्हणाले, "बेटा, आमचंही घराणं तबलजीचं घराणं. पिढ्यान्‌पिढ्या रियाझ केला. मेहनत केली. पण त्या शौकतअलीखाँच्या घराण्याची मिजास आम्हाला केव्हाही ओलांडता आली नाही. तो पराभव आम्हाला डाचतो आहे खरा. पण त्यांचं यश अमान्य करणं आम्हाला जमत नाही. तो आमचा पराजय आहे. केव्हातरी तुझ्या रूपानं ते अपयश धुतलं जावं, असं मला वाटतं."

दुसरे दिवशी रफतखाँ शौकतअलीखाँच्या हवेलीवर गेले. रफतखाँ बैठकीवर बसताच शौकतअलीखाँनी विचारले,

"तुला राग तर आला नाही ना?"

"कशाबद्दल खाँसाहेब?" रफतखाँनी विचारलं.

"काल दाऊद आला होता. त्यानं तबला वाजवला. तो निरोपही तुला कळला असेल."

"जी!"

"तुझा मुलगा सुरेख तबला वाजवतो. तू तुझ्या घराण्याची सारी इज्जत त्याला दिली आहेस. पण त्याला अजून तबल्याचा ठसका समजलेला नाही. तबला हे चर्मवाद्य आहे. त्याला घुंगरासारखं बोलतं करता येणं इतकं सोपं नाही. त्याला नुसती गती असून चालत नाही. सर्व वाद्यांपेक्षा त्या वाद्यामध्ये जीव ओतावा लागतो. त्या जीवाला महत्त्व असतं. तेवढंच त्याला अवगत व्हायला हवं.''

शौकतअलीखाँ बोलत होते. रफतखाँ ऐकत होते. रफतखाँना कळत नव्हतं की, शौकतअलीखाँसाहेबांसारख्या माणसानं आपल्याला का बोलवावं आणि हे का ऐकवावं? त्याच संभ्रमात पडलेल्या रफतखाँना शौकतअलीखाँ म्हणाले,

"रफत, दाऊद हा चांगला मुलगा आहे. त्याला मेहनत जरूर दे. अजून त्याला मेहनतीतील नजाकत माहिती नाही. तो मुलगा माझ्या मनात भरला आहे. माझी मुलगी हसीना ही त्याला द्यावी, असं वाटतं. हा रिश्ता तुला मंजूर असेल, तर हा संबंध आपण पक्का करू.''

रफतखाँनी हसीनाला लहानपणापासून वाढताना पाहिलं होतं. आईबापाचं सौंदर्य घेऊन वाढलेली ती मुलगी रफतच्या डोळ्यासमोर तरळत होती. ती मागणी आल्यानंतर रफत आपलं सर्व बळ एकवटून म्हणाले,

"दहेज क्या होगा?''

"दहेज?'' शौकतअलीखाँ उद्गारले.

"हाँ दहेज!''

त्या बोलण्यानं शौकतअलीखाँ चकित झाले. त्यांना रफतखाँकडून ती अपेक्षा नव्हती. रफतखाँ म्हणाले,

"मुझे जरूर दहेज चाहिए!''

"बोलो! कितना चाहिए तुझे ?''

संतप्त झालेल्या शौकतअलीखाँसाहेबांच्याकडे पाहात रफतखाँ म्हणाले,

"दहेज कुछ नहीं चाहिए! सिर्फ अपने घराने का तबला हमें दहेज मिलना चाहिए! दहेज म्हणून तुमच्या घराण्याचा तबला जर आम्हाला मिळेल तर आज मुलगा तुमचा झाला.''

ती मागणी ऐकून शौकतअलीखाँ प्रसन्नपणे हसले. ते म्हणाले,

"असा शिष्य मिळणं महाकठीण. त्याची मेहनत, त्याची तनहाई मी पाहिलेली आहे. त्याच वेळी मला वाटलं की, असा शिष्य मिळायला हवा.'' शौकतअलीखाँ म्हणाले, 'रफत, तो माझा जावई म्हणूनच नव्हे; माझा मुलगा म्हणून मी त्याला सांभाळीन. मला जे अवगत आहे, ती सारी विद्या त्याला देईन. मग तर झालं?''

रफतखाँ आनंदाने उठले.

दाऊदची गंडाबांधणी झाली, आणि दाऊद शौकतअलीखाँच्या घरी तबला

शिकू लागला. एका चांगल्या दिवशी दाऊद आणि हसीना यांची शादी झाली. शौकतअलीखाँ दाऊदला तालीम देत असत; पण रियाझ करण्याआधी हसीनाला ते सांगत,

"बेटी, रियाझच्या वेळेला त्याच्यासमोर बसत जा. ताल आणि लय हे देण्यासाठी हातावरती ताल धरून त्याला साथ देत जा."

हसीना म्हणाली, "मी?"

"हाँ, तू! बेटी, या मुलाला तबल्याचं सारं ज्ञान आहे. तो सगळं शिकला आहे. पण त्याची लज्जत त्याला अजून माहीत नाही. तू समोर बैस. त्याच्या ताल-लयीला साथ दे. तुझ्या रूपाकडे पाहून त्याला ती लकब सहज कळेल. पोरी, जीवनात नुसतं ज्ञान असून चालत नाही. त्या ज्ञानाला गोडवा असावा लागतो. तुझ्या रूपानं तो गोडवा त्या पोराला मिळाला तर त्याला सगळं साध्य करता येईल."

आणि हसीना दाऊदसमोर बसत असे. रात्रीच्या प्रणयानं धुंद झालेला दाऊद पहाटे जागा होत असे. सामोरी रूपसंपन्न हसीना बसत असे आणि दाऊदची मेहनत चालू होत असे. समोरच्या हसीनाकडे पाहून तिच्या ताल लयीचं भान बाळगून किती वेळ गेला हेही समजत नसे.

जेव्हा शौकतअली मेहनत घ्यायला बसत त्या वेळी ते सांगत,

"बेटा, हा दिल्लीचा कायदा आहे. फक्त दोन बोटांची पुढची दोन पेरं वापरायची. किनार वाजवायची." तिसरं बोट चुकून लागलं तर ते म्हणायचे, "छुरी ले आव. उंगली काट देंगे."

शौकतअलीखाँसाहेबांचा एक खास रिवाज होता. ते जेव्हा तबल्याला बसत तेव्हा त्यांचा रूपसंपन्न चेहरा अधिकच तेजस्वी बनत असे. तबला हाती घेण्याआधी चारपदरी मलमलीतून वस्त्रगाळ केलेली गाईच्या शेणाची राख त्यांच्या शेजारी चांदीच्या ताटात ठेवली जात असे. त्यानंतर ते हनुमान मांडी घालून तबला-डग्गा घेऊन वाजवायला बसत. फक्त बाह्या आणि तबल्यावरचा हात फिरत असे. पण चेहरा निर्विकार पुतळ्याप्रमाणे असे. कितीही वरच्या गतीची लय असली तरी डोलणं नाही. हलणं नाही.

सतारीचा झाला चालावा तसा डग्गा चालायचा. आणि तबल्यातून बोल निघायचे पण ऐकताना असं वाटायचं की, एखाद्या नर्तकीचे पदन्यास ऐकतो आहोत.

हे सामर्थ्य दाऊद ऐकत असे तेव्हा त्याचा सारा अहंकार विरघळून जात असे आणि त्या ईर्षेने झपाटलेला दाऊद अहोरात्र मेहनत करीत असे.

एके दिवशी शौकतअलीखाँनी, रफतखाँना आपल्या घरी बोलावलं. रफतखाँ सामोरे येताच शौकतअलीखाँ म्हणाले,

"रफत, कल रात हमारी दावत है! तुम और दाऊद जरूर दावत में आना।"

रफतखाँ मान झुकवत म्हणाले, "जी हुजूर! आ जायेंगे जरूर. पण दावत कशासाठी ते कळलं नाही."

त्या उंच्यापुऱ्या खानदानी माणसाने आपला मायेचा हात रफतखाँच्या खांद्यावर ठेवला. ते म्हणाले,

"रफत, दावत इसलिए है कि, आज हम आखरी तबला सुनानेवाले है! इसके बाद न शौकतअली होगा ना उनका तबला! लेकिन तुम्हारे बेटे दाऊद को जरूर ले आना, भूलो मत."

त्या बोलण्याने थक्क झालेले रफतखाँ म्हणाले, "हुजूर! क्या बात कर रहे हो?"

रफतखाँच्या डोळ्यांत उभे राहिलेले अश्रू पाहून शौकतअलीखाँ म्हणाले,

"बेटा, जोवर हातात कला आहे आणि हातच्या कलेला मान्यता आहे तोवर माणसानं जगावं. तुमच्या लक्षात येत नसेल. पण मला कळतं. आता पूर्वीसारखी बोटं काम देत नाहीत. त्याला ताकद लावावी लागते. दावतीला तुम्ही दोघे जरूर या. विसरू नका."

दुसरे दिवशी सायंकाळी शौकतअलीखाँच्या हवेलीमध्ये गर्दी झाली होती. दिल्लीचे सारे तबलानवाझ त्या मैफलीत उतरले होते. रफतखाँ, बहादूरखाँ साऱ्यांचं स्वागत करीत होते. वास्तविक मैफलीनंतर दावत दिली जायची. पण शौकतअलीखाँनी सांगितलं,

"पहिल्यांदा दावत घ्या."

मेजवानीचा बेत सरला आणि वरच्या महालात सारे गोळा झाले. शौकतअलीखाँ दाऊदला म्हणाले,

"बेटे, चलो आगे बढो."

त्या आज्ञेने दाऊद विस्मयचकित झाला होता. बैठकीवर शौकतअलीखाँचा तबला-डग्गा ठेवलेला होता. दाऊद सामोरा येताच शौकतअलीखाँनी तो तबला-डग्गा दाऊदच्या हातात दिला. सारंगियाने लेहरा धरला आणि अस्तन्या आखडून दाऊद तबल्याचे बोल घुमवू लागला.

कधी नव्हे ते शौकतअलीखाँ आनंदाने दाऊदला दाद देत होते. साऱ्यांच्याकडून त्याला साथ मिळत होती. दाऊदचं तबलावादन संपलं. त्यानं शौकतअलीखाँचे चरण शिवले. शौकतअलीखाँ आशीर्वाद देत म्हणाले,

"बेटा, जीते रहो! रफत –"

रफतखाँ उठून उभे राहिले.

"मी तुला वचन दिलं होतं. माझ्या घरचा तबला तुझ्या घरी जाईल. आज या

अखेरच्या मैफलीत मी तुला सांगतो. मी माझं वचन पाळलं आहे. तुझ्या दाऊदला मी सारं दिलं आहे. घेणं सोपं असतं पण ते पचवणं कठीण असतं. तुम्ही मला या कलेतला खलिफा म्हणता. हे जर खरं असेल तर माझ्या पश्चात दाऊद ती गादी चालवेल, यांत मला संशय वाटत नाही.''

सहा फूट उंचाचा गोरापान वयोवृद्ध, तपोवृद्ध तो राजबिंडा देखणा माणूस तबला वाजवायला सज्ज झाला होता. नित्याप्रमाणे त्याच्या आठही बोटांत हिऱ्यांच्या अंगठ्या चमकत होत्या. शौकतअलींनी एकदा हसून जमलेल्या सर्व कलाकारांच्याकडे पाहिलं आणि सारंगियाकडे वळून ते म्हणाले,

''चलोऽ''

सारंगियाने हाती गज पेलला. सारंगीवरती लेहरा उमटू लागला. आणि राखेत बुडवलेली हाताची पुढची पेरं तबल्यावर नाचू लागली. तबला घुमत होता. सारे मान डोलवत होते. तीन तास तबला घुमत होता. पण शौकतअलीखाँच्या मुखावर थकवा नव्हता. एखाद्या संगमरवरी पुतळ्याप्रमाणे ते तबल्याचे नाना बोल, नाना आवर्तने, नाना ढंग जमलेल्या कलावंतांना दाखवत होते. त्या धुंद मैफलीचा शेवट झाला. शौकतअलीखाँ म्हणाले,

''खुदा हाफिज!''

आणि शौकतअलीखाँची मान कलंडली.

सारे धावले. पण शौकतअलीखाँ केव्हाच या जगातून निघून गेले होते. दाऊदच्या अश्रूंना बंध नव्हता. साऱ्यांच्या मुखांतून दुःखोद्गार उमटत होते. त्या वेळी रफतखाँनी दाऊदच्या पाठीवर हात ठेवला ते म्हणाले,

''बेटा, शोक करू नको. जन्माला येणं कुणाच्या हाती नसतं. पण आपल्या इच्छेनं आपला शेवट गाठणं ही अल्लाची देणगी असते. ती ज्यांना लाभते त्यांना आम्ही पीर म्हणतो. कदाचित ते आम्हा सर्वांना कळावं म्हणूनच आज या दावतीला तुला बोलावलं असेल.''

शौकतअलीखाँचा जनाजा तयार केला गेला. धर्माप्रमाणे शवपेटीत शौकतअलींना झोपवण्यात आलं नाही. ज्या अवस्थेत शौकतअलीखाँ गेले त्याच अवस्थेत त्यांना बसविण्यात आलं. त्यांच्यासमोर तबला-डग्गा ठेवण्यात आला होता आणि त्यांच्या लाडक्या डग्गा-तबल्यासह बसल्या बैठकीनं त्यांचं दफन झालं.

सारी माणसं परतली होती. कबरीशेजारी दाऊद गुडघे टेकून बसला होता. झरणारे अश्रू त्या कबरीवर पडत होते.

आणि त्या ओल्या मातीला एक सुगंध लाभला होता.

◆

१३. दूरची वाट

"केदारीऽऽ"

नारायणबुवांची हाक कानावर आली. केदारीनाथाने गडबडीने धुतलेल्या कपड्यांचे पिळे गोळा केले. तोच परत ती हाक आली. "आलो" म्हणत केदारी ओढ्यातून वर आला. आणि धावत सुटला. केदारी घराजवळ आला. त्यानं पाहिलं तो नारायणबुवा दारात उभे होते. पांढरे स्वच्छ धोतर, सदरा त्यांनी घातला होता. डोक्याला तांबडा रुमाल बांधला होता. केदारीला पाहताच त्यांनी विचारलं,

"अरे, काय करत होतास?"

"कपडे धूत होतो." केदारीनाथने उत्तर दिले.

"अरे, आपल्याकडे आज मोठे पाहुणे येणार आहेत. माहीत आहे, कोण?"

सात वर्षांच्या केदारीनं मान हलवली. नारायणबुवांनी केळीच्या आळ्यात पानाची पिंक टाकली; आणि त्यांनी सांगितले,

"अरे, आग्रा घराण्याचे श्रेष्ठ गवयी शमीमखाँसाहेब येणार आहेत."

"आपल्या घरी?" आश्चर्याने केदारीनाथने विचारले.

"हो!"

"इथं राहणार ?"

"इथंच राहणार. जाणार कुठं?"

"पण ते मुसलमान ना?" केदारीनाथनं शंका व्यक्त केली.

नारायणबुवा मोकळेपणानं हसले. "केदारी, तू लहान आहेस! मोठा होशील, तेव्हा कळेल. आपल्या संगीताच्या जगात जात एकच असते– कलावंताची. बसची वेळ झाली आहे. मी जातो. त्यांना घेऊन येईन. बैठक घातली आहे. पाण्याची घागर

भरून दारात ठेव.''

नारायणबुवा निघून गेले. केदारीने परसात कपडे वाळत घातले. खाकी चड्डी आणि कुडता परिधान केला. घागर, तांब्या घेऊन तो ओढ्यावर गेला. तांबड्या मातीने त्याने दोन्ही पात्रे लखलखीत केली, आणि भरलेली घागर घेऊन तो माघारी आला. बराच वेळ तो आतबाहेर करीत होता. चित्त कुठे लागत नव्हते. शमीमखाँना पाहण्याची उत्सुकता होती. शेवटी कंटाळून तो घराच्या समोर कट्ट्यावर बसला. बाहेर ऊन वाढत होते. गोव्यातला उकाडा जाणवत होता. केदारीने भिंतीला मान टेकली; आणि केव्हा डुलकी लागली हेही त्याला कळले नाही.

''केदाराऽऽ''

त्या हाकेने तो जागा झाला. भर उन्हाच्या प्रकाशाने त्याचे डोळे दिपले. डोळे चोळत तो उभा राहिला. पाहतो तो घराबाहेर नारायणबुवा उभे होते. त्यांच्या मागे काळी अचकन, तंग इरापी विजार, डोक्याला काळी फर कॅप घातलेली एक उंचीपुरी व्यक्ती उभी होती. गव्हाळी रंगाची, जाड भिवयांची ती व्यक्ती सुरमा घातलेल्या डोळ्यांनी केदारीला पाहात होती. कुणीही न सांगता, केदारी पुढे झाला; आणि त्याने खाँसाहेबांच्या पायावर डोके ठेवले.

''अरे, ये क्या करते हो! उठो बच्चे.'' म्हणत खाँसाहेबांनी प्रेमभरानं केदारीला उठवलं. नारायणबुवा म्हणाले,

''खाँसाहेब! हा माझा पुतण्या! माझ्याकडेच असतो.''

खाँसाहेब हसले. ते केदारीला जवळ घेत म्हणाले, ''अरे, नारायण! तू याला चांगली आदत शिकवलीस.''

''नाही, खाँसाहेब! आदत शिकवावी लागत नाही. गात्या गळ्याचं पोर आहे. उपजतच त्यानं ती उचलली आहे.''

खाँसाहेबांनी हातपाय धुतले; आणि ते घरात आले. भोजनानंतर खाँसाहेब झोपले. सायंकाळी पाय मोकळे करायला दोघे बाहेर पडले, तेव्हा बरोबर केदारीनाथही होता. फिरत जात असता शमीमखाँनी विषय काढला.

''अरे, नारायण, सारी उमर गाणं शिकण्यात घालवली. आग्रा घराण्याची सारी गायकी गळ्यात झेलली. मैफलीचा कधी मोह धरला नाही. नुसता शिकत राहिलो. हे गोळा केलेलं धन द्यायचं कुणाला? भारी बेचैन आहे मी.''

''मग खाँसाहेब, शिकवत का नाही?''

''शिकवू? कुणाला?'' खाँसाहेब उदासपणे हसले. ''नारायण, गाणं शिकणं सोपं, पण ते देणं कठीण! नशिबात असेल तरच शिष्य मिळतो त्याचसाठी मी इथं आलो आहे. तुझ्या माहितीत असा कुठला गाता गळा आहे?''

नारायणबुवा काही बोलले नाहीत. उदासपणे हसून खाँसाहेब म्हणाले, ''पाहिलंस!

अस्सं होतं!'' एक वेगळाच भाव शमीमखाँसाहेबांच्या मुखावर प्रगटला. ते त्वेषाने म्हणाले, ''नारायण! अरे, आमचं आग्रा घराणं केवढं मोठं. आज बाजारात जयपूर, ग्वाल्हेर, किराणा घराण्याचे मातब्बर चेले उतरले आहेत. आपल्या गाण्यानं ते आपलं घराणं रोशन करीत आहेत. पण आग्रा घराण्याचं नावही बाजारात राहिलं नाही. हे वय काय मैफलीचं! सारं मिळवून वाया जातं की काय असं वाटतंय. त्याच बेचैनीत मी इथं आलो आहे. भैय्या, मला असा शागीर्द गाठून दे की जो मी मिळविलेलं सारं घेईल. लोकांना आमचं घराणं दाखवेल. हे गाणं जिवंत ठेवेल. त्यासाठीच मी गोव्यात आलो आहे.'' ''पाहू.'' नारायणबुवा म्हणाले.

सायंकाळी घरी आल्यानंतर नारायणबुवांनी केदारीनाथला साजूला बोलवायला पाठवलं. केदारी धावत गेला. साजूला हुडकून आणलं. तानपुरा काढला गेला. साजू तबला जुळवत होता. पांढरी चारमध्ये तानपुरा, तबला जुळवा. शमीमखाँनी विचारलं,

''येवढ्या वरच्या सुरात कोण गाणार?''

नारायणबुवा म्हणाले, ''हा आमचा केदारीनाथ आहे ना! तो नेहमी पांढऱ्या चारमध्येच गातो.''

''अच्छा?''

''केदारी, खाँसाहेबांना गाऊन दाखव!'' बुवांनी आज्ञा केली.

केदारीनाथ उठला. त्याने खाँसाहेबांना, नारायणबुवांना वंदन केले आणि तो गायला बसला. आकार लावून भिमपलासीमधली 'बिरजमें धूम' चीज तो गात होता. प्राथमिक शिक्षणातली ती चीज केदारीनाथ मनापासून गात होता. चीज संपली आणि नारायणबुवांनी विचारले,

''हा शिष्य चालेल?''

खाँसाहेब केदारीकडे पाहात होते. केदारीनाथाच्या डोळ्यांत विश्वास होता. पण त्याने खाँसाहेब विचलित झाले नाहीत. ते म्हणाले,

''नारायण! याचा गळा चांगला आहे. गळ्यात फिरत आहे; पण हा मला चालणार नाही.''

''कारण?''

''कारण एकच! अजून याचं वय कोवळं आहे. मी मेहनत घेतली आणि याला गाणं शिकवलं तर...''

''तर काय?'' नारायणबुवा म्हणाले, ''खाँसाहेब, मी स्पष्टच सांगतो. आपण याच्यावर कृपा केलीत, गंडा बांधलात, तर या पोराचं कल्याण होईल. त्यासाठी आपण म्हणाल ती गुरुदक्षिणा मी आपल्याला देईन.''

खाँसाहेब खिन्नपणे हसले, ''नारायण, गैरसमज होतो तुझा! हा मुलगा आज सुरेला आहे. तो मेहनत घेईलही. पण कुदरतची रीत कुणी सांगावी? उद्या हा मोठा झाला आणि त्याचा आवाज फाटला तर! नारायण, घरानेकी इज्जत कभी बेची नहीं जाती! तो धोका पत्करण्याचं आता माझं वयही राहिलं नाही, नारायण! मैं मजबूर हूँ मला याला शिकवता येणार नाही. शिकवणार नाही.''

''मग, आपल्याला हवा तसा शागीर्द मिळणं कठीण आहे, खाँसाहेब.'' आपला संताप आवरत नारायणबुवा म्हणाले.

''कदाचित ते खरं असेलही! नारायण अरे, देवाच्या सेवेत उमर घालवलीस आणि पारख करायला हे कोवळं पोर माझ्यासमोर ठेवलंस? देवाच्या सेवेपेक्षा गाण्याकडं लक्ष दिलं असतंस तर फार बरं झालं असतं. फार बरं झालं असतं.''

तो घाव नारायणबुवांना जिव्हारी लागला. मनातला संताप लपवत त्यांनी केदारीला सांगितलं,

''केदारी! असाच जा आणि गुलाबला मी बोलावलंय म्हणून सांग. असेल तिथून, असेल तशी घेऊन ये.''

''कोण गुलाब?'' खाँसाहेबांनी विचारलं.

''ते लवकरच कळेल.'' नारायणबुवा तुटकपणे म्हणाले, ''खाँसाहेब! देवाच्या सेवेसाठी आरती गाणारी पोर आहे. पण तिचा आवाज देवाला रिझवणारा आहे.''

केदारी गेला. तो गुलाबला घेऊन माघारी आला. गुलाबसंगती तिची आई चंपाबाईही आली होती. खाँसाहेब, नारायणबुवा लोडाला टेकून गप्पा मारत होते. नारायणबुवांनी खाँसाहेबांची आणि गुलाब, चंपाची ओळख करून दिली; आणि गुलाबला म्हणाले,

''गुलाब! आग्रा घराण्याचे खास वारसदार शमीमखाँ आपल्याकडे आलेले आहेत. त्यांना आपण गाणं ऐकवायला हवं. तू गा.''

गुलाब त्या बोलण्याने आश्चर्यचकित झाली. गुलाबचं वय सतरा वर्षांचं होतं. रंगानं ती सावळी असली तरी तिचं रूप रेखीव होतं, आणि त्याहीपेक्षा तिचे डोळे मोठे तेजस्वी होते. नजर फिरेल तिकडे पुरा वेध घेण्याचं सामर्थ्य त्यात लपलेलं होतं. अति संकोचलेल्या गुलाबने तानपुरा हातात घेतला, आणि ती गाऊ लागली. नारायणबुवांनी शिकवलेलं मीराचं भजन ती गात होती.

''मत डारो पिचकारी ।
मैं सगरी भिज गयी सारी.''

भजन चालू असता लोडाला कलून बसलेले खाँसाहेब ताठ बसले. ते सारं लक्ष पुरवून गुलाबचं गाणं ऐकत होते. भजन संपलं, आणि खाँसाहेबांना आपला आनंद लपवणं जड गेलं. खाँसाहेबांनी दोन्ही हातांची फाकलेली ओंजळ आपल्या समोर

धरली होती. ते मोठ्याने पुटपुटत होते–

"या अल्लाह परवर दिगार! तूने मेरी माँग पुरी कर दी! मैं शुक्रगुजार हूँ!"

शमीमखाँचे डोळे आसवांनी भरले होते, ते भरल्या आवाजाने नारायणबुवांना म्हणाले,

"नारायण, ज्या आवाजाच्या शोधात मी होतो, तो आवाज आज मिळाला. ही मुलगी मला मिळवून दे! मी माझं सारं घराणं हिच्या गळ्यात उतरवीन. हिला अशी तयार करीन-अशी तयार करीन! हिला दुनियेत तोड असणार नाही."

सारे चकित होऊन खाँसाहेबांचं बोलणं ऐकत होते. गुलाब अधोवदन होऊन ते ऐकत बसली होती. गोवा सोडून जायला चंपाबाई तयार नव्हत्या. नारायणबुवांनी चंपाबाईची समजूत काढली आणि शेवटी चंपाबाई गुलाबसह खाँसाहेबांच्या बरोबर जायला तयार झाली. शमीमखाँ आनंदले होते. त्या खुशीत त्यांनी नारायणबुवांना गाणे ऐकवण्याचे ठरवले. रात्री मोजकी माणसे नारायणबुवांच्या घरी जमली. तानपुरे जुळवले. तबलजी सावरून बसला. पेटीवाल्याने सूर धरला. आणि खाँसाहेबांनी आपला निर्मळ आकार लावला. सामोरे नारायणबुवा बसले होते. त्यांच्याकडे पाहून खाँसाहेब म्हणाले,

"नारायण, आज गुरु घराण्याची खासियत तुला ऐकवतो. आग्रा घराण्याचा खास ढंगाचा खेम ऐक."

श्रोत्यांवरून खाँसाहेबांची नजर फिरत असता अगदी मागे एका कोपऱ्यात बसलेल्या केदारनाथावर त्यांची नजर गेली. खाँसाहेबांच्या कपाळी आठी पडली. त्याच्याकडे बोट दाखवत खाँसाहेब गरजले,

"बेटा! तू बाहेर जा! ए बच्चों का मामला नहीं!"

नारायणबुवांनी तरफदारी केली, "बसेना का?"

"नहीं, ते पोर तेज आहे. सुरांचं वजन आणि जाण त्याला आहे. आमच्या घराण्याचं गाणं असं वाऱ्यावर टाकलं जात नाही. बेटा, तू जा."

केदारीनाथ कष्टी मनानं उठला आणि बाहेर निघून गेला.

आपल्या खोलीत जाऊन तो झोपला होता. मनातून नको असतानाही त्याच्या कानावर सूर पडत होते. खाँसाहेब खैम रागातील एक चीज गात होते.

नजर न आये शामऽऽ

मध्यरात्र उलटल्यानंतर गाणं संपलं. केदारीनाथला झोप आली नव्हती. त्या गाण्यानं तो अधिक बेचैन झाला होता. पण उठण्याचं धारिष्ट्य त्याच्याजवळ नव्हते. नारायणबुवा एकदा आत येऊन गेले. डोळे मिटून पडलेला केदारीनाथ झोपला आहे असे समजून त्याचं पांघरूण सारखे करून गेले.

दोन दिवसांनी खाँसाहेब चंपा, गुलाबसह निघून गेले. केदारीनाथ नारायणबुवांच्याकडे

गाणं शिकत राहिला. केव्हातरी चंपा गोव्याला यायची तेव्हा गुलाबची बातमी कळायची. खाँसाहेबांनी गुलाबसाठी बेळगावला घर घेतले होते. एके काळी बेळगाव हे गाण्याचे माहेर होते. निरनिराळ्या घराण्याचे बुजुर्ग बेळगावला वर्षानुवर्षे मुक्काम करीत. आपले शिष्य तयार करीत. एक वेळ अशी होती की, भारताच्या संगीत-क्षेत्रातल्या माणसाचे लक्ष बेळगावकडे खिळलेले असे. आग्रा घराण्याचे शमीमखाँ शिष्येसह बेळगावात अवतरल्याची बातमी पसरायला फारसा वेळ लागला नाही. आग्रा घराण्याचा नवा हक्कदार जन्माला येतो आहे, इकडे साऱ्या संगीत जाणकारांचे लक्ष लागले होते. शमीमखाँही त्याच जिद्दीने गुलाबला शिकवत होते. दिवसरात्र मेहनत घेऊन खाँसाहेब आपल्या घराण्याचा वारस तयार करीत होते.

एके दिवशी रामनाथ अचानक घरी आले. रामनाथ हे नारायणबुवांचे गुरुबंधू. दोघे स्नेहभराने भेटले. बोलता-बोलता रामनाथांनी विषय काढला.

"अरे नारायण, तुझ्याकडे एक गात्या गळ्याचं पोर आहे म्हणे."

केदारीनाथांकडे बोट दाखवत नारायणबुवा म्हणाले, "हा काय माझा पुतण्या! मोठा गुणी पोरगा आहे. पण या गोव्यात गुणांचं चीज नाही."

"मला याचं गाणं ऐकायचं आहे." रामनाथांनी सांगितले.

"जरूर ऐक! आवाज ऐकवतो."

रात्री रामनाथांपुढे केदारी गायला. रामनाथांना केदारीचे गाणे आवडले. ते म्हणाले,

"हे बघ, नारायण! मी नाटक कंपनी काढतो आहे. मला असाच मुलगा हवा होता."

"नाटक!" नारायणबुवा उद्‌गारले.

"घाबरू नको! तुझा पुतण्या तो माझा. मी याला गाणं शिकवीन. ते बंद होऊ देणार नाही. हा मुलगा नावलौकिक मिळवील."

मित्रासाठी ते नारायणबुवांनी मान्य केले आणि केदारीनाथ रामनाथाबरोबर मुंबईला निघून गेला. राजवैभव नाटक कंपनीत केदारी रामनाथाबरोबर कामे करू लागला. जेव्हा नाटक नसे तेव्हा रामनाथ केदारीला गाणे शिकवीत असत. हळूहळू केदारीचे गाणे, अभिनय याकडे लोकांचे लक्ष जाऊ लागले. केदारीनाथांच्या गाण्याला दाद मिळू लागली.

कंपनीचा मुक्काम एकदा कोल्हापूरला पडला होता. एके दिवशी केदारी सकाळी बाजारात गेला असता त्याला चंपाबाईचे दर्शन झाले. चंपाबाई भाजी घेत होत्या. मागून जाऊन केदारीने हाक मारली,

"मावशीऽ"

चंपाबाईंनी वळून पाहिले तो तरुण केदारीनाथ उभा होता. क्षणभर चंपाला

ओळख पटली नाही. केदारीनाथ हसून म्हणाला,

"मावशी, ओळखलं नाहीस? मी केदारीनाथ...केदारी. नारायणबुवांचा पुतण्या..."

चंपाला ओळख पटली. तिच्या डोळ्यांत ओतप्रोत माया उतरली. बाजार आहे हे ध्यानी न घेता तिने केदारीची माया घेतली.

"केवढा मोठा झालास रे! ओळखलंच नाही बघ तुला." चंपाबाई म्हणाली.

"पण मी कसं ओळखलं?" केदारीनाथने हसून विचारले.

"अरे, तू बदललास म्हणून मी का बदलणार? पूर्वी पाहिलं होतं ते येवढासा होतास. आता ताडामाडासारखा वाढलास."

"पण, तुम्ही बेळगावला होता ना?"

"होतो? पण सोडलं. आता कोल्हापुरातच घर केलंय."

"आणि... खाँसाहेब?"

"आहेत ना इथंच, गुलाबला शिकवतात."

त्या रात्री नाटकाला गुलाब, चंपा आली. केदारीनाथाच्या गाण्याचे त्यांनी खूप कौतुक केले.

दुसरे दिवशी सकाळी केदारीनाथ चंपाबाईने सांगितलेल्या पत्त्यावर गेला. एका बोळात छोटे दुमजली घर होते. घराच्या दारातच केदारीनाथाचे पाय थबकले. माडीवरून गाण्याचे सूर येत होते. चंपाबाईने केदारीनाथाचं स्वागत केलं. केदारीनाथ वर जायला निघाला, तेव्हा चंपाबाईनं त्याला अडवले.

"मेहनत चालू असताना कुणी वर गेलेलं खाँसाहेबांना खपत नाही. तू इथंच बसून ऐक."

बिलावल रागातली चीज गायली जात होती 'मनवा मानत नाही.' गुलाब गात होती. स्वच्छ निर्मळ सुरामागची ताकद जाणवत होती. खाँसाहेबांच्या धीरगंभीर तानेला वीज उतरावी तशी गुलाबच्या आवाजाची जोड मिळत होती. जीव लावून केदारीनाथ ऐकत होता. सारे भान हरपून नागासारखा डुलत होता. गाणे संपले चंपाबाई म्हणाल्या,

"केदारीऽऽ"

"अँऽ"

"तू आता जा! खाँसाहेब येवढ्यात खाली येतील. तुला गाणं ऐकायचं असलं तर दररोज पहाटे येत जा. तुला ऐकायला मिळेल."

केदारीनाथ आनंदाने बाहेर पडला. त्यानंतर दररोज पहाटे तो गुलाबच्या मुक्कामी जाई. चंपाबाई दार उघडे ठेवून त्याची वाटच पाहात असत. रियाज सुरू झाला की, केदारी जिन्याच्या पायऱ्यांवर बसून ऐकत असे. कंपनीच्या दीड महिन्यांच्या मुक्कामात त्याने भरपूर ऐकले. मनात साठवले. चंपाबाई, गुलाबचा निरोप घेऊन

एके दिवशी केदारीनाथने कंपनीबरोबर कोल्हापूर सोडले.

पण त्यानंतर राजवैभव नाटक कंपनीला उतरती कळा लागली. एके दिवशी रामनाथांनी केदारीला जवळ बोलावले.

"हे बघ केदारीनाथ, आता कंपनी फार दिवस चालवता येईल, असं वाटत नाही. जे माझ्याजवळ गाणं होतं ते मी सारं तुला दिलं आहे. कंपनीचा भरवसा धरू नको. तू गायक म्हणून स्वतंत्र स्थान मिळवशील याचा मला विश्वास आहे. तू मैफली कराव्यास, असं मला वाटतं."

"जी!" केदारीनाथ म्हणाला. "पण एक विनंती आहे."

"त्याची चिंता करू नको. मी माझ्या मित्रांना सांगेन. ते सारं घडवून आणतील. आहे तयारी?"

"हो." केदारीनाथ म्हणाला. "पण हे जमणार कसं?"

"काय?" रामनाथांनी विचारले.

"एकदा गोव्याला जाऊन यावं म्हणतो."

"जरूर! नारायणाचा आशीर्वाद घ्यायला ना? जरूर जा. तोच तुझा खरा गुरू."

केदारीनाथ गोव्याला गेला. नारायणबुवांना घेऊन गावच्या देवळात जाऊन देवापुढे गुरुसाक्षीने गायला. नारायणबुवा केदारीनाथची प्रगती पाहून सद्‌गदित झाले. ते म्हणाले,

"खरं सांगू केदारी! तुला रामनाथांच्या हाती देताना मला भीती वाटत होती. नाटकात राहून तू काय मिळवणार, असं वाटत होतं. पण त्यानं वचन पाळलं. गुरुघराण्याचं गाणं तुझ्या गळ्यात उतरवलं. त्याचे उपकार मोठे आहेत."

केदारीनाथ नारायणबुवांचा आशीर्वाद घेऊन माघारी आला. रामनाथ त्याच्या बैठकी ठरवत होते. मैफलींना हजर राहत होते. दाद देत होते. केदारीनाथाचं नाव व्हायला फारसं अवघड गेलं नाही. केदारीनाथाचं जेव्हा स्वतंत्र स्थान सिद्ध होत होतं तेव्हा रामनाथ नाटकाचा गाशा गुंडाळून जीवनाचा अखेरचा टप्पा चालत होते. त्यांच्या अंतकाळी त्यांना भेटायला केदारीनाथ गेला. त्याला पाहून रामनाथांना आनंदानं भरतं आलं. एके दिवशी ते म्हणाले,

"अरे केदारी! तू एकदा खोलीवर गाताना मी तुला ऐकलं आहे. बिलावल रागातली 'मनवा मानत नाही' ही चीज तू गात होतास. ती चीज मी शिकवली नव्हती. पण भारी गोड आहे. दमदार आहे. तेवढी गा ना!"

केदारीनाथानं रामनाथांचे पाय धरले. तो म्हणाला, "क्षमा असावी! पण उस्ताद शमीमखाँच्या तोंडून ती मी ऐकली होती. चुकून गायलो असेन. पण मैफलीत आपल्या गाण्याखेरीज दुसरं गायलो नाही."

''खुळा आहेस! ही मिजास कलावंतानं कधी बाळगू नये. घराण्याचा अधिकार जरूर बाळगावा. पण गाणं हे सागरासारखं अफाट आहे. दरिया तोच सप्तसुरांचा असतो, पण प्रत्येक किनाऱ्यावर फुटणारी लाट अलग बोलते. ज्याला त्या दरियाची ओळख हवी असेल, त्यानं प्रत्येक किनाऱ्याची वेगळी लज्जत आत्मसात करायला हवी.''

केदारीनाथनं तानपुरे जुळवले. तो गात होता. आठवत होते कोल्हापूरच्या गुलाबचे माडीवरून येणारे सूर नकळत केदारीनाथ गाऊ लागला.

'मनवा मानत नाही.'

केदारीनाथचं मन मोकळं झालं होतं. मनात अडकलेले सूर उफाळून वर येत होते. पुऱ्या ताकदीनं केदारी गात होता. नाजूक हरकती, दमदार ताना तो सहजपणे घेत होता. स्वत:चं गाणं ऐकून थक्क होत होता. रामनाथांचं अस्तित्वही तो विसरून गेला होता.

जेव्हा ख्याल संपला तेव्हा रामनाथ आनंदाने म्हणाले,

''जियो राजा! हजार साल जियो! केदारी, तू खरं धन मिळवलंस. गाणं हेच तुझं जीवन आहे. ऐकलेला अस्सल सूर जतन करण्याचा तुझा स्वभाव आहे. उदंड गाणं ऐक. उदंड गा!''

आणि एके दिवशी नारायणबुवा निवर्तल्याची बातमी आली. केदारी तातडीने गोव्याला गेला. त्याला शेवटचं दर्शनही लाभलं नाही. क्रियाकर्म होईपर्यंत तो गोव्यात राहिला आणि तिथंच त्याच्यावर दुसरा आघात झाला. रामनाथ मुंबईला वारल्याची बातमी कळली. एका पाठोपाठ दोन्ही गुरू निघून गेले होते. जणू दोघांनाही आता केदारीनाथची काळजी उरली नव्हती.

केदारीनाथ मैफली करीत फिरत होता. मुंबईला तो असताना त्याला ती बातमी कळली. शमीमखाँसाहेबांची पहिली शिष्या गुलाबबाईचं गाणं पुण्याला होणार होतं. मुंबईच्या संगीतक्षेत्रात एकच कुजबुज चालली होती. आग्रा घराण्याचा वारस मोठ्या दिमाखात अवतरणार होता. ते समजताच केदारीनाथ जसा पुण्याला धावला, तसेच अनेक संगीत जाणकार पुण्याला धावले. त्यात काही ग्वाल्हेर, दिल्लीहून आले होते.

त्या दिवशी रात्री सारे रंगमंदिराकडे जात होते. रंगमंदिराचे आवार विजेच्या प्रकाशात झगमगत होतं. रसिकांनी रंगमंदिर तुडुंब भरलं होतं. बाहेरच्या आवारात निरनिराळ्या संगीत घराण्यांचे बुजुर्ग कानात अत्तराचे फाये घालून गप्पा मारत उभे होते. उत्कंठा शिगेला पोहोचली होती. केदारीनाथाला त्या मैफलीचा विश्वास वाटत होता. शमीमखाँसाहेबांनी गुलाबसाठी सर्व मेहनत घेऊन गाणं शिकवलं होतं. गुलाबचा गळा सुरेल होता. श्वास दमदार होता. खाँसाहेबांनी एकेक राग अनेक

ढंगांनी तिच्या गळ्यात मुरवला होता. अस्ताई, तान, उपज, हरकतींनी तिचं गाणं समृद्ध केलं होतं. त्याची प्रचिती येणार होती.

वेळ झाली. प्रेक्षागृह निश्चल बनलं आणि शमीमखाँ अभिवादन स्वीकारीत पुढच्या रांगेतल्या मधल्या खुर्चीवर बसले. खाँसाहेबांनी पिवळीकंच अचकन घातली होती. मस्तकी नेहमीची फरकॅप होती. पडद्यामागून तानपुऱ्यांचे झंकार ऐकू येत होते. पडदा उघडला आणि साऱ्यांना गुलाबबाईंचं दर्शन झालं. टाळ्यांचा कडकडाट झाला. गुलाबबाईनं हात जोडून सर्वांना वंदन केलं.

नक्षीदार पत्तीच्या काळ्या तानपुऱ्यांच्या जोडीपैकी एक गुलाबच्या हाती होता. मागे साथीदार दुसरा तानपुरा छेडत होता. सामोरे दोन्ही बाजूला तबलजी, पेटीवाला बसले होते. गुलाबी जरीकाठी पातळ नेसलेली गुलाब पदर सावरून तानपुरा घेऊन बसली होती. तिच्या सावळ्या रूपातलं देखणेपण नजरेत येत होतं.

पेटीच्या सुरानं ती भानावर आली. तिची दृष्टी रसिकांवरून फिरली. त्या नजरेत पूर्वीचा दिमाख नव्हता. भिरभिरत्या नजरेनं पाखराची भीती उतरली होती. गुलाबला साधा तानपुराही छेडता येत नव्हता. लावलेल्या आकाराचा कंप जाणवत होता. तिची अवस्था पाहून बेचैन झालेले शमीमखाँसाहेब तिला प्रोत्साहन देत होते.

"हां...चलो बेटे... शुरू हो जाये...आगे बढो..."

आग्रा घराण्याचं कोणीतरी ऐकायला मिळणार या कल्पनेनं गोळा झालेले आग्रा घराण्याचे अभिमानी अवाक् होऊन ते दृश्य पाहात होते. तर इतर घराण्यांच्या जाणकारांच्या ओठावर छद्मी स्मित प्रगटू लागलं होतं.

गुलाब गाऊ शकत नव्हती. अस्ताई तिला आठवेनाशी झाली. बसल्या जागी सारं पातळ घामानं चिंब भिजून गेलं. वादळात सापडलेल्या वेलीसारखी ती थरथरत होती. जी गुलाबची अवस्था झाली तीच तिला पाहून शमीमखाँसाहेबांची झाली. उद्वेग, संताप, लज्जा यांनी त्यांना घाम फुटला. त्याच संतापात त्यांनी आपल्या हातांनी घाम पुसला. मस्तकीची टोपी भिरकावून दिली आणि आपल्या पायांतली मोजडी कपाळी मारून घेत ते म्हणत होते,

"मैं तबाह हो गयाऽऽ मैं बरबाद हो गयाऽऽ ये क्या हुआ... या अल्लाह... मैं तबाह हो गया..."

गुदरलेल्या श्वासासाठी शमीमखाँनी आपल्या अचकनीची बटणं तडातड काढली. साऱ्या रंगमंदिरात कुचेष्टेचे आवाज येत होते. झोकांड्या देत खाँसाहेब उठले; उठत खाली मान घालून रंगमंदिराबाहेर निघून गेले. पडदा टाकला गेला. सारे थट्टा करीत, हसत थिएटरबाहेर गेले. त्या प्रकाराने सुन्न झालेला केदारीनाथ संथ पावलांनी रंगमंचावर गेला. गुलाब बैठकीच्या जागीच होती. तानपुरा कवटाळून रडत होती. केदारीनाथनं गुलाबच्या पाठीवर हात ठेवले. गुलाबनं वर पाहिलं. केदारीनाथची

अश्रूंनी भरलेली नजर पाहून तिला परत उमाळा आला. ती श्वास रोखून एकच बोलली–

"केदारी, गुरूची पारख चुकली. तेथे मी काय करू?... काय करू?"

आणि एवढं बोलून ती परत रडू लागली.

उदास मनानं केदारीनाथ परत मुंबईला आला. काही महिने लोटले. एके दिवशी गुलाबबाई सिनेमात काम करत असल्याचं त्याला कळलं. एका श्रेष्ठ कलावंतानं आपल्या संगीत घराण्याचा वारस म्हणून ज्या बाईला आपली सारी विद्या दिली ती सिनेमाच्या बाजारात हावभाव बतावणीसाठी उभी राहिली, आणि खचलेल्या मनानं शमीमखाँसाहेब दिल्लीला शिकवण्या करीत उरलेले दिवस घालवू लागले.

एकदा दिल्लीला एका श्रीमंताच्या घरी केदारीनाथाची मैफल ठरवली होती. यजमान संगीताचा जाणकार असल्यानं संगीतले खासे रसिक मैफलीला आले होते. दिवाणखाना रसिकांनी गच्च भरला होता. केदारीनाथ आपल्या साथीदारांसह बैठकीवर बसला होता. तानपुरे जुळले, केदारीनाथनं सामोरे बैठकीवर बसलेल्या यजमानांना नमस्कार केला; आणि आकार लावणार तोच त्याचं लक्ष प्रवेशद्वाराकडे गेलं. दारातून शमीमखाँसाहेब येत होते. किंचित बाक काढून ते काठीच्या आधारानं चालत पुढे येत होते. अंगात एक जुनेरी काळी शेरवानी होती. मस्तकीच्या फरकॅपच्या कडांतून पांढऱ्या केसांची झुलपे बाहेर डोकावत होती. चेहऱ्यावर सुरकुत्यांनी जाळं विणलं होतं. डोळे निस्तेज, पाणावलेले होते. शमीमखाँ येताच यजमान उठले. त्यांनी हाताला धरून त्यांना बैठकीवर आणलं. आपल्या शेजारी बसवलं. केदारीनाथ बैठक सोडून उठला. शमीमखाँच्याजवळ जाऊन त्यांच्या पायाला स्पर्श करून त्यानं वंदन केलं.

"ये क्या करते हो बेटा! जिओ!"

केदारीनाथनं परत आपली बैठक घेतली. योजलेला सारा बेत बदलला होता. क्षणभर विचार करून केदारीनाथनं आकार लावला. केदारीनाथ गात होता. सावधगिरीनं गात असल्यानं नेहमीचा मोळेपणा श्रोत्यांना जाणवत नव्हता. शमीमखाँच्या घराण्याची एकही उपज, हरकत, तान येऊ न देण्याची दक्षता केदारीनाथ घेत होता.

मैफल जेव्हा संपली तेव्हा साऱ्यांना केदारीनाथचं गाणं आवडलं होतं. पण त्याचबरोबर मैफलीला रंग न भरल्याची जाणीव होती. मैफलीनंतर शमीमखाँ आपणहून केदारीनाथजवळ आले. केदारीनाथचं वंदन स्वीकारून म्हणाले,

"बेटा, नाव ऐकून होतो. आज तुझं गाणं ऐकायला मिळालं. तुझं गाणं अस्सल आहे. तुझा आवाज सुरेल आहे. रियाज कर. खूप मोठा होशील." क्षणभर ते थांबले आणि बोलले, "परवरदिगारनं तुझ्यासारखा शिष्य मला दिला असता तर मी संगीताच्या दुनियेला आग लावून मोकळा झालो असतो. आजच्यासारखा

दारोदार शिकवण्या करीत फिरलो नसतो. सलामत रहो बेटे!''

केदारीनाथला शमीमखाँचं तेच शेवटचं दर्शन घडलं. त्यानंतर वर्षभरातच ते पैगंबरवासी झाल्याचं केदारीनाथला कळलं.

केदारीनाथची कीर्ती वाढत होती. अखिल भारतीय कीर्तीचा गवय्या म्हणून लोक त्याच्याकडे पाहू लागले होते. रेडिओच्या आणि ग्रामोफोन रेकॉर्ड्समुळं त्याचं गाणं सर्वपरिचित झालं होतं; आणि एकदा सकाळच्या वेळी सिनेमा कंपनीची मंडळी केदारीनाथकडे आली. त्यात, केदारीनाथच्या चांगल्या परिचयाचा मुरलीधर साने हा होता. मुरलीधर साने म्युझिक-डायरेक्टर बनला होता. मुरलीधरने डायरेक्टर, प्रोड्यूसर यांची ओळख करून दिली, आणि तो म्हणाला,

''पंडितजी! आम्ही एक विनंती करायला आलो आहो.''

''काय आज्ञा आहे?'' केदारीनाथनं नम्रपणे विचारलं.

''आम्ही एक पिक्चर काढतो आहोत. त्यात एक रागदारी गाणं आहे. ते आपण गावं असं साऱ्यांना वाटतं.'' मुरलीधरनं सांगितलं.

''पण, मला ते जमेल?'' केदारीनाथ शंकित होऊन म्हणाला. ''तुमचं सिनेमाचं तंत्र...वेळेचं बंधन.''

''पंडितजी, तुमचा नुसता प्लेबॅक आहे. चाल माझीच आहे. बाकी सर्व मी बघून घेईन. हो म्हणा.''

केदारीनाथनं होकार दिला. दोन-चार दिवस तालमी झाल्या आणि एका सायंकाळी रेकॉर्डिंग झालं. सारे रेकॉर्डिंगवर खूश होते. रेकॉर्डिंग आटोपून सारे स्टुडिओबाहेर आले. काळोख पडला होता. प्रोड्यूसर एम. पाटकरांनी मुरलीधरांना खुणावलं. मुरलीधर केदारीनाथांना म्हणाला,

''पंडितजी! आपल्याला घाई नाही ना?''

''तशी घाई नाही, का?''

''एम. पाटकरांची एक विनंती आहे, रेकॉर्डिंग चांगलं झालं आहे. त्यांच्या घरी तुम्ही थोडा वेळ यावं, अशी त्यांची इच्छा आहे.''

''जाऊ ना! त्यात काय?''

मुरलीधर क्षणभर घोटाळला, आणि धीर करून केदारीनाथला म्हणाला,

''पंडितजी, अनायासे साथीदार आहेतच. त्यांनाही घेऊ ना! वाटलं तर थोडं गाता येईल.''

''असं म्हणता!'' केदारीनाथ म्हणाले, ''ठीक आहे, बसू थोडा वेळ, पण मला लवकर परतायला हवं.''

''आपण म्हणाल तेव्हा गाडी, ड्रायव्हर आपल्या सेवेला हजर आहे.'' एम. पाटकरांनी ग्वाही दिली.

एम. पाटकरांच्या माहीमच्या फ्लॅटवर सारे पोहोचले. पेटी, तबल्यासह साथीदार पोहोचले. पाटकरांचा फ्लॅट प्रशस्त होता. बैठकीची सर्व व्यवस्था आधीच करून ठेवल्याचं केदारीनाथच्या ध्यानी आलं. केदारीनाथचा भिडस्त स्वभाव. ते सारं पाहून मनातून तो संतापला होता. तरी त्याच्या चेहऱ्यावर खोटं हास्य विलसत होतं.

एम. पाटकर आत गेले. बाहेर येताना त्यांच्या हातात ट्रे होता. त्यात पेले ठेवले होते. तो ट्रे ठेवून परत आत गेले. मुरलीधरनं आतून सोड्याचा बंपर आणला. बर्फाचं भांडं आणलं. पाटकर जेव्हा बाहेर आले तेव्हा त्यांच्या हातात स्कॉच व्हिस्कीची बाटली होती. चीज, उकडलेल्या अंड्यांच्या बश्या बैठकीत आल्या. पेले भरले गेले. केदारीनाथनं पेला उंचावला आणि परत खाली ठेवून दिला. एम. पाटकरांनी विचारलं,

''आपण पीत नाही?''

''पितो ना?''

''मग, पेला का ठेवलात?'' मुरलीधरनं विचारलं.

''गायचं आहे ना? मी गाण्याआधी कधी पीत नाही. आपण सुरू करा.''

केदारीनाथ बैठकीवर जाऊन बसला. तबला जुळवला. पेटीचा सूर वाजत होता. केदारीनाथनं विचारलं,

''तानपुरा आणला नाही?''

''गाडीत गर्दी होती, तेव्हा घेतला नाही.'' मुरलीधर म्हणाला. ''वाटलं, पेटी तबल्यावर भागेल.''

''असं म्हणता? बरं, तसं करू.''

पाटकर एकदम उठले. म्हणाले, ''थांबा, मी तंबोरा आणतो. आणि खरोखर काही क्षणांत एक काळा पत्तीदार तानपुरा घेऊन ते आले. केदारीनाथसमोर त्यांनी तो तानपुरा ठेवला. केदारीनाथनं तारांवरून बोटं फिरवली. तानपुरा जुळलेलाच होता. तारांचा आवाज घुमला.

''व्वा!ऽऽ'' केदारीनाथ म्हणाला, ''पण तानपुरा चढ्या सुराचा आहे.''

''जरा खुंट्या पिरगळा की खालच्या आवाजात उतरेल तो.'' म्युझिक डायरेक्टर मुरलीधर म्हणाले.

''तसं करून पाहू!'' म्हणून केदारीनाथनं तानपुऱ्याला हात लावला. आणि चटकन तो मागं घेतला. केदारीनाथ तानपुरा निरखत होता.

''काय झालं?'' मुरलीधरनं विचारलं.

''अरे, मुरली! हा तानपुरा माझ्या ओळखीचा आहे रे! कुठं हा मी पाहिला?'' केदारीनाथ आठवत होता. अचानक त्याच्या मुखावर भीती तरळली. त्या तानपुऱ्याकडे बोट दाखवत तो उद्गारला,

“हा गुलाबबाईंचा तर तानुपरा नव्हे?”

“बरोबर ओळखलंत, पंडितजी.” पाटकर म्हणाले.

“पण हा इथं कसा आला?”

“आपल्या मालकिणीबरोबर.” पाटकरांनी सांगितलं. “पंडितजी, आमचे वडीलही याच सिनेमा लाईनीत होते. त्यांनी गुलाबबाईंना उचललं. इथं आणलं. ते निघून गेले. पण त्यांच्या इस्टेटीबरोबर त्या खोडाची जबाबदारी आमच्यावर पडली.”

“खोड?” केदारीनाथ संयम विसरून म्हणाला, “पाटकरसाहेब, ते...ते खोड असलं तरी बाभळीचं नाही. अस्सल चंदनाचं आहे. बाई कुठं असतात?”

“इथंच. माझ्याजवळ!”

“गातात?”

“अंहं! नुसतं पितात. सकाळी जेव्हा जाग्या होतात तेव्हा तासभर बसून तो तानपुरा लावतात, आणि नंतर पीत बसतात. मधून-मधून जशी चढेल, उतरेल तशी तानपुऱ्याला मिठी मारून रडत असतात. आपण गा.”

“माफ करा पाटकरसाहेब! इथं माझी गायची योग्यता नाही. अवचित बाई आल्या तर..”

“त्यांची भीती बाळगू नका. बाई केव्हाच स्वर्गाला पोहोचल्या आहेत. उद्या सकाळपर्यंत त्या परत यायच्या नाहीत.” एम. पाटकर आपल्या विनोदावरच खळखळून हसले आणि त्यांनी सांगितलं, “आपण गायला सुरुवात करा.”

“असं म्हणता? तसं करू.” म्हणत केदारीनाथनं तानपुऱ्याला नमस्कार करून तानपुरा उतरवला, सुराबरोबर जुळवला. तो तानपुरा जुळवत असता केदारीनाथला दिसत होती – कोल्हापूरची माडी, पुण्याचं रंगमंदिर, दिल्लीला घडलेलं शमीमखाँसाहेबांचं शेवटचं दर्शन. केदारीनाथनं आकार लावला. आणि बिलावल ख्याल गायला सुरुवात केली.

“मनवा मानत नाही...”

सारं भान विसरून केदारीनाथ गात होता. पाटकर, मुरलीधर दारू पीत ऐकत होते. दाद देत होते. गत रंगात आली होती. आणि एक सुरेख तान घेऊन केदारीनाथनं डोळे उघडले. ते तसेच उघडे राहिले. गळ्यात आलेले सूर तिथंच थांबले. आतल्या दाराशी गुलाबबाई उभ्या होत्या. अंगावरच्या वस्त्राचंही त्यांना भान नव्हतं. अस्थिपंजर अवस्था झाली होती. फक्त डोळे मात्र तेच होते, तीच जरब त्या नजरेत वावरत होती. साऱ्यांचं लक्ष गुलाबबाईंकडे गेलं. किंचित संतापून पाटकर म्हणाले,

“तुम्ही इथं का आलात? आपल्या खोलीत जाऽऽ.”

“त्या येऊ देत.” केदारीनाथ म्हणाला.

गुलाबबाई क्षीण हसल्या. त्यांनी विचारलं, ''मी तानपुऱ्याला बसू?''

''माझं भाग्य!'' केदारीनाथनं उत्तर दिलं.

कुणाकडेही न पाहता गुलाबबाई केदारीनाथच्या मागं बसल्या. त्यांनी तानपुरा घेतला.

''हां! म्हण...''

''काय म्हणू...?

''आता गात होतास तेच. तोच बिलावल!''

पिया संग चाहत
रैन भयोऽऽ दिन
मनवा मानत नाही

केदारीनाथनं गायला सुरुवात केली. गतीला रूप येत होतं. एक तान घेऊन केदारीनाथनं सम गाठली आणि त्याच कालातून एक सुरेली कणखर तान पहिल्या तानेला मागं टाकून ओघळत गेली. केदारीनाथनं कानाच्या पाळीला हात लावला. गुलाबबाई गात होती. केदारीनाथ जीवाचे कान करून ऐकत होता. एवढी क्षीण प्रकृती झाली असतानासुद्धा दमछाक ताकदीची होती. थकावट येईल तिथं केदारीनाथ सूर देत होता. ख्याल संपला आणि केदारीनाथनं गुलाबबाईंच्या पायाला भक्तिभावानं स्पर्श केला.

''बाई, मला ओळखलं नाहीत? मी नारायणबुवांचा केदारी...''

''ओळखलं रे!'' केदारीनाथच्या पाठीवरून हात फिरवत गुलाबबाई म्हणाली, ''पण, आता कुठल्याच ओळखीला अर्थ राहिला नाही. सारं विसरावं म्हणते. पण विसरता येत नाही.'' बैठकीवरच्या भरल्या पेल्याकडे बोट दाखवत ती म्हणाली, ''हा पेला तुझाच ना!''

केदारीनाथनं संकोचानं मान डोलावली.

''मला देतोस? घसा कोरडा पडलाय बघ.'' केदारीनाथनं पेला उचलला आणि बाईंच्या हाती दिला. गुलाबबाईनं एक दमात पेला रिता केला. मोकळा पेला खाली टाकत ती म्हणाली,

''केदारी! केदारीनाथ, आमच्या घराण्याचं गाणं तुझ्या गळ्यात जिवंत आहे. चांगला गातोस. सारं गळ्यात आहे. त्या गळ्यात दारू कशाला ओततोस? तुम्ही दारू पिऊ नका. एवढं चांगलं गाणं देवानं दिलं त्याची नशा पुरत नाही? सांभाळा.''

गुलाबबाई जशी आली तशीच निघून गेली. केदारीनाथ उठला. मुरलीधरनं विचारलं, ''काय झालं?''

''मला जायला हवं.'' केदारीनाथ म्हणाला.

''थांबणार नाही?'' पाटकरांनी विचारलं.

"नाही!" रूक्षपणे केदारीनाथनं उत्तर दिलं.

"आपण काहीच घेतलं नाहीत." एम. पाटकर म्हणाले. "थोडी व्हिस्की?"

"नको."

"वन फॉर द रोड–" मुरलीधरानं आग्रह केला.

केदारीनाथ हसला. मुरलीधरच्या खांद्यावर हात ठेवत तो म्हणाला,

"शुक्रिया, भैय्या! मंजिल तो बहुत दूर है! रस्ता फार दूरचा आहे, राजा! या पेल्याच्या भरवशावर तो रस्ता काटला जायचा नाही. हा पेला उपयोगी पडायचा नाही. येतो भैय्या!"

आणि केदारीनाथ सरळ खोलीबाहेर गेला. मुरलीधर आणि एम. पाटकर मोकळ्या दरवाज्याकडे बघत होते.

(या कथेतील पात्र व प्रसंग काल्पनिक आहेत.)

◆

१४. सजन संग काहे....

मंद अखंड आवाजाच्या साथीवर विमान जात होतं. आकाश निरभ्र होतं. एखादा विरळ पांढरा ढग अचानक समोरून येई, आणि पावडरीच्या डब्यातल्या फुलाचा मुखाला हलका स्पर्श करावा, तसा विमानाला स्पर्श करून माघारी जाई. खाली नाना चौकड्यांची पृथ्वी दिसत होती. कुणीतरी वात्रट पोराने काचेवर दगड मारावा आणि तडा गेलेली काच जशी दिसावी, तशी खालची लहान-लहान गावे भासत होती.

तोंडातल्या पानाचा आस्वाद घेत रमाकांत ते पाहात बसला होता. विमानाच्या प्रवासात ती दृश्ये नेहमीच त्याला सुखवत असत. पान रंगलं होतं. जाफरानी पत्ती आणि किवामचा सुगंध मुखात जाणवत होता. त्यानं वळून पाहिलं, तो शेजारच्या खुर्चीवर त्याची पत्नी सुजाता पायांवर शाल घेऊन खुर्चीवर रेलून झोपली होती. किंचित उठून रमाकांतने डोक्यावरचे पिवळे बटण ओढले. तिथे दिवा पेटला. त्या हालचालीने सुजाताने डोळे उघडले. किंचित त्रासिकपणे तिने विचारले,

"आता काय?"

"पाणी हवं!"

"तहान लागली?"

"नाही, तंबाखू गिळली. ती लागली."

"पण, विमानात पान खाताच कशाला? ते काही..."

पण सुजाताला बोलणं पुरं करता आलं नाही. त्या वेळी हवाई सुंदरी नजिक आली होती. रमाकांतनं हसून सांगितलं,

"पाणी मिळेल?"

"येस सर! येवढ्यात आणते," हवाईसुंदरी गेली.

"आवडली?" – सुजाता.

"कोण?"

"ती..."

"बरी आहे."

"तुम्हांला कुठली बाई वाईट दिसते म्हणा!"

"का? तू दिसतेस की!"

"शट् अपऽ"

रमाकांत हसला. हवाई सुंदरी ट्रेमधून ग्लास घेऊन आली. रमाकांतनं समोरच्या बैठकीच्या पाठीची ट्रे सोडली. त्या ट्रेवर पाण्याचा ग्लास ठेवून हवाई सुंदरी म्हणाली,

"आपला ऑटोग्राफ मिळेल?"

"आनंदानं..."

हवाई सुंदरीनं ऑटोग्राफ पुस्तक समोर केलं. रमाकांतनं आपल्या पिशवीतून स्केचपेन काढून मोकळ्या पानावर डौलदार सही केली.

"थँक यू!" म्हणून ती निघून गेली.

"ती तुम्हाला ओळखते?" सुजाताने विचारले.

"असेल."

"हो, तुम्ही कलावंत ना? जग ओळखणारच!" सुजाता म्हणाली, "पण तुमचे साथीदार सय्यद, प्रभाकर पोहोचले असतील ना?"

"आज सकाळीच ते पोहोचले असणार."

"असणार?"

"हो, ना! फ्रंटिअरचं त्यांचं बुकिंग झालंय, ते वेळेवर पोहोचणार!"

"असणार, पोहोचणार.. त्या तुमच्या सय्यदचा भरवसा कुणी द्यावा? मागे कलकत्ता कार्यक्रमाच्या वेळी केवढा गोंधळ केला, आठवतं ना? आज रात्री मैफल. आले नाहीत म्हणून कळलं तर..."

"तर काय? इथले साथीदार हुडकू!"

"कमाल आहे! तुमच्या गाण्याला ते चार हजार देतात. कुठलेही साथीदार घेऊन कसं जमणार?"

"गाणं रहित करू."

"इंपॉसिबल! श्री. वर्मांनी गाणं ठरवलंय तुमचं! ते दिल्लीतले इंडस्ट्रियल मॅग्नेट आहेत. त्यांना दुखवून चालायचं नाही."

रमाकांतनं घड्याळाकडे पाहिलं. अजून दिल्लीला पोहोचायला पाऊण तास अवकाश होता. त्यानं एक जांभई दिली आणि तो म्हणाला,

“जरा मैफलीचा विचार करतो.”

आणि तेवढे बोलून त्याने खुर्चीवर मान टेकली. डोळे मिटून घेतले असतानाही कानांवर शब्द आले –

“झोप येणारच! बायको बोलतेय ना!”

पण रमाकांतनं डोळे उघडले नाहीत. विमानाचा आवाज कानांवर येत होता. रमाकांतला काही सुचत नव्हतं. झोप येत नव्हती. आकाशातून अधांतरी विमान जात असता एखाद्या शुभ्र विरळ ढगानं विमानाला अचानक आपल्या मिठीत सामावून घ्यावं आणि सुखाचा स्पर्श जाणवत असतानाच परत मोकळ्या आकाशात आल्याची जाणीव व्हावी, तसं रमाकांतला वाटत होतं.

दादरच्या संगीतसाधना मंडळात त्याचं गाणं होतं. हॉल आधीच भरून गेला होता. दहा वाजता गाणं सुरू होणार होतं. रमाकांत जेव्हा त्या स्थळी पोहोचला, तेव्हा सारे त्याची प्रतीक्षा करीत होते. कलाबुतीचा सिल्कचा झब्बा, पायात विजार घातलेल्या रूपसंपन्न रमाकांतचं दर्शन घ्यायला सारे उत्सुकतेनं उभे होते. रंगमंचावर वाद्यांची जुळवाजुळव चालली होती. रमाकांत ते पाहात होता. तानपुरे जुळवले जात असता, एक तरुणी धारिष्ट्यानं आत आली. तिच्या हाती जाईचा गजरा होता. रमाकांत त्या तरुणीकडे पाहात होता. नाकीडोळी रेखीव, मध्यम बांध्याची पण मन वेधून घेणारी ती मुलगी होती. ते रूप रमाकांतला परिचयाचं होतं. मुंबईच्या अनेक मैफलीत त्यानं त्या मुलीला पाहिलं होतं. ती जवळ आली आणि गजरा पुढे करीत म्हणाली,

“माफ करा. पण आपल्याला हा द्यावासा वाटतो.”

“आभारी आहे”, म्हणून रमाकांतानं हात पुढे केले; पण त्या मुलीनं तो गजरा हातात टाकला नाही. लक्षात येण्याआधीच रमाकांतच्या उजव्या मनगटावर तिनं तो बांधला. गजरा बांधत असता तिचं लावण्य तो निरखीत होता. गजरा बांधून झाला आणि ती मुलगी निघून गेली. तानपुरे, तबले जुळले होते. इशारा होताच पडदा दूर झाला. श्रोत्यांना अभिवादन करीत असता प्रथम रांगेवर बसलेल्या त्या मुलीकडे रमाकांतचं लक्ष गेलं. नकळत त्यानं परत मान तुकवली. त्या मुलीनं त्याला प्रतिसाद दिला. तानपुऱ्यांचा आवाज कानात घुमत होता. पेटीचा सूर अंदाज सांगत होता. त्या मुलीचं रूप आठवत रमाकांतनं डोळे मिटले आणि आकार लावला.

मध्यंतराच्या वेळी ती मुलगी परत आत आली. ऐकलेल्या गाण्यानं तिचे कान भारावले होते. डोळ्यात तृप्तता उतरली होती. ती जवळ येऊन म्हणाली,

“अप्रतिम! आपल्या अनेक मैफली जीव लावून ऐकल्या आहेत; पण आजच्यासारखा ‘जोगकंस’ कधी ऐकला नाही.”

“त्याला गुन्हेगार तुम्ही आहात!”

“मी...?” तिचे डोळे विस्फारले.

"हो ना! हा हाती गजरा बांधलात ना! त्यामुळं त्याचा सुगंध सारखा दरवळत होता. तुमचा गजरा भाग्यवान आहे, सुलक्षणी आहे."

"त्याचंच वाईट वाटतं! ते भाग्य मला लाभलं असतं तर!"

चारी बाजूला रसिक असता ती मुलगी ते सांगत होती. तिच्या नजरेत तीच धिटाई होती. रमाकांतनं क्षणाचाही विलंब न करता उत्तर दिलं,

"त्याचं दुःख मलाही आहे."

ती तरुणी प्रसन्नपणे स्मित करती झाली; आणि निघून गेली. मध्यरात्रीनंतर मैफल संपली. सारे निघून गेले. तानपुऱ्यावर गवसण्या चढवल्या जात होत्या. तबलजींनी तबले आवळले होते. पेटीवर आवरण चढलं होतं. टॅक्सीत सारे नेऊन ठेवण्यासाठी साथीदार उठले. बाहेर गेले आणि रमाकांत उठत असता ती तरुणी आत आली.

रमाकांतनं विचारलं, "तुम्ही..?"

"मी सुजाता! आपण सांगितलंत म्हणून थांबले. आपण मला जीवनसाथीदार म्हणून पदरात घ्याल?"

थक्क होऊन रमाकांत सुजाताकडे पाहात होता. एखादी माजोरी तान आकाशातून अवतरावी, तशी ती त्याच्यासमोर ठाकली होती. रमाकांत हसला. सुजाताचा हात पकडून तो म्हणाला,

"चल! सारी आपली वाट पाहात आहेत."

रमाकांत जागा झाला. सुजाता त्याला उठवीत होती. रमाकांतनं विचारलं,

"काय झालं?"

"काही नाही. दिल्ली आली, पट्टा आवळा."

रमाकांतनं पट्टा आवळला. घड्याळात पाहिलं. जांभई देत सुजाता म्हणाली,

"बहुतेक विमानतळावर भारती येईल."

"कोण भारती?"

"असं काय करता? माझी मैत्रीण. नेहमी मला पत्र लिहीत असते, ती! बिचारीचं खूप वाईट वाटतं."

"काय झालं?"

"छप्पनदा सांगितलं असेल. चांगली एम. ए., पीएच.डी झाली होती. आम्ही दोघी एकत्रच शिकलो-कॉलेजमध्ये. होस्टेलमध्येही एकत्रच राहात होतो, जेवत होतो, झोपतसुद्धा होतो."

"मग, त्यात वाईट काय झालं?"

"ऐका हो! तिचा प्रेमभंग झाला. आता दिल्लीला कॉलेजमध्ये नोकरी करते. तिनं नंतर लग्नच केलं नाही."

"शहाणी बाई...!"

सुजातानं रागानं रमाकांतकडे पाहिलं. पण ती बोलू शकली नाही. त्याच वेळी विमान उतरत होतं. विमानाची चाकं जमिनीला टेकली. हादरे देत विमानाची गती हळूहळू मंदावत होती. खिडकीतून पालम विमानतळाचा टॉवर दिसत होता. विमान थांबलं. दोघांनी पट्टे सोडले. विमानाला शिडी लावली जाताच दार उघडलं गेलं. प्रवाशांच्या पाठोपाठ रमाकांत, सुजाता हवाईसुंदरीचा निरोप घेऊन खाली उतरले. विमानतळावर उभ्या असलेल्या बसमधून सारे विमानतळावर आले.

विमानतळाजवळ आपल्या खांद्याला लावलेली 'देव आनंद' पिशवी सांभाळीत रमाकांत उतरला. पाठोपाठ सुजाता येत होती. रिसेप्शन विभागाच्या समोर स्वागताला आलेल्या अनेक लोकांची गर्दी होती. अद्ययावत सूट परिधान केलेल्या श्री. वर्मांनी उंचावलेला हात पाहताच रमाकांतनं हात उंचावून त्यांना प्रतिसाद दिला. त्याच वेळी एक मध्यम वयाची स्त्री, त्या जमावातून धावत पुढे आली आणि तिनं सुजाताला मिठीत घेतलं. रमाकांत त्या दोघींकडे पाहात होता. मिठीतून सुटका करून घेत सुजाता म्हणाली,

"रमाकांत, ही माझी मैत्रीण भारती."

नमस्कार करीत रमाकांत म्हणाला,

"ते मी ओळखलंच! नाहीतर आमच्या बायकोला अशी मिठी मारायचं धारिष्ट कोण दाखवेल?"

भारती त्यानं लाजली. सुजाता कौतुकानं भारतीकडे पाहात असता श्री. वर्मा पुढे आले. हात जोडून ते म्हणाले,

"वेलकम! आय ॲम सो हॅपी टू सी यू बोथ."

रमाकांतनं हात जोडले. त्याच वेळी श्री. वर्मांच्या मागे उभ्या असलेल्या स्त्रीकडे त्याचं लक्ष गेलं. त्या स्त्रीचं लावण्य नजरेत भरत होतं. बांधीव अंगलटीच्या त्या स्त्रीचे विशाल नेत्र रमाकांतवर खिळले होते. तिनं परिधान केलेल्या अतितलम वस्त्रांतून तिचं शरीरसौष्ठव उठून दिसत होतं. तिच्या देखण्या रूपापेक्षाही तिच्या ओठांवरचं नाजूक स्मित आणि डोळ्यांतला पारदर्शी भाव पाहून रमाकांतची नजर नकळत तिच्यावर खिळून राहिली. ते लक्षात येताच श्री. वर्मा म्हणाले,

"लेट मी इंट्रोड्यूस टू यू... या मिसेस दया वर्मा. या आपल्या फॅन. यांच्या आग्रहामुळेच आमच्या कॉलनीत आपलं गाणं ठेवणं भाग पडलं, असं म्हटलं तर अतिशयोक्ती होणार नाही."

"खरं?" रमाकांत कौतुकानं म्हणाला.

"फॅन हा शब्द किनई फार...फार अपुरा आहे. मी तुमची डिव्होटीभक्त आहे, असं म्हटलं तर अधिक करेक्ट ठरेल." दया वर्माचा आवाज किणकिणला.

भारतीबरोबर बोलण्यात गुंग झालेली सुजाता रमाकांतजवळ आली आणि म्हणाली,

"तुम्ही लगेज घेऊन येता ना? तोवर आम्ही बाहेर जातो."

श्री. वर्मा आणि रमाकांत लगेज घ्यायला गेले. त्या तिघी बोलत बाहेर गेल्या. जेव्हा लगेज घेऊन ते दोघे विमानतळाबाहेर आले तेव्हा रमाकांतनं विचारलं, "टॅक्सी करूया कां?"

"टॅक्सी का? आपली गाडी आहे ना! मी एवढ्यात गाडी घेऊन येतो." श्री वर्मा निघून गेले.

रमाकांत बॅगांच्याजवळ उभा असता त्या तिघी तेथे आल्या. सुजाता रमाकांतला म्हणाली,

"ही भारती म्हणते की, माझ्याकडे चल! आम्ही गेलो तर चालेल?"

"पण आज मैफल आहे ना?"

"ती काय नेहमीचीच ऐकते."

"पण, त्यांना ऐकायचं असेल ना?"

"किती वर्षांनी आम्ही दोघी भेटतोय. ऐकेल केव्हातरी. आज खूप बोलावंसं वाटतंय. नाही का गं?"

भारतीनं होकारार्थी मान हलवली.

"आपली ना नसेल, तर हिला मी घेऊन जाईन म्हणते. उद्या सकाळी दहाला प्लेन आहे, सरळ इथंच येऊ आम्ही. चालेल?"

रमाकांत हसला. "मियाँ-बिबी राजी तो क्या करेगा काजी? ठीक आहे. सुजाता, तू जाऊ शकतेस. पण आज मी प्रथमच नटभैरवचा नवा ख्याल मांडणार होतो. तुझ्यासाठी!"

सुजाता गंभीर झाली.

"हे बघ रमाकांत, तू जाऊ नको म्हणालास तर जात नाही. पण असलं काही तरी सांगू नको. घरी सारखा तोच ख्याल ऐकते मी."

"तू जरूर जा! मिसेस वर्मा, ही गेली तर चालेल ना?"

मोहक हसत लाडिकपणे दया म्हणाली, "दोस्तीमें हमसे दुष्मनी न डाली जाएगी. त्यांना ते सुख मिळू दे."

"मग, आम्ही येऊ?"

"पैसे आहेत ना?"

"हो."

"ठीक."

सुजातानं रमाकांतला जरा बाजूला नेलं आणि ती म्हणाली,

"फार प्यायचं नाही हं!"

"बरं."

भारतीने सुजाताची बॅग उचलली. टॅक्सीला हात केला. टॅक्सीत बसून दोघी निघून गेल्या. रमाकांत आणि दया उभे होते. दया म्हणाली,

"श्रीला फार वेळ झाला."

"येऊ देत."

"तो पाहा, आलाच!"

रमाकांतनं पाहिलं. एक तांबडी लांबलचक गाडी येत होती. गाडी समोर येऊन उभी राहिली. रमाकांतनं बॅग उचलली. श्री. वर्मांनी विचारलं,

"एकच बॅग ना?"

"हो."

"मग मागेच ठेवा. आपण तिघे पुढे बसू." श्री वर्मांनी सांगितलं.

मागच्या सीटवर बॅग ठेवून तिघे पुढे बसले. गाडी सुरू करत असता श्री. वर्मा पुढे म्हणाले,

"आमच्या इंडियन लोकांना पार्किंगचा सेन्सच नाही. माझ्या गाडीसमोर आडवी गाडी लावून एक शहाणे गेले होते. त्यांना शोधून गाडी बाहेर काढायला एवढा वेळ झाला. सॉरी, आपल्याला थांबावं लागलं आणि आपल्या मिसेस..."

"ती तिच्या मैत्रिणीबरोबर गेली."

"मग आपण चलायचं?"

"हो."

गाडी सुरू झाली. रमाकांतला दयाचा स्पर्श जाणवत होता. वाऱ्याच्या झोताबरोबर एक सुवास गाडीत दरवळत होता. गाडी भरधाव वेगानं जात होती. रमाकांत नव्या दिल्लीतील परिचित स्थळं पाहात होता आणि अचानक गाडीचा वेग मंदावला. एका प्रशस्त अद्ययावत बंगल्याच्या आवारात गाडी शिरली. तो बंगला, त्या समोरची देखणी बाग पाहून श्री. वर्मांच्या आर्थिक स्थितीची कल्पना येत होती. गाडी पोर्चमध्ये थांबली. रमाकांत उतरला. पाठोपाठ दया वर्मा उतरल्या. रमाकांत पायरीकडे वळणार, तोच त्याचं लक्ष व्हरांड्यातून येणाऱ्या दोन मोठ्या अल्सेशियन कुत्र्यांच्याकडे गेले. दोन्ही कुत्री आपल्या झुपकेदारी शेपट्या हलवत येत होती.

ती दोन्ही कुत्री रमाकांतजवळ येताच दया वर्मा म्हणाल्या,

"नो रोमिओ, रीटा नोऽऽ" त्या आज्ञेनं ती दोन्ही कुत्री मागं वळली.

"रोमिओ आणि रीटा!" रमाकांत म्हणाला, "वास्तविक पाहता रोमिओ आणि ज्युलिएट असायला हवं."

"करेक्ट", दया म्हणाल्या. "पूर्वी ज्युलिएट होती. पण तिला ड्रॉप्सी झाली. ती गेली. त्यानंतर रीटा आली. चलावं."

"माझी बॅग..."

"नोकर आणतील."

"मिस्टर वर्माऽ" रमाकांतनं हाक मारली.

"येस! पण प्लीज, मला श्रीच म्हणत चला. काय म्हणालात आपण?" श्री. वर्मा म्हणाले.

"माझे साथीदार येणार होते."

"ते सकाळीच आले, त्यांची हॉटेलवर सोय केली आहे. ते वेळेवर हॉलवर येतील."

श्री. वर्मांचा बंगला म्हणजे छोटा राजवाडाच होता. गालिच्यापासून ते छताच्या झुंबरांपर्यंतची प्रत्येक गोष्ट लक्ष वेधून घेत होती. भिंतीवर प्रसिद्ध चित्रकारांची पेंटिंग्ज लावलेली होती. चहा-पाणी झाल्यानंतर दया वर्मा म्हणाल्या,

"चला, आपल्याला आपली खोली दाखवते."

दया वर्मांच्या पाठोपाठ रमाकांत चालत होता. जाता-जाता रमाकांतनं विचारलं,

"मिसेस वर्माऽ"

"अंहं, दया."

"दयाबाईऽ"

"बाई नाही, दया."

"अच्छा! दया, तुमच्या घरात पान खाल्लं तर चालेल ना?"

"जरूर! अजून तुमच्या खोलीत आपण गेलो नाही म्हणून हा प्रश्न विचारलात. आणि खरं सांगू. मीपण पान खाते."

निळ्या रंगाची, निळ्या पडद्यांनी सुशोभित झालेली ती प्रशस्त खोली होती. साऱ्या खोलीच्या आकारात गुलाबी गालिचा खाली अंथरला होता. खोलीच्या मध्यावर एक प्रशस्त पलंग गुलाबी आच्छादनाने सजला होता. पुरुषभर उंचीच्या आरशानं सजलेलं ड्रेसिंग टेबल एका भिंतीलगत उभं होतं. खोलीच्या दारातूनच आत लक्ष जाताच नकळत रमाकांतने आपल्या वहाणा बाहेर काढल्या.

"वहाणा आत नेल्या तरी चालतील," दया म्हणाली.

"चालतील! पण मला चालणार नाहीत. एवढा सुखद गालिचा पायांखाली आला असता कठोर वहाणा कोण धारण करील ?"

"हाऊ स्वीट!" दया भारावून म्हणाली.

अनवाणी पायांनी रमाकांतनं आत प्रवेश केला. खोलीच्या मध्यावर जाऊन त्यानं आपल्या खांद्यावरची पिशवी उतरवली. तत्परतेनं ती हाती घेत दया म्हणाली,

"इथं असेपर्यंत ही पिशवी रॅकला. ते पाहा."

रमाकांतनं वळून पाहिलं. दरवाजाच्या जवळच भिंतीलगत एका काश्मिरी कोरीव काम केलेल्या टेबलावर एक प्रशस्त चांदीचं सुबक तबक ठेवलं होतं. त्या तबकात सुका कात, ओला कात, साधा चुना, केशरी चुना, कच्ची-पक्की सुपारी, तमाखूचे दोन-तीन प्रकार, किवाम, विलायची ही सारी पात्रं होतीच. पण त्यालगतच्या पानदानामध्ये मोहाबा, कलकत्ता, मघई, काळीपत्ती हे पानांचे प्रकारही होते. ते पाहून रमाकांत उद्गारला,

"दया, आयुष्यभर पानांचा शौक केला, पण हे पानदान आमचीच परीक्षा बघणार नाही ना - अशी भीती वाटते."

"काहीतरीच! शेवटी पानाची इज्जत पान जुळवणाऱ्याच्या हातीच."

"त्याचमुळं सवाल बिकट झाला आहे."

"आपण स्नान करणार?"

रमाकांतनं घड्याळात पाहिलं. अजून मैफलीला दीड तास अवकाश होता. तो म्हणाला,

"बरं वाटेल!"

"आपलं पाणी तयार आहे." दया म्हणाली.

आणि तिनं खोलीतल्या स्नानगृहाचा दरवाजा उघडला. रमाकांतनं डोकावलं. निळ्या फरशीनं सजलेल्या त्या स्नानगृहातील निळ्या टबमधून वाफा बाहेर येत होत्या. सारे स्नानगृह एका मंद सुवासानं दरवळत होतं. भला मोठा निळा टॉवेल लावला होता.

"आणखीन काय हवं?" दयानं विचारलं.

"हो! जर टबमध्ये झोप लागली तर मात्र उठवा." रमाकांतनं हसून सांगितलं.

स्नान आटोपून, कपडे बदलून रमाकांत तयार झाला. पान जुळवत असता दया आत आली.

"स्नान झालं?"

"मनसोक्त."

"आता आठ वाजलेत, साडेनऊ वाजता कार्यक्रम आहे. नऊला निघू."

"चालेल."

"ड्रॉईंहॉलमध्ये श्री आपली वाट पाहात आहेत."

"आलोच."

पान जुळवून रमाकांत जेव्हा हॉलमध्ये गेला तेव्हा श्री. वर्मा पेपर वाचत बसले

होते. रमाकांतला पाहताच त्यांनी उठून स्वागत केलं. बैठकीवर बसत असता श्री. वर्मा म्हणाले,

"मला आपली माफी मागायला हवी."

"का?"

"नुकताच फोन आला. कलकत्त्याला आमच्या कारखान्याची महत्त्वाची मीटिंग आहे. त्यासाठी मला आजच मिडनाइट फ्लाइटनं जावं लागतंय. मला फार ऐकायचं होतं."

"पुन्हा केव्हातरी."

"त्याचसाठी एक विनंती करायची आहे."

"बोला."

दया आतून चहाचा ट्रे घेऊन आली. चहाचा कप हाती घेत असता श्री. वर्मा म्हणाले,

"मी हिला सांगितलं आहे. आपली ना नसेल, तर आपलं आजचं गाणं टेप करण्याची परवानगी द्यावी."

"जरूर करा."

"थँक यू" श्री. वर्मा म्हणाले. "टेपरेकॉर्डर अकाई आहे."

"अस्सं."

"पाहा ना पंडितजी," दया म्हणाली. "असा बेत जमवला आणि ऐन वेळी यांचं कलकत्त्याला काम निघालं."

"कुंडलीचा योग, दुसरं काय?" रमाकांत म्हणाला.

"नाही, तसा मी योग घालविणार नाही." श्री. वर्मांनी सांगितलं. "माझी मिडनाइट फ्लाइट आहे. म्हणजे मध्यांतरापर्यंत मी निश्चित मैफल ऐकेन."

"आपण, आल्यावरच भोजन करणार ना?" दयानं विचारलं.

"हो! गाण्याआधी मी काहीच घेत नाही. वर्माजी, आपण परत येणार केव्हा?"

"एक-दोन दिवस तरी सहज लागतील. पण मी नाही, म्हणून संकोच करू नका. इथं सर्व सोय आहे. हवी ती ड्रिंक्स आहेत. आपण आमच्या घरी आलात, याची आम्हाला धन्यता वाटते."

"आणि यापुढेही हे घर आपलंच समजायचं." दयानं पुस्ती जोडली. "जेव्हा दिल्लीत याल तेव्हा इथंच उतरायचं. दुसरीकडे कुठे उतरलात तर आम्ही रागावू."

तिघेही त्यावर हसले.

कार्यक्रमाच्या स्थळी तिघे पोहोचले तेव्हा हॉल पुरा भरला होता. रमाकांत

व्यासपीठावर गेला. साथीदारांनी वाद्ये जुळवली होती. ती बरोबर आहेत, याची त्यानं खातरी केली. आणि पडदा उघडण्यास अनुमती दिली.

पडदा उघडला गेला. झगमगीत प्रकाशात बसलेल्या रमाकांतचं दर्शन श्रोत्यांना झालं. कडाडून टाळ्यांचा आवाज उठला. रमाकांतनं श्रोत्यांना अभिवादन केलं. आयोजकांनी रमाकांतचं, साथीदारांचं स्वागत करून त्यांना हार-तुरे दिले.

तानपुरे छेडले जात होते. पेटीचा सूर त्यात मिसळला होता. सय्यद पावडरीची पुडी उघडी ठेवून तबला जुळवून बसला होता. रमाकांतनं मफलर बाजूला ठेवला. एक वेळ श्रोत्यांवरून नजर फिरविली. पहिल्याच रांगेत बसलेल्या दयावर त्याची नजर स्थिरावली. दयाच्या ओठांवरचं स्मित त्याच्या नजरेतून सुटलं नाही. रमाकांतनं डोळे मिटले आणि आकार लावला.

गाणं हळूहळू रंगत होतं. श्रोत्यांची दाद वाढत होती. दोन राग आणि एक ठुमरी आळवून मध्यांतर केव्हा झालं हेही कुणाला समजलं नाही. मध्यांतराच्या वेळी श्री. वर्मा आत आले. रमाकांतला भेटून ते विमानतळाकडे निघून गेले. दया रमाकांतला म्हणाली,

"मैफल कधी संपूच नये, असं वाटतं. इतकी सुंदर मैफल जमलीय ही."

"आपली काही खास फर्माईश...?

"विचारलंत म्हणून सांगते. मुंबईला एकदा 'सजन संग काहे' ही ठुमरी मी ऐकली होती. ती ऐकावीशी वाटते."

"जरूर ऐकवीन."

मध्यरात्रीनंतर रमाकांतनं 'सजन संग काहे' म्हणायला सुरुवात केली. सारं सभागृह मंत्रमुग्ध होऊन गेलं होतं. त्यानंतर त्याने भैरवी सुरू केली. मैफल संपली, तेव्हा एक वाजायला आला होता. साथीदारांचा निरोप घेऊन दोघं गाडीत बसत असता दयानं ड्रायव्हरला विचारलं,

"साहेबांना प्लेन मिळालं?"

"जी..."

टेपरेकॉर्डर पुढच्या सीटवर ठेवून गाडी सुरू झाली. दयानं सांगितलं,

"मैफलीनंतर एक छोटीशी पार्टी करायचा साहेबांचा बेत होता. त्यांचे मोजके मित्र बोलावले होते. पण अचानक त्यांना जावं लागलं. तो बेत रहित केला."

"काही बिघडत नाही."

रमाकांतच्या हातावर दयाचा हात पडला. रमाकांतनं चमकून पाहिलं. दयाचा आवाज आला,

"माझ्या विनंतीला मान देऊन आपण ठुमरी गायलीत. कधी विसरणार नाही मी."

दयाचा हात हातावरच होता. रमाकांतनंही तो काढून घेण्याचा प्रयत्न केला नाही.

बंगल्यावर पोहोचल्यावर रमाकांतनं थंड पाण्यानं मुखप्रक्षालन केलं. तो जेव्हा खोलीत आला, तेव्हा दया कपडे बदलून आली होती. तिनं विचारलं,

''थोडं ड्रिंक घेणार ना?''

''एकटा?''

''डोंट वरी, आय विल गिव्ह यू कंपनी. काय घेणार?''

''व्हिस्की चालेल.''

आणि थोड्याच वेळात नोकर ट्रे घेऊन आला. त्यात सुरेख दोन कटग्लास आणि व्हिस्कीची बाटली होती. टेबलावर बर्फाचं भांडं, सोडा, गार पाणी ठेवून तो निघून गेला. रमाकांत तो ग्लास उचलून निरखीत होता. दया खाण्याचा ट्रे घेऊन आत आली. ती म्हणाली,

''साहेब फॉरेनहून आले, तेव्हा त्यांनी ते आणले.''

''घरी कटग्लास असता फॉरेनहून आणायची काय गरज?''

दया प्रसन्नपणे हसली. व्हिस्कीचे पेले भरले. पेला उंचावत दया म्हणाली,

''टू अस! चिअर्स-''

जेवण आटोपून जेव्हा दोघे परत आले तेव्हा तीन वाजायला आले होते. रमाकांतच्या डोळ्यांवरून दारूचा असर चढत होता. खोलीत येताच रमाकांत वळला. दया त्याच्याकडे पाहात होती. पदर ओघळला होता. पण तो न सावरताच ती रमाकांतकडे पाहात होती. रमाकांत घोगऱ्या आवाजात म्हणाला,

''गुड नाईट दयाऽऽ''

''गुड नाईट! हाऊ कॅन इट बी विदाऊट यू.''

आणि न कळत बिलगलेल्या दयाभोवती रमाकांतचे करपाश आवळले गेले. सकाळी रमाकांत जागा झाला. पलंगावर तो एकटाच होता.

एक मंद सुवास भोवती दरवळत होता. रमाकांत उठला. स्नानगृहात प्रवेश केला. स्नानाची सर्व व्यवस्था करून ठेवलेली होती. स्नानगृहातून तो जेव्हा बाहेर आला, तेव्हा नोकरानं चहाचा ट्रे आणून ठेवला होता. अदबीनं तो उभा होता. रमाकांतनं विचारलं,

''बाईसाहेब कुठं आहेत?''

''जी, स्नानाला गेल्या आहेत.''

काही न बोलता नोकरानं चहा ओतला. चहा घेऊन रमाकांतनं स्नान आटोपलं. साडेआठ वाजायला आले होते. सव्वा दहाला प्लेन होतं. खोलीतच ब्रेकफास्ट आटोपून रमाकांत जायच्या तयारीत बसला असता दया आत आली.

"आपण निघायला हवं!"

"हो, मी तयार आहे."

"मी गाडी काढायला सांगते." म्हणून दया बाहेर गेली.

विमानतळापर्यंत प्रवासातही दया फारशी बोलली नाही. नजर चुकवून विचारलेल्या प्रश्नांची तुटक उत्तरं देत ती बसली होती.

विमानतळावर जेव्हा ते पोहोचले, तेव्हा भारती व सुजाता वाट पाहात होत्या. रमाकांतनं लगेज बुक केलं. आणि सर्व लाऊंजवर आले. सुजातानं दयाला विचारलं,

"आणि आपले मिस्टर..."

"त्यांना पहाटेच्या फ्लाइटनं कलकत्त्याला जावं लागलं."

"रमाकांत!" सुजातानं हाक मारली. रमाकांतनं तिच्याकडे पाहताच ती म्हणाली, "तुमचं मी गाणं ठरवलंय."

"केव्हा?... कुठे...?"

"येत्या ऑक्टोबरमध्ये. भारतीच्या कॉलेजात."

"कॉलेजात?"

"हो! त्यांचं कसलं तरी फंक्शन आहे. मी वचन दिलंय भारतीला."

"मग, याल ना?" भारतीनं विचारलं.

"ही म्हणते, म्हणजे यायलाच हवं." रमाकांत म्हणाला. "पण एक अट आहे."

"कोणती?"

"मी यांच्याकडे उतरीन." दयाकडे पाहात रमाकांत म्हणाला, "चालेल ना?

"ते मी माझं भाग्य समजेन." दया म्हणाली. बऱ्याच कालावधीनंतर तिच्या मुखावर प्रसन्न लज्जा उमटली होती.

"आनंदानं राहा!" सुजाता म्हणाली. "आम्हा मैत्रिणींना तेवढीच बोलायची संधी मिळेल. खरं की नाही भारती?"

भारतीला आपला आनंद लपवता आला नाही. ती म्हणाली,

"खरंच! खूप गंमत येईल बघ; पण अशी धावपळ करीत येऊ नकोस. चांगली दोन-तीन दिवसांची तरी सवड काढून ये."

त्याच वेळी फ्लाइटची अनाऊन्समेंट झाली. आपली खांद्यावरची पिशवी सावरत रमाकांत म्हणाला,

"चला, फ्लाइटची वेळ झाली."

रमाकांतनं पाहिलं, भारतीचे डोळे भरून आले होते. तिनं एकदम सुजाताला जवळ घेतलं. तिच्या गालाचा मुका घेतला. रमाकांतनं दयाकडे पाहिलं. त्या नजरेत

एक वेगळंच मूक आर्जव उभं होतं. हात जोडत तो म्हणाला,

"येतो, मी."

"यायलाच हवं." कशीबशी दया पुटपुटली.

पूर्वतपासणीसाठी रमाकांत आणि सुजाता निरनिराळ्या विभागात गेले. विमानतळाच्या बसमधून विमान गाठलं. विमानात दोघे बसले. पट्टा आवळला. विमानानं उड्डाण केलं.

विमान आपल्या गतीनं जात होतं. पट्टा सोडण्याची विनंती होताच रमाकांतनं पट्टा सोडला. पानाची थैली उघडली. त्याची दृष्टी तशीच त्या पिशवीवर खिळून राहिली. त्या पिशवीत टोपाझ सेंटची लांबलचक बाटली होती. सुजाताचंही लक्ष त्यावर गेलं होतं.

"कुणी दिली?"

"हे सेंट होय! काल मैफलीत कुणीतरी एक रसिक आला होता बुवा! त्यानं दिली. हवी तर तुला घे."

"तुम्हालाच देणारे भेटतात असं नाही, म्हटलं!" सुजाता म्हणाली. "आम्हालाही आमच्या मैत्रिणीनं सेंट दिलं आहे."

सुजातानं पर्स उघडली. त्यातून लहान; पण सुबक सेंटची बाटली काढून रमाकांतच्या हातात दिली. रमाकांतनं नाव वाचलं,

"फरगेट मी नॉट."

काही न बोलता रमाकांतनं सेंटची बाटली सुजाताच्या हाती दिली. ती ठेवून पर्स बंद करीत असता सुजातानं विचारलं,

"रात्री मैफल केव्हा संपली?"

"दीड वाजता!"

"झोपलात केव्हा?"

"तीन वाजले."

"जास्त पिणं झालं वाटतं?"

"हं! त्याचमुळं जरा झोपावं म्हणतो."

सुजाताकडे न पाहता रमाकांतनं खुर्चीवर मान टेकली. पाहता-पाहता तो झोपेच्या आधीन झाला.

◆

१५. भोर भयी आँगना

श्रावणाचे दिवस. सायंकाळ टळून गेली होती. श्रीनाथजी चौबळ आपल्या संगीत वर्गात बसून होते. सारे शिष्यगण, साथीदार निघून गेले होते. बैठकीवर दिलरुबा, तबला, तानपुरे तसेच उघडे विखुरले होते. हताशपणे श्रीनाथजी त्या पसाऱ्याकडे पाहात होते.

''पैशासाठी, पोटासाठी धंदा करायचा! कलेची इमानदारी आस्था आता उरलीये कुठे? नाहीतर हे शिष्यगण असा उघड्यावर बाजार मांडून गेले नसते. हत्यार नीट ठेवून जायचीसुद्धा सभ्यता उरली नाही! पैसे देतात ना! मग कशाला त्रास घेतील?''

त्या विचारांनी श्रीनाथजी बेचैन झाले. श्रीनाथजींचे वय पन्नाशी ओलांडलेलं होतं तरी त्यांचं उमदं व्यक्तिमत्त्व उठून दिसत होतं. मागे परतलेले काळेभोर केस मानेवर रुळत होते. सावळा रंग असूनही त्या उभट चेहऱ्यावरचे भावस्पर्शी डोळे लक्ष वेधून घेत होते. त्यांच्या अंगात सिल्कचा कुडता आणि पांढरी स्वच्छ विजार होती. श्रीनाथजींनी संगीताच्या वेडापायी विवाह केला नव्हता. सुरुवातीला त्यांच्या बैठकी होत होत्या; पण पुढे त्यांची आवड रसिकांची उरली नाही. दिवस कठीण आले. आणि शेवटी श्रीनाथजींना संगीताचा वर्ग काढावा लागला.

आपल्या विचारातून श्रीनाथजी भानावर आले. त्यांची नजर परत साऱ्या वाद्यांवरून फिरली. मनात असूनही वाद्ये नीट ठेवण्यासाठी त्यांचे हात धजले नाहीत. नकळत त्यांनी तबला जवळ ओढला. आपल्या निमुळत्या लांबसडक बोटांनी त्यांनी तबल्यावर थाप मारली. तबला जुळला होता. तबला बाया नीट करून घेऊन श्रीनाथजींनी आपली बोटे पावडरीमध्ये बुडवली, थोडी पावडर तबल्यावर टाकली आणि तबल्यावर बोटे खेळवू लागले. तबल्यातून बोल उमटत होते. बाया

घुमत होती. श्रीनाथजी भान विसरून तबला वाजवत होते. किती वेळ ते तबला वाजवत राहिले; हे त्यांना कळलं नाही. जेव्हा त्यांनी मान वर केली तेव्हा दारात त्यांची शिष्या अरुंधती दोशी उभ्या असलेल्या दिसल्या. मोठी पावसाची सर बाहेर कोसळत होती. नकळत श्रीनाथजींनी विचारलं,

"केव्हा आलात?"

"थोडा वेळ झाला. आपल्या वादनात व्यत्यय नको म्हणून..."

"व्यत्यय कसला? एकटाच होतो म्हणून तबला वाजवत बसलो."

"आपण तबला छान वाजवता..."

"छान! तुम्हाला माहीत नाही, प्रथम गुरूकडे तालीम घेतली ती तबल्याची. गवय्या झालो नसतो तर तबलजी म्हणून नाव कमावलं असतं."

श्रीनाथजी आपल्याशीच हसले. क्षणात भानावर येत त्यांनी विचारलं,

"आपण भिजलात तर नाही ना?"

"छे! मी आले आणि मागून पावसाची सर आली."

"पण आज आपल्याला वेळ झाला."

"हो! घरी पाहुणे आले होते. एकदा वाटलं येऊ नये; पण चैन पडेना तेव्हा..."

"साथीदार गेलेत. आज शिकवणी जमायची नाही." किंचिम रूक्षतेने श्रीनाथजी म्हणाले.

अरुंधती बैठकीवर बसल्या. काही ऐकलेच नाही अशा थाटात त्यांनी शेजारी ठेवलेल्या तानपुऱ्यावरून बोटे फिरवली. त्या स्मित वदनाने म्हणाल्या,

"तानपुरा जुळलेला दिसतो."

"हो." नकळत श्रीनाथजींनी होकार दिला. स्वतःला सावरत ते म्हणाले,

"पण साथीदार कुठे आहेत?"

"खरं सांगू गुरुजी!" अरुंधती हसून म्हणाल्या. "मी आज गाणं ऐकविण्यासाठी आले आहे. आज गावं असं वाटतं. आपण तबल्याची साथ करा. तानपुरा आहेच. तेवढी संगत पुरे होईल."

"मी, तबल्याची साथ करू?" श्रीनाथजी उद्गारले. त्यांनी आवंढा गिळला, आपला संताप आवरला. श्रीमती अरुंधती दोशी श्रीमंत होत्या. महिन्याला दीडशे रुपये त्या देत होत्या. श्रीमंतांची लहर सांभाळली नाही तर जीवनात ते परवडत नाही, याचं भान श्रीनाथजींना आलं. ते उसनं हास्य आणीत म्हणाले,

"असं म्हणता! तसं करू. शिकवलेल्या भूपाचा रियाझ केलात वाटतं!"

अरुंधतीबाईंनी तानपुरा हाती घेतला. विश्वासाने परत जुळवला. त्या सुरावर श्रीनाथजी तबला जुळवत होते. दोन्ही वाद्ये जुळली. श्रीनाथजींनी अस्तन्या आखडल्या

आणि अरुंधतीकडे पाहिलं. अरुंधतींनी तानपुरा उचलला. पत्तीदार काळ्याभोर तानपुऱ्याच्या संगतीत बसलेल्या अरुंधतीचे रूप आणखीन उठून दिसत होतं.

अरुंधती दोशींचं वय चाळीसच्या पुढे आ, असं कुणालाही त्यांच्याकडे पाहून वाटलं नसतं. गौरवर्ण असला तरी त्याला एक वेगळीच टवटवी होती. पाणीदार डोळे, सरल नासिका आणि पातळ नाजूक ओठांनी त्या सौंदर्यात भर घातली होती. त्या रूपसंपन्नतेत एकच उणीव होती, काळ्या भिवयांनी रेखलेल्या रुंद कपाळावर कुंकुम तिलकाची.

अरुंधती दोशींच्याबद्दल श्रीनाथजींना फारशी माहिती नव्हती. अरुंधतीचे पती मोठे इंजिनियर होते. जयपूर, लखनौ या उत्तर भारतातील ठिकाणी त्यांचं आयुष्य गेलं होतं. चार वर्षांपूर्वी ते परत आले, बंगला बांधला आणि त्यांचं निधन झालं, एवढीच माहिती श्रीनाथजींना होती. एकाकी जीवनातला एक चाळा म्हणून त्या गाणं शिकायला येतात असा त्यांचा समज होता.

तानपुरा छेडला जात होता. त्या सुरांना लपेटून दमदार आकार उमटला. नकळत श्रीनाथजी उद्गारले, 'व्वाऽऽ!'

भूप रागाच्या सुरावटीची अपेक्षा करणारे श्रीनाथजी अरुंधती गात असलेल्या सुरावटीने चकित झाले. अरुंधती डोळे मिटून गात होत्या. त्यांनी चिजेला सुरुवात केली.

"राजनकेऽऽ"

श्रीनाथजी तबल्याची साथ करीत होते. कौशी कानड्याची चीज अरुंधती गात होत्या. सुरेल आवाज, सुरामागची जाणकारी जाणत्या गायकाच्या गळ्यातून उमटावी तशी उमटत होती. दाणेदार ताना, मुलायम हरकती सहजपणे उमटत होत्या. ताल सुराचं भान ढळत नव्हतं. अरुंधतीबाईंनी त्याच रागातील द्रुत गत गायला सुरुवात केली.

"काहे करत मोहे बलजोरीऽऽ"

लय वाढली होती. कोण गातं हे विसरून श्रीनाथजी ईर्षेने तबल्याची साथ करीत होते. नकळत दाद देत होते. अरुंधतींनी कौशी कानडा संपवला. अत्यानंदाने श्रीनाथजी काही बोलणार तोच परत आकार लावला गेला. श्रीनाथजींनी तबल्यावर लक्ष केंद्रित केलं. बाईंच्या गळ्यातून भैरवीचे आर्त सूर उमटले.

"छोड दे गल बाही शाम, भोर भई आँगना"

श्रीनाथजी तल्लीन होऊन साथ करीत होते. भान विसरून अरुंधती गात होत्या.

"दीपककी ज्योत जली तारन को चांदना
पनघट पनिहरी चली, हम हो चली जमुना."

अरुंधतीचे नेत्र मिटलेले होते तरी डोळ्यांतून अश्रू गालावर ओघळत होते.

गाताना ओठांना कंप येत होता. मधेच गाणं थांबलं. अरुंधतींनी तानपुरा खाली ठेवला. डोळे टिपत त्या हसल्या. श्रीनाथजींनी विचारलं,

"थांबलात का?"

"बस्स! आता जमणार नाही."

"आपण कौशी छान गायलात."

"तो नमुना कौशी नाही. तो कौशी कानडा होता."

"कौशी कानडा?" श्रीनाथजी उद्‌गारले.

"हो! मालकंस आणि बागेश्री या रागांचा तो मिलाफ आहे. त्या दोन रागांच्या सारख्या मिलावटीमध्ये कानडा निर्माण होतो."

श्रीनाथजी आश्चर्यचकित होऊन ऐकत होते. ज्या बाईला संगीताची एवढी जाणकारी आहे त्या बाईनं आपल्याकडे गाणं शिकायला का यावं, याचं त्यांना आश्चर्य वाटत होतं. काय बोलावं हे त्यांना सुचत नव्हतं. धीर करून त्यांनी विचारलं,

"आपण गाणं कुणाकडे शिकलात?"

"जयपूरला होते तेव्हा शिवतीर्थजी पांडे यांच्याकडे शिकले. नंतर लखनौला गेले."

"लखनौ?"

"हो! आपण दाऊदखाँना ओळखता?"

"दाऊदखाँ!" श्रीनाथजींनी बसल्याजागी कानाच्या पाळ्यांना आदरार्थी हात लावला. "त्यांना पाहिलं नाही. पण त्या संगीताच्या बादशहाला कोण ओळखत नाही?"

"माझं भाग्य! त्यांच्याकडे मला तालीम मिळाली."

"मग माझ्याकडे कशाला गाणे शिकायला आलात?" श्रीनाथजींचा संयम ढळला. "माझी थट्टा करण्यासाठी?"

"गैरसमज होतो आपला." अरुंधती नजर टाळीत म्हणाल्या, "मी गाणं शिकण्यासाठी येत नव्हते."

"मग?"

"आपल्याला पाहायला."

"मला पाहायला? मी समजलो नाही."

"तेच खरं!"

"अं!"

स्वतःला आवरत अरुंधती म्हणाल्या, "हो ना! आपण वर्ग कसे चालवता हे मला पाहायचं होतं. झनकारलेले तानपुरे, मुलायम हातांनी बोल उठवणारा तबला,

दिलरुब्याच्या नाजूक गज, सारं ऐकावंसं वाटत होतं.''

श्रीनाथजी त्या उद्गारांनी गोंधळले होते. विषय बदलत ते म्हणाले,

''अजून पाऊस पडतो आहे वाटतं!''

खिन्नपणे हसून अरुंधती म्हणाल्या, ''बोलून चालून श्रावणाचा पाऊस. भरून आलं की कोसळणारच!''

''हो! पण रात्र झाली. पाऊस पडतो आहे. आपण जाणार कशा?''

''त्याची चिंता नको. छत्री आहे. जाईन मी.'' अरुंधतींनी तानपुऱ्याकडे पाहात विचारलं. ''तानपुऱ्याला गवसणी घालू?''

''तानपुरा?''

''हो ना! गवसनी घालू?''

अरुंधतीची नजर टाळत श्रीनाथजी नकळत म्हणाले, ''हो!''

अरुंधतींनी काही न बोलता गवसणी हाती घेतली. तानपुरा उतरून गवसणी चढवली, कोपऱ्यात तानपुरा उभा केला. श्रीनाथजींनी विचारलं,

''मी पोहोचवायला येऊ?''

''नको. मी एकटी जाईन. उद्या येईन.''

''उद्या! उद्या नारळी पौर्णिमा. उद्या क्लास नसतो.''

''मी विसरले. येते.''

आणि क्षणात अरुंधती निघून गेल्या.

बाहेर पाऊस कोसळत होता.

दुसरे दिवशी संध्याकाळच्या वेळी आमंत्रणानुसार श्रीनाथजी अरुंधतींच्या बंगल्यावर गेले. बंगल्याचं आवार प्रशस्त होतं. अद्ययावत बांधलेल्या बंगल्यासमोर गुलाबांचे ताटवे फुलले होते. बंगल्याचं नाव होतं 'बागेश्री.' श्रीनाथजी दबकत्या पावलांनी बंगल्यासमोर गेले. पोर्चच्या पायऱ्या चढून जाताच नोकर अदबीने पुढे आला.

''श्रीनाथ आलेत म्हणून बाईसाहेबांना सांगा.''

''बाईसाहेब आपलीच वाट पाहात होत्या.'' नोकर अदबीने म्हणाला. ''आपण बसावं. मी वर्दी देतो.''

श्रीनाथजींनी हॉलमध्ये प्रवेश केला. हॉल मोठा प्रशस्त होता. छताला मोठे झुंबर लटकत होते. सारी जमीन गुलाबी गालिच्यांनी आच्छादली होती. कोरीव शिसवी काळ्याभोर प्रशस्त मंचकावर लोड-तक्क्यांच्या बैठकी सजल्या होत्या. त्यांच्या आच्छादनाचे विणलेले आरसे चकाकत होते. श्रीनाथजी एका बैठकीवर बसून ते ऐश्वर्य निरखीत होते. त्यांचं लक्ष निळ्या भिंतीवर लावलेल्या भव्य तैलचित्राकडे गेलं. ते पाहताच ते तैलचित्र दाऊदखाँचं आहे हे त्यांच्या ध्यानी आलं. बैठकीवरून उठून ते तैलचित्र निरखीत असता मागे पावलांचा आवाज आला.

श्रीनाथजी वळले. आतल्या दारातून अरुंधती येत होत्या. त्यांनी केलेल्या नमस्काराचा स्वीकार करीत असता अरुंधतींनी विचारलं,

"गुरुजी, फार वेळ झाला नाही ना?"

"नाही. नुकताच आलो."

"बसावं!"

श्रीनाथजी बैठकीवर बसले. सामोऱ्या बैठकीवर अरुंधती बसल्या. त्यांनी श्वेतवस्त्र परिधान केलं होतं. कानातल्या हिऱ्याच्या कुड्या आणि गळ्यातला हिऱ्याचा लफ्फा क्षणिक हालचालीबरोबर झगमगत होता. पण त्यापेक्षाही त्या शुभ्र वस्त्रात अरुंधतीचं लावण्य अधिक जाणवत होतं.

"आपण मला बोलवलंत?" श्रीनाथजींनी विचारलं.

"जी!" अरुंधती म्हणाल्या, "आज आपला वर्ग नाही. मोकळे असाल असं वाटलं. माझ्या बोलवण्यानं आपली काही अडचण तर झाली नाही ना?"

"छे!" तत्परतेने श्रीनाथजी म्हणाले, "अडचण कसली?"

"काल आपल्याला अकारण माझं गाणं ऐकवलं त्याची मनाला चुटपुट लागून राहिली होती. विनाकारण तुम्हाला त्रास दिला."

"बरं केलंत गाणं ऐकवलंत ते! त्यामुळे मला आपलं स्थान कळलं. नाहीतर सा रे ग म प ध सा किती दिवस शिकवत राहिलो असतो कुणास ठाऊक."

दोघे मनमोकळेपणाने हसले. श्रीनाथजी म्हणाले,

"खरं सांगू! मला गाणं तेवढं येत नसेल. पण मी खूप ऐकलंय. काल तुमचं गाणं ऐकलं. रात्रभर तेच सूर कानात रेंगाळत होते. त्यातल्या त्यात शेवटची भैरवी. 'छोड दे गली बाही शाम...व्वाऽऽ' "

"ती भैरवी तशीच आहे. माझे गुरुजी ती शिकवताना फारच कातर होत. तिचा अर्थही तेवढाच नाजूक आहे. 'रात्रभर शैय्यासोबत केल्यानंतर प्रेयसी प्रियकराला – त्या श्यामला सांगते. राजा, आता गळ्यातले बाहुपाश जरा सैल कर. बाहेर पहाट होत आहे. दीपकळ्या केव्हाच विझल्या आणि साक्ष उरलेय फक्त पहाटेच्या चांदण्याची. पाणी भरण्यासाठी गौळणी निघाल्या आहेत आणि मलाही पाणी आणण्यासाठी यमुनेला जायचं आहे...' " एक दीर्घ नि:श्वास सोडून अरुंधती म्हणाल्या, "केव्हातरी जीवनात अवतरणारी पहाट अशीच माणसाला जाग देऊन जाते कायमची."

"येवढं गाणं येत असता माझ्याकडे यायची काय जरुरी होती?"

"खूप गाणं शिकले! आणि अचानक सूरच हरवला. ज्याच्यासाठी गाणं शिकले तोच गेला. मग गायचं कुणासाठी?" अरुंधती हरवल्यासारख्या बोलत होत्या. त्या खिन्नपणे हसल्या. म्हणाल्या, "एकटेपणा असह्य झाला तेव्हा वाटलं,

परत सुरुवात करावी. शाळेतली मुलं पाटी स्वच्छ करून परत धुळाक्षरे गिरवीत नाहीत का? तसं!''

''मी समजलो नाही.''

एक दीर्घ नि:श्वास अरुंधतींनी सोडला. खिन्नपणे हसत त्या म्हणाल्या,

''माझे पती सुरेख तबला वाजवायचे. तुम्ही वाजवता तसा. त्यांनीच माझा आवाज ओळखून मला गाणं शिकायला भाग पाडलं. अनेक वेळा घरी ते मला साथ करायचे. एक दिवस आम्ही कटाक्षानं पाळत असू. नारळी पौर्णिमेच्या आदल्या रात्री मी तानपुऱ्यावर गायची. ते साथ करायचे. दोघांच्या मैफलीत रात्र केव्हा सरायची तेही कळायचं नाही.''

''खरं आहे!'' श्रीनाथजी म्हणाले, ''रसिक मनाला रसिकाचीच जोड लागते. स्पष्ट बोलायचं झालं तर त्याच भीतीपोटी मी आजवर एकाकी राहिलो. न जाणो तशी जोड मिळाली नाही तर!''

''जोड दैवानं मिळत नाही, गुरुजी! ती पकडायची असते. मध्यमातून षड्ज गाठताना मधले सूर किती हरवतात याचा विचार करायचा नसतो-तेथे फक्त षड्ज लावण्याची हुकमतच उपयोगी पडते, तेथे कणसूर चालत नाही.''

श्रीनाथजी त्या बोलांनी बेचैन बनले. धीर करून ते म्हणाले,

''एवढा विश्वास होता तर आपण षड्ज का नाही पकडलात?''

''ते तुम्ही विचारता?'' अरुंधती खळखळून हसल्या. ''गुरुजी, पर्वत केवढाही जरी उंच असला तरी त्याचं आसन भूमी असतं. त्या भूमीच्या आधारावरच शिखर गाठता येतं. ज्या शिखराला भूमीचं नातं कळत नाही, जोड कळत नाही ते शिखर सदैव धुक्यातच विरलं जातं. त्याला एकाकीच राहावं लागतं.''

''पण रियाजानं ते साध्य केलं तर!''

''रियाज मैफलीत चालत नाही, गुरुजी! मैफल ही मैफलच असावी लागते. आपणच काल तानपुरा गवसणीत बंद केला. त्याची जागा कोपऱ्यात निश्चित करून मी कालच मोकळी झाले.''

''पण एक सांगावंसं वाटतं. आपलं गाणं श्रेष्ठ आहे, अभिजात आहे. मी आपल्याइतका संगीताचा जाणकार नाही. पण हे गाणं वाया जाऊ द्यावं, असं मला वाटत नाही. आपल्या संगीताचा लाभ लोकांना व्हायला हवा.''

''माझं गाणं! गुरुजी, जेव्हा साथ सरली तेव्हाच माझं संगीत हरवलं.''

''असं म्हणू नका. ते हरवलं नाही.''

''तेही मला माहीत आहे. ते हरवणारही नाही. एक ना एक दिवस ते जरूर लोकांना ऐकायला मिळेल.''

अरुंधतीनं हाक मारली, ''महेश!''

“बेटा, गुरुजींना नमस्कार कर.”

महेशने श्रीनाथजींना लवून नमस्कार केला. अरुंधती सांगत होत्या,

“हा माझा मुलगा महेश. आवाज चांगला आहे.”

“कुणाकडे शिकतो?”

“मीच शिकवते. हा तयार होईल. माझ्या गुरुंनी दिलेली विद्या वाया जाणार नाही.” महेशकडे वळून त्या म्हणाल्या,

“बेटा, ते घेऊन ये.”

महेश आत गेला. थोड्याच वेळात तो बाहेर आला. त्याच्या हाती चांदीचे तबक होते. त्यात नारळ आणि एक पाकीट ठेवलं होतं. अरुंधतींनी ते तबक घेतलं. श्रीफल आणि ते पाकीट श्रीनाथजींच्या हाती देऊन त्यांना नमस्कार करीत त्या म्हणाल्या,

“गुरुजी, आज नारळी पौर्णिमा. आपली बिदागी आणि श्रीफल याचा स्वीकार व्हावा.”

“आपण उद्या येणार ना?”

“त्याची आता गरज वाटत नाही.” अरुंधती म्हणाल्या.

अरुंधतीचा निरोप घेऊन श्रीनाथजी बाहेर पडले. आकाश कुंदावले होते. बंगला ओलांडून ते काही अंतर गेले असतील नसतील तोच पावसाची जोरदार सर कोसळू लागली.

हातात छत्री असूनही ती उघडण्याचं बळ श्रीनाथजींना राहिलं नव्हतं.

◆

१६. सहेली तोडी

थंडीचे दिवस होते. सकाळची वेळ होती. पुणे मुंबई घाटातल्या ठाकूर जसवंतसिंगांच्या 'मंझधार' हवेलीसमोर आम्ही सारे उभे होतो. हवेलीसमोर पंधरावीस मोटारी उभ्या होत्या. दुर्मीळ तैलचित्र मिळवून ती विकणे हा माझा धंदा होता. असेच धंदा करणारे अनेक व्यापारी त्या हवेलीसमोर मोठ्या आशेने गोळा झाले होते.

एका बाजूला उभा राहून मी ती हवेली निरखीत होतो. गेली कैक वर्षे रिकामी आणि दुर्लक्षित राहिल्याने त्या हवेलीच्या परिसरात रानझुडुपांनी गर्दी केली होती. अस्ताव्यस्त उंच गेलेले सुरू-निलगिरीचे वृक्ष, बेसुमार वाढलेले ताटवे, साऱ्या खिडक्या बंद करून उभी असलेली ती हवेली पाहिली की तो सारा परिसर कसा गूढ वाटे! त्या वास्तूची एकेकाळची भव्यता, शान ठायी-ठायी दिसत होती. उंच दगडी कठड्यात बसवलेला प्रवेशद्वारावरील लोखंडी दरवाजा, तेथून इमारतीपर्यंत वळण घेत आलेला रस्ता, हवेलीचे रोमन पद्धतीचे भव्य पोर्च, इमारतीला लागून असलेला गाडीखाना, एकेकाळच्या उद्यानातल्या पुष्करणीवरचे संगमरवरी अर्धनग्न स्त्रियांचे पुतळे दृष्टीत येताच त्या हवेलीच्या एके काळच्या वैभवाची कल्पना येत असे. हे सारे निरखीत मी उभा असताना घाट चढत येणाऱ्या बसचा आवाज वातावरणात घुमू लागला. आवाज जवळ येत-येत हवेलीच्या दाराशी बस उभी राहिलेली दिसली. त्यातून एक प्रवासी उतरला आणि बस परत आवाज करीत घाट चढू लागली. हवेलीच्या प्रवेशद्वारातून येणाऱ्या त्या इसमावर साऱ्यांची नजर वळली.

त्या व्यक्तीचे केस पिकलेले होते. मागे वळलेले केस, बदामी डोळे, सरळ नाक, गव्हाळी रंग आणि किंचित आत गेलेली हनुवटी असे त्याचे प्रभावी

व्यक्तिमत्त्व होते. चेहऱ्यावरच्या सुरकुत्या वार्धक्याची छटा दर्शवीत होत्या. अंगात काळी शेरवानी, पायात मुसलमानी विजार घातलेली ती व्यक्ती हातातल्या काठीशी चाळा करीत पुढे येत होती.

संथ पावले टाकीत तो इसम हवेलीच्या रोखाने येत होता. मधून-मधून त्याची पावले थबकत होती. वर नजर करून तो त्या हवेलीकडे पाहात होता. हवेलीजवळ येताच त्याने सर्वांवरून नजर फिरवली. त्या व्यक्तीने विचारले,

"निलाम शुरू हुवा?"

"जी नहीं," मी उत्तर दिले,

"आपण लिलावासाठीच आला?" मी विचारले.

"हो! माझं नाव..." ती व्यक्ती थोडी अडखळली व म्हणाली, "सादिक. फैजपूरला असतो मी. आपलं नाव?"

"मोहन शर्मा!" मी उत्तर दिले. खिशातून सिगारेट केस काढून पुढे केली. सिगारेट पेटवत असता मी विचारले,

"एवढ्या लांबून लिलावासाठी आलात?"

"जी!"

त्याच वेळी हवेलीतून एक इसम बाहेर आला. त्याच्या बोलवण्याबरोबर सादिक आणि मी इतरांच्या मागोमाग हवेलीकडे चालू लागलो. हवेलीच्या संगमरवरी पायऱ्यांवर सादिकची पावले थबकली. क्षणभर त्याने समोर दिसणारा दरवाजा न्याहाळला आणि तो पायऱ्या चढून वर आला. मोठ्या दिवाणखान्यात त्याने प्रवेश केला. त्या दिवाणखान्याच्या उजव्या कोपऱ्यातून एक भला रुंद संगमरवरी पायऱ्यांचा जिना वर गेला होता. दिवाणखाना प्रशस्त होता. अनेक वस्तू दाटीवाटीने तेथे ठेवल्या होत्या. त्यात अलमाऱ्या होत्या, रुजाम्याचे गालिचे होते, नाना तऱ्हेची झुंबरे, शामदान्या होत्या. कोरीव काम केलेले शिसवी पलंग होते, संगमरवरी लहान-मोठे पुतळे होते, अनेक तैलचित्रे होती. सादिक दरवाज्यानजीकच्या स्टुलावर बसून शांतपणे हे सारे पाहात होता.

लिलाव सुरू झाला. एक-एक नग लिलावाला निघत होता. सवाल होत होते. किंमत वाढत होती. नग लिलाव होत होते. मी ठरवलेल्या तैलचित्रांपैकी बहुतेक मला मिळाली होती. त्या समाधानात मी होतो. एक वाजायच्या सुमाराला बहुतेक वस्तूंचा लिलाव पुरा झाला. मला आश्चर्य वाटत होते ते सादिकबद्दल. एवढा लिलाव चालू असता त्याने एकाही गोष्टीबद्दल उत्सुकता दाखवली नव्हती; सवाल दिला नव्हता. लिलाव बहुतेक संपलाच होता. राहता राहिल्या होत्या दोन कलाकुसरीच्या तरया व त्यातले सामान. छोट्या-मोठ्या डब्या, कंगवे, करंडे यांसारख्या किरकोळ गोष्टी. झालेली वेळ लक्षात घेऊन लिलाववाल्यांनी त्या तरया आतल्या सामानासहित

लिलावाला काढलेल्या पाहताच आतापर्यंत स्तब्ध राहिलेला सादिक उभा राहिला. तो म्हणाला,

"साब, ये ठीक नहीं! ऐसा हरगिज नहीं होना चाहिए!"

साऱ्यांच्या नजरा सादिककडे वळल्या. लिलाववाला गोंधळला होता. सादिक म्हणाला,

"प्रत्येक नगाचा लिलाव स्वतंत्र होईल, असं जाहीर झालं आहे. मामुली चीज असली तरी ठरल्याप्रमाणंच लिलाव झाला पाहिजे."

साऱ्यांच्या चेहऱ्यावर नाराजी उमटली. तसे करण्यात लिलावाला आणखीन वेळ लागणार होता. सर्वांची खरेदी झाली होती; परत जाण्याची प्रत्येकाला घाई होती. सादिक एकटा पडलेला पाहताच मी पुढे झालो आणि सादिकच्या म्हणण्याला दुजोरा दिला. कुंकवा-काजळांच्या डब्यांचा लिलाव सुरू झालेला पाहताच त्या लिलावाला थट्टेचे स्वरूप आले. हसण्या-खिदळण्यात लिलाव चालला होता.

लिलाववाल्याने एका वेळी तरईतली हस्तिदंती छोटी चौकोनी पेटी उचलली. त्या पेटीवर गुलाबाची टपोरी कळी गेंदासहित कोरली होती. सिगारेटच्या पेटीच्या आकाराची डबी उंचावून तो लिलाववाला म्हणाला,

"बेहतरीन कारागिरीचा नमुना! हस्तिदंती माल. सुरेख नक्षीकाम, सरकारी सवाल-पंचवीस रुपये. पंचवीस रुपयेऽऽ."

हसण्याची लाट उसळली. त्याच वेळी त्या हसण्यातून खणखणीत आवाज उमटला, "पाच रुपये."

साऱ्यांच्या नजरा वळल्या. सादिक आम्हा व्यापाऱ्यांतून वाट काढीत पुढे येत म्हणाला, "मेरा सवाल पाच रुपये."

दोन वेळा सवाल पुकारला गेला. पण कोणी बोलले नाही. मला राहवले नाही. मी म्हणालो, "सात."

सादिकने वळून माझ्याकडे पाहिले व तो म्हणाला, "दहा!"

"पंधरा." मी म्हणालो.

"वीस." सादिक म्हणाला.

"पंचवीस." मी आवाज दिला.

लिलाव चढत होता. माझे कुतूहल वाढले होते. सादिक प्रत्येक सवालाबरोबर थरथरत होता. घामाने त्याचा चेहरा डवरला होता. लिलावाने पंचेचाळीसचा आकडा गाठला होता. सादिक सारे अवसान एकवटून म्हणाला, "पन्नस रुपये."

सादिककडे पाहण्याचे मला धैर्य राहिले नव्हते. पण माझी उत्सुकता वाढली होती. सादिककडे न पाहता मी सवाल दिला, "पंचावन्न रुपये."

साऱ्या हॉलमध्ये शांतता पसरली होती. कुठल्याच लिलावाच्या वेळी एवढी

स्तब्धता नव्हती. दोन वेळा पुकारूनही सादिकचा आवाज उठला नाही. ती पेटी मला मिळाली.

जेव्हा सर्व लिलाव संपला तेव्हा सारे व्यापारी खरीदलेल्या वस्तूंबद्दल आपापल्या सेवकांना सूचना देऊन बाहेर पडले. मीदेखील माझ्या मॅनेजरला तैलचित्राबद्दल सूचना देऊन वळलो. त्याच वेळी मॅनेजरने ती हस्तिदंती पेटी माझ्या हातात दिली. मी आजूबाजूला पाहिले. पण सादिक कुठे दिसला नाही. ती पेटी निरखीत मी दरवाज्याबाहेर पाऊल टाकले तोच कानावर हाक आली–

"मोहनबाबू!"

मी पाहिले तो, सादिक पोर्चमध्ये उभा होता. तो गडबडीने पायऱ्या चढून माझ्याजवळ येताच मी विचारले, "काय?"

"मोहनबाबू, ती पेटी मला द्या!" सादिक लाचारीने म्हणाला.

मी हसून म्हणालो, "पण मी घेतलीये ती!"

"मोहनबाबू, मी खरं सांगतो, माझ्याजवळ फक्त पन्नास रुपये आहेत. ते घ्या आणि..."

"पण सादिक" हातातल्या पेटीकडे पाहात मी म्हणालो, "या पेटीसाठी मी नुकतेच पंचावन्न रुपये मोजले हे पाहिलंत तुम्ही. पाच रुपयाचं नुकसान मला परवडायचं नाही."

"गरिबाची थट्टा करता, बाबू!" सादिक डोळ्यांत पाणी आणून म्हणाला, "त्या मामुली पेटीची किंमत का पंचावन्न रुपये आहे? अमिरालाच हे जमतं."

"का? तुम्ही पन्नास म्हणालात ती का पेटीची किंमत होती?" मी विचारले.

सादिक हताश झाला. पायरीवर बसत तो म्हणाला, "बाबूजी, मला बोलायला बळ नाही. देणार का पेटी?"

नकळत मीही सादिकशेजारी बसलो. ती पेटी निरखीत मी म्हणालो,

"जरूर देईन, पण एक शर्त आहे!"

"सांगा ना, ती मी जरूर पुरी करीन." सादिक अधीर होऊन म्हणाला.

"या पेटीची हकीगत मला सांगा. खरी हकीगत सांगितलीत तर तीच पेटीची किंमत समजून मी पेटी देईन. चालेल?"

दुसऱ्याची दु:खं जाणून घेण्यात एवढा का आनंद असतो?" सादिकने विचारले. त्याची नजर घायाळ बनली होती. नजर माझ्या हातातील पेटीवर खिळली होती.

त्या वाक्याने अस्वस्थ होऊन मी म्हणालो, "हवं तर सांगू नका! माझा आग्रह नाही. पण या पेटीची ती किंमत आहे."

सादिकने दीर्घ नि:श्वास सोडला. तो म्हणाला, "ठीक आहे मोहनबाबू! मला

मंजूर आहे. मी सांगतो ती कथा.''

मी सादिकला सिगारेट दिली. सारे व्यापारी केव्हाच निघून गेले होते. सर्वत्र शांतता होती. सादिक सांगत होता—

'मोहनबाबू! ही हवेली तुम्ही त्या वेळी पाहायला हवी होती. ठाकूर जसवंतसिंगांचं सारं वैभव या हवेलीत होतं. प्रत्येक उन्हाळ्यात ठाकूर इथं येत. इथं त्यांचं वास्तव्य असे. मुंबईचा अफाट व्यापारउदीम-सारं विसरून ते इथं चार महिने काढत असत. ठाकुरांना मुलगा नव्हता. होती ती एक मुलगी – यामिनी! मुलगी आठ वर्षांची असतानाच तिची आई वारली. पण मुलीच्या प्रेमामुळं परत ठाकुरांनी लग्न केलं नाही. जसवंतसिंग जसे पैशानं श्रीमंत होते तसेच मनानंही. ते हाडाचे रसीले होते. गायन-वादनाचा त्यांना नाद होता. त्यातल्या त्यात वाद्यांवर त्यांचं भारी प्रेम. ते उन्हाळ्यात इथं आले की सतारिये, सरोदिये, बीनकारांची मैफल या हवेलीत झडे. तेवढं एकच सुख जसवंतसिंगांच्या आयुष्यात उरलेलं होतं. दुसरा नाद होता तो सुंदर गोष्टींचा संग्रह करण्याचा. त्याच प्रेमामुळं आज तुम्ही सारे इथं गोळा झालात. आपली कन्या यामिनी, संगीत आणि हा संग्रह याखेरीज ठाकुरांचं या जगात काही नव्हतं. पण जसवंतांच्या रसील्या स्वभावामुळं त्यांचा मित्रपरिवार फार मोठा होता. या हवेलीतल्या अनेक मैफलीत ते मित्र हजर असत. त्या वेळी अमीर नावाच्या तरुण सतारियाचा फार बोलबाला झाला होता. कुणीतरी ठाकुरांना अमीरचं नाव सुचवलं. त्यांना तेवढं पुरे होतं. एका उन्हाळ्यात अमीरचा कार्यक्रम मुंबईला होता. ते ठाकुरांना कळताच त्यांनी अमीरकडे गाडी पाठवून दिली. म्हणेल ती बिदागी कबूल करून अमीरला या हवेलीत आणलं गेलं.

"ठाकूरसाब, तुम्ही माझी सतार खूप ऐकलीत. उद्या मी जाणार. आज अशी सतार ऐकवतो, की बरेच दिवस तुम्हाला ते सूर विसरता येणार नाहीत.''

दिवाणखान्याच्या उजव्या बाजूच्या खोलीत गालिच्याची बैठक अंथरली होती. लोडाला टेकून ठाकूर बसले होते. मद्याची नशा दोघांच्याही नजरेवर होती. अमीरनं सतार जुळल्याची खातरी करून घेतली. सतार पेलून त्यानं डोळे मिटले. सतार बोलू लागली. सतारीतून निघणाऱ्या बोलांनी दोघेही व्याकूळ झाले. त्या स्वरांचा एक वेगळाच कैफ चढत होता. झुंबराच्या शांत प्रकाशानं बेभान होऊन अमीर सतार छेडत होता. जेव्हा सतार खाली ठेवली तेव्हा ठाकूर म्हणाले,

"वां:! अमीरभैय्या कमाल केलीत! वाटतं, तुमच्यावरून जीव ओवाळून टाकावा.'' आणि ठाकुरांनी आपल्या बोटातील हिऱ्याची अंगठी काढली व अमीरपुढे धरली.

अमीर म्हणाला, ''ठाकूर, दिलंत ते पुष्कळ आहे. याची गरज नाही.''

''अमीर, ही बिदागी नव्हे!'' ठाकूर म्हणाले, ''आजच्या दिवसाची माझी आठवण म्हणून ही ठेवा. आजपासून हे घर तुमचं समजा.''

आपल्या हातांनी ठाकुरांनी ती हिऱ्याची अंगठी अमीरच्या बोटात घातली आणि विचारलं, ''अमीर, कोणता राग छेडत होता? ढंग तर तोडीचा वाटला.''

''सच है!'' अमीर म्हणाला, ''ढंग तोडीचाच आहे. छाया दुसरी आहे. हिचं नाव मी सहेली-तोडी ठेवलं आहे.''

''वा:! बहोत खूब. खरंच वेड लावणारी सुरावट आहे.''

सहेली-तोडीची आठवण मागं ठेवून अमीर दुसरे दिवशी परत फैजपूरला गेला. दिवस उलटत होते. दुसरा उन्हाळा आला तशी अमीरला दररोज ठाकुरांची पत्रं येऊ लागली. अमीरला घेण्यासाठी मुंबईला ठाकुरांची मोटार पाठवली गेली. पुन्हा या हवेलीत अमीरची सतार वाजू लागली.

एके दिवशी सायंकाळी अमीर सतार जुळवत बसला होता. ठाकूर ते पाहत जवळ बसले होते. अचानक ठाकूर म्हणाले, ''अमीर, सांगायचं विसरलोच. माझी मुलगी यामिनी सतार वाजवते. मन लावून शिकते.''

''कोण शिकवतं?'' अमीरनं विचारलं.

''मुंबईला मास्तर ठेवला आहे. थांबा, मी तिलाच बोलावतो.'' ठाकुरांनी हाक मारली, ''यामिनी, बेटी...''

''जी पिताजी.'' म्हणत यामिनी आतून आली; ओढणी घेऊन दरवाज्याजवळ उभी राहिली. ठाकूर हसून म्हणाले,

''बेटी, अमीरसाहेब कुणी परके नाहीत. तुझी सतार घेऊन ये.''

यामिनी सतार घेऊन आली. अमीरपुढं सतार ठेवून ती संकोचानं उभी राहिली. अमीरनं सतार पाहिली आणि तो म्हणाला, ''ठाकूरसाहेब, तुमची निवड कशी चुकेल? हत्यार सुंदर आहे. मौल्यवान आहे.''

ठाकूर आपल्या मुलीकडे वळून म्हणाले, ''यामिनी बेटी, अमीरसाहेबांना तुझी सतार ऐकायची आहे. जरा छेडून दाखव.''

''पिताजी, अमीरसाहेबांच्या पुढं सतार वाजवण्याची माझी योग्यता नाही.''

अमीर हसला; म्हणाला, ''छोटा-मोठा भेद कलावंत मानत नाही. तुम्ही सतार वाजवा. चुकलं तरी चालेल.''

यामिनीनं समोर बैठक घेतली. आपल्या नाजूक हातांनी सतार पेलली. क्षणभर आपले विशाल नेत्र अमीरवर स्थिर करून ती सतार छेडू लागली. यामिनीचा सुंदर

चेहरा घामानं डवरला होता. नाजूक बोटं सतारीवरून फिरत होती. अमीरच्या चेहऱ्यावर हसू होतं. सतार वाजवून होताच अमीर म्हणाला, ''छान! कुणी शिकवली ही गत? मास्तरांनी?''

नकारार्थी मान हलवीत यामिनी म्हणाली, ''नाही, माझ्या मनानंच...''

''बरंच चुकतं, नाही?'' ठाकुरांनी विचारलं.

''हा चुकण्याचा प्रश्न नाही, ठाकुरसाहेब. कौतुकास्पद आहे ही गोष्ट. तुम्हाला आठवत असेल. गतवर्षी शेवटच्या रात्री मी सहेली-तोडी छेडली होती. तीच सुरावट व तीच गत ही आहे. अर्धवट ज्ञानानं वाजवल्यानं ती ओळखता आली नाही. एकदा ऐकवलेली गत जर यांना पकडता येते, तर यांना सतार वाजवणं फार अवघड नाही.''

''असं म्हणता?''

''ठाकूरसाहेब, आपली ना नसेल तर माझ्या मुक्कामात मी यांना सहेली-तोडी शिकवीन. त्यांना ती आवडलेली दिसते. जरा सांगितलं की सारं ठीक येईल.''

''आपल्यासारखा शिक्षक माझ्या मुलीला मिळणं हे तिचं व माझं भाग्यच मी समजेन.'' ठाकूर म्हणाले, ''मुली, शिकशील ना?''

''जी.'' म्हणत यामिनी उठली आणि सतार घेऊन खोलीबाहेर गेली.

दुसऱ्या दिवसापासून अमीर यामिनीला सहेली-तोडी शिकवू लागला. त्यामुळं अमीरचाही मुक्काम वाढलेला पाहून ठाकुरांना आनंद झाला. रागाचे आरोह, अवरोह आलापी, अंतरा, गत, तोडे शिकवून झाले. मेहनत घेऊन यामिनी शिकत होती. मनमोकळेपणानं अमीर गत देत होता. जेव्हा गत पुरी झाली तेव्हा अमीर म्हणाला—

''यामिनी, सहेली-तोडीचे सारे बोल तुला दिले आहेत. मेहनत केलीस तर बोल, तोडे अवगत व्हायला वेळ लागणार नाही. पण जर अस्सल चीज आत्मसात करायला हवी असेल तर मन बोलतं व्हायला हवं. दिल बोलल्याखेरीज सतार बोलत नाही. ती नुसती वाजते. तिला बोलकं करण्याचं काम तुझं आहे.''

यामिनी भारावून ते ऐकत होती. अमीर सांगत होता, ''ही सहेली-तोडी आहे. साथीविना ही रंगत नाही. आपण फिरत असता सावली मागून येते ना? काही वेळा ती पुढे असते, काही वेळा पायाशी. पण तिची सोबत असते. तशीच हिची गत आहे. एकदा लक्ष देऊन ऐक.''

अमीरनं आपली सतार उचलली. सहेली-तोडीचे सूर उठू लागले. डोळे मिटून तल्लीन होऊन सतार छेडणाऱ्या अमीरच्या चेहऱ्यावरचे गतीबरोबर बदलणारे भाव यामिनी निरखीत होती. त्या सुरांनी भारावली जात होती.

जेव्हा वादन संपले तेव्हा अमीर म्हणाला, ''यामिनी, मी उद्या जाईन; पण मेहनत सोडू नको. मनापासून ही गत वाजव.'' एवढं बोलून अमीरनं आपल्या

खिशातून ती हस्तिदंती पेटी काढली आणि यामिनीसमोर ठेवत तो म्हणाला, ''ही माझी नखाची पेटी. माझी आठवण म्हणून ही ठेव.''

हवेलीतला मुक्काम हलवताना अमीर ठाकुरांना म्हणाला, ''या खेपेला माझी सर्वांत मोठी अमानत इथे ठेवून जात आहे.''

''कोणती?'' ठाकुरांनी हसत विचारलं.

''सहेली-तोडी.''

''सुरक्षित राहील ना?'' ठाकुरांनी विचारलं.

दरवाज्यापर्यंत पोचवायला आलेल्या यामिनीकडे पाहून अमीर म्हणाला, ''ती खातरी नसती तर अमानत ठेवली नसती. तसा मी मोठा कंजूश आहे.'' आणि एवढं बोलून अमीर गाडीत बसला.

दुसऱ्या वर्षी अमीर जेव्हा परत हवेलीत आला तेव्हा त्याला वेगळा अनुभव आला. जेव्हा जेव्हा अमीर सतार छेडत असे तेव्हा तेव्हा कुठेतरी जवळपास यामिनीचं अस्तित्व त्याला जाणवे. पूर्वी निर्भयपणे सतार शिकणारी यामिनी अमीर दिसताच संकोचून जाई. त्याच्यासमोर जायचा प्रसंग टाळायचा प्रयत्न करी.

एके रात्री अमीर आणि ठाकूर भोजनानंतर बैठकीच्या खोलीत बसले होते. दोघांच्याहीवर मद्याचा पुरा अंमल होता. गप्पा रंगत होत्या. अधून-मधून सतार छेडली जात होती. गप्पा रंगता-रंगता केव्हा नींद आली हे दोघांनाही कळलं नाही. तिथेच बैठकीवर दोघे झोपी गेले. अनेक वेळी असं होत असे. मध्यरात्र उलटून गेल्यावर अचानक ठाकुरांना जाग आली. जाग आली तरी नशा उतरली नव्हती. झुंबराचा मंद प्रकाश बैठकीवर पसरला होता. क्षणात सारा प्रकार ठाकुरांच्या लक्षात आला. त्यांच्या चेहऱ्यावर हसू उमटलं. निजलेल्या अमीरकडे त्यांचं लक्ष गेलं. ठाकुरांनी अमीरला जागं केलं. अमीरवर झोपेचा अंमल होता. ठाकूर म्हणाले,

''अमीर, झोप चल.''

''ठाकुरसाहेब, झोपू इथेच.'' अर्धवट झोपेत अमीर म्हणाला.

ठाकुरांची लहर फिरली. ते म्हणाले, ''ठीक आहे! पण एवढ्यात झोप यायची नाही. अमीर, जरा सतार छेड.''

''अं?'' आळसावलेल्या आवाजात अमीर म्हणाला.

''ऊठ, सतार छेड! मला झोप येत नाही.''

''आता नको, ठाकुरसाहेब!'' अमीर म्हणाला, ''डोकं जड झालंय. सकाळी छेडू सतार.''

''नाही, आत्ता.'' ठाकूर हट्टाला पेटले.

अमीर काकुळती येऊन म्हणाला, ''नको, आग्रह करू नका. आता तबियत लागणार नाही. सतार छेडली तरी आवडायची नाही.''

अर्धवट बेहोशीत असलेले ठाकूर संतापले. ते ओरडले, ''तबियत? कुणाची तबियत? तुझी का माझी? वाजव म्हणतो ना सतार? हा माझा हुकूम आहे, वाजव!''

अमीरची झोप उडाली. तो आर्जवानं म्हणाला, ''ठाकूर, तुमची तबियत ठीक दिसत नाही. सकाळी बोलू आपण.''

''मी बेहोशीत नाही; बेहोशीत तू आहेस.'' ठाकूर गरजले, ''कीर्तीची नशा चढलीये तुला, म्हणून तबियत आठवते. म्हणे तबियत! ठाकूरच्या घरचा पाहुणचार हवा, पैसा हवा, चैन हवी, दारू हवी. हे सारं करताना तबियत लागत नाही. फक्त वाजव म्हटलं की तबियत आडवी येते काय? माझ्या पैशावर ही मग्रुरी?''

ठाकूर बोलत होते. आवाज चढत होता. ते रौद्र रूप पाहून अमीर गांगरून गेला होता. सारे नोकर जागे होऊन दाराशी गोळा झाले होते. ठाकुराचं बोलणं अमीरला असह्य झालं. तो डोळ्यांत पाणी आणून म्हणाला,

''ठीक आहे ठाकूरसाहेब, मी अन्नाचा गुलाम आहे. वाजवतो मी सतार.''

अमीरनं सतार उचलली. ते पाहताच ठाकूर तोल सावरत उठले. म्हणाले, ''तू पुष्कळ वाजवशील आता, पण ऐकणार कोण?'' म्हणत ते दाराबाहेर गेले. दाराशी गोळा झालेले नोकर पांगले. अमीर एकटा बैठकीवर बसून होता. त्याचे डोळे भरून आले होते. अस्वस्थ मनाला आवरण्यासाठी नकळत त्यानं सतार पेलली. सहेली-तोडीचे स्वर निघू लागले. सुरांची करामतच निराळी. पाहता-पाहता अमीर शांत झाला. सारं विसरून तो सतार छेडत होता. सहेली-तोडी संपवून त्यानं डोळे उघडले. तेव्हा त्याचं लक्ष दरवाज्याजवळ उभ्या असलेल्या व्यक्तीकडे गेलं. गडबडीनं सतार खाली ठेवून अमीर उठला. शेजारी जळणारी शामदानी हाती घेऊन तो दरवाज्याजवळ गेला. तिथे खाली मान घालून यामिनी उभी होती. अमीर म्हणाला,

''कोण, यामिनी? वर बघ.''

यामिनीची मान वर झाली. तिचा चेहरा उंचावला. यामिनीचा घायाळ चेहरा शामदानीच्या प्रकाशात अमीर न्याहाळत होता. यामिनीच्या डोळ्यांतले अश्रू गालांवरून ओघळले. अमीर म्हणाला,

''यामिनी, रडतेस तू? माझ्यासाठी? खुळी आहेस. पूस ते डोळे. माझा अपमान झाला म्हणून रडतेस ना? पण त्यासाठी एवढं मोठं मोल द्यायचं कारण नव्हतं. तुझ्या डोळ्यांतल्या या दोन अश्रूंसाठी साऱ्या उमरभर असले अपमान सहन करण्याची माझी तयारी आहे. माझा अपमान केव्हाच भरून निघाला. पूस ते डोळे.

रात्र फार झाली. झोप जा. माझ्या मनात काही राहिलं नाही, जा.''

डोळे पुसून यामिनी लगबगीनं जिना चढून वर गेली. तिच्या पाठमोऱ्या आकृतीकडे अमीर भारावलेल्या नजरेनं पाहात उभा होता.

दुसऱ्या दिवशी ठाकुरांना रात्रीच्या प्रकाराबद्दल वाईट वाटलं. त्यांनी अमीरची माफी मागितली. अमीरनंही काही घडलं नाही असं दर्शविलं आणि दोन दिवसांनी त्यानं ठाकुरांचा निरोप घेतला.

त्यानंतर यामिनीचं लग्न ठरल्याची बातमी ठाकुरांकडून अमीरला कळली. पण लग्नाला अमीर जाऊ शकला नाही. उन्हाळ्याच्या सुरुवातीला नेहमीप्रमाणे ठाकुरांची पत्रं आली नाहीत. सुदैवानं त्याच उन्हाळ्याच्या अखेरीला मुंबईला अमीरचे सतारीचे कार्यक्रम होते. हवाफेरासाठी ते 'मंझधार' मध्येच राहात असल्याचं कळलं. अमीर त्यांना भेटायला इथे आला.

अमीरला पाहून ठाकुरांना फार आनंद झाला. घराची शान तीच होती; पण घरातला आनंद नाहीसा वाटत होता. मोठ्या म्युझियममध्ये फिरताना वाटतं ना, तसं वाटत होतं. ठाकूर तसे अंथरूणावर झोपून नव्हते. तसा रोगही नव्हता. पण ते पांढरेफटफटीत पडले होते. ठाकूर दुबळे बनले होते. एकटेपणाशी लढत देण्याची ताकद ठाकुरांत राहिली नव्हती. सतारीतही त्यांचं मन गुंतत नव्हतं. मुलीच्या आठवणीत मात्र ते रंगत असत. एके दिवशी ते म्हणाले –

''अमीर, यामिनी गेली तरी सासरी जाताना आपल्या साऱ्या आवडत्या गोष्टी इथेच ठेवून गेली आहे. ती असताना जशी तिची खोली होती तशीच मी ठेवली आहे. चला, तुम्हाला दाखवतो.''

अमीर काही न बोलता ठाकुरांच्याबरोबर जिना चढून गेला. पूर्वेच्या बाजूला यामिनीची खोली होती. अमीर प्रथमच त्या खोलीत जात होता. त्या खोलीत कलकत्त्याच्या प्रसिद्ध चित्रकारांकडून ठाकुरांनी काढून घेतलेलं यामिनीचं तैलचित्र टांगलेलं होतं - आता ते चित्र तुमच्या मालकीचं आहे. खिडकीतून घाटाचा सुंदर देखावा दिसत होता. त्या बैठकीकडे बोट दाखवून ठाकूर म्हणाले,

''त्या बैठकीवर बसून यामिनी वाजवत असे. अलीकडे तिला सतारीचं वेडच लागलं होतं. तारुण्यात पदार्पण केलं की माणूस प्रेमात पडतो. यामिनीला सतारीचं प्रेम जडलं... जाताना फक्त ती सतार घेऊन गेली.''

ठाकूर यामिनीच्या आवडत्या वस्तू दाखवत होते; पण अमीरचं तिकडे लक्ष नव्हतं. अमीरचं लक्ष बैठकीला लागून ठेवलेल्या एका नाजूक कोरीव काम केलेल्या तिवईवर लागलं होतं. त्या तिवईवर एकच छोटी हस्तिदंती पेटी ठेवली होती.

अमीरनं ठाकुरांना सतार ऐकवली. दोन दिवस ठाकुरांच्या सहवासात राहिला. खाणं-पिणं झालं. पण अमीरची अस्वस्थता गेली नाही. का कुणास ठाऊक; पण

त्याच्या डोळ्यांसमोरून ती तिवई व त्यावर ठेवलेली ती हस्तिदंती छोटी पेटी हलली नाही. तो भारल्या मनानंच त्या वेळी हवेली सोडून गेला....''

सादिक थांबला. त्याचे डोळे पाणावले होते.

तो म्हणाला, ''पुढं ऐकायचं आहे?''

मी म्हणालो, ''न ऐकलं तर मला हुरहुर लागेल. सांग ना काय झालं?''

''आता फारसं सांगण्यासारखं राहिलं नाही. अमीर गेला आणि काही महिन्यांनी ठाकूर वारल्याचं त्याला समजलं. हवेलीचा आणि अमीरचा कायमचा संबंध सुटला. राजाच गेला तर दरबार भरवणार कोण?''

''अमीर सतार वाजवत होता; त्याची कीर्ती वाढत होती. साऱ्या भारतात त्याचे कार्यक्रम होत होते. वर्षं उलटत होती. वीस वर्षं हां हां म्हणता उलटून गेली. अमीरवर वार्धक्याची छाया पडू लागली. एकदा अमीरला भोपाळचं आमंत्रण आलं. भोपाळच्या एका ठाकुरांच्या घरी उत्सव होता. अमीरला आमंत्रण होतं. अमीरनं ते स्वीकारलं.

''भोपाळला कृष्णापुढं अमीरचा सतारीचा कार्यक्रम झाला. सारे सतारीनं खूश झाले. मध्यांतरात सारे चहा-कॉफी घेत असता ठाकूर अमीरला म्हणाले,

''अमीरसाब, माझा मुलगा सतार वाजवतो.''

''असं का? आहेत इथे?'' अमीरनं विचारलं.

''तो काय!'' म्हणत ठाकुरांनी तिथे बसलेल्या एका देखण्या तरुणाकडे बोट दाखवलं. त्या तरुणानं नमस्कार केला. ठाकूर म्हणाले, ''याचं नाव अजय. नुकताच कॉलेजात गेला. पण सतारीचं वेड आहे. ऐकायची?''

''जरूर ऐकू.'' अमीर हसत म्हणाला. अजय सतार घेऊन आला. त्यानं आणलेली सतार पाहताच अमीर सावरून बसला. बैठकीवर येऊन त्यानं सतार सफाईदारपणे जुळवली. आपल्या पिताजींना आणि अमीरला वंदन करून त्याने सतार उचलली. एखाद्या दर्दी बजवय्यानं झंकार द्यावा तसं अजयनं आपल्या करंगळीच्या नखानं सर्व तारांवरून बोट फिरवलं. स्वरमंडल बोलावं तसा झंकार उमटला. नखी सारखी करून त्यानं सतारीला पहिला छेद दिला. सतार नादावली. अजयनं डोळे मिटले आणि तो सतार छेडू लागला. आश्चर्यानं थक्क झालेला अमीर सतार ऐकत होता. अजय सहेली-तोडी छेडत होता! अमीरचीच ती गत तो सहीसही वाजवत होता. ती ऐकता-ऐकता अमीरला घाम फुटत होता. सतार संपली, पण अमीरला शब्द उमटेना. त्याचे डोळे भरून आले. ठाकूर म्हणाले,

''काय अमीरसाब?''

"अं?" अमीर भानावर आला. बसल्या जागेवरून तो उठला आणि त्यानं अजयला मिठी मारली. तो म्हणाला, "सलामत रहो बेटे! वा!!"

अमीरसारख्या दर्दी कलावंतानं आपल्या मुलाचं कौतुक केलेलं पाहून ठाकुरांना फार आनंद झाला. अमीर आणि अजय जरा दुर्लक्षित झालेले पाहून अमीरनं विचारलं,

"बेटे! काय वाजवलंस तू?"

"जी–" अजय म्हणाला, "अमरतोडी."

"अमरतोडी?" अमीर उद्गारला. "कुणी शिकवली ही गत?"

'माझ्या आईनं.' अजय शांतपणे म्हणाला.

अश्रूंमुळं अमीरला काही दिसेनासं झालं. डोळे टिपत असता ठाकुरांनी पाहिलं. ठाकुरांनी घाबरून विचारलं,

"अमीरसाब क्या हुआ?"

"कुछ नहीं...कुछ नहीं..." अमीर हसण्याचा प्रयत्न करीत म्हणाला, "तुमच्या मुलाची सतार ऐकून मन भरून आलं. त्याला काही दिल्याशिवाय चैन पडायचं नाही मला." असं म्हणत अमीरनं आपल्या बोटातील हिऱ्याची अंगठी काढली आणि ती आपल्या हातांनी अजयच्या बोटात घातली. सारे त्या वृत्तीनं थक्क झाले.

"त्यानंतर त्या बैठकीत अमीरनं जी सतार छेडली तीच शेवटची सतार त्याने वाजवली. अमीर माझा दोस्त आहे. त्यानं मला ही पेटी आणायला सांगितलं. मोहनबाबू, जीवनातलं एखादं विसाव्याचं ठिकाण दुर्दैवानं तुटलं तर माणूस दुसऱ्या ठिकाणचा आधार घेऊन जगतो; पण अमीरच्या आयुष्यात याखेरीज जगण्यासारखं दुसरं काहीच नाही. तो अगदी एकटा आहे."

सादिकने डोळे टिपले. मी माझ्या हातातली. हस्तिदंती पेटी सादिकला दिली सादिक गहिवरून म्हणाला, "फार उपकार झाले तुमचे!"

मी म्हणालो, "उपकार तुमचे आहेत. आयुष्यभर ही आठवण मला जतन करावी लागेल. ही पेटी तुमची आहे. तुमचीच राहील. त्यावर दुसऱ्या कुणाचाही हक्क नाही. हिचं मोलही करता येणार नाही."

"शुक्रिया—" म्हणत सादिक उठला. त्याने चार पावले टाकली आणि मी हाक मारली, "अमीर."

"जी!" म्हणून सादिक गरकन वळला. एकदम त्याचा चेहरा शरमिंदा झाला.

मी म्हणालो, "काही नाही! खुदा हाफीझ...."

◆

मेख मोगरी

रणजित देसाई

'रणजित देसाई यांची लघुकथा सर्वसामान्य मराठी लघुकथेपेक्षा निराळी आहे. अद्‌भुतरम्य वातावरणात वावरण्याची तिला हौस आहे. निळ्या; सुंदर स्वप्नात ती रंगून गेलेली आहे. तिचे स्वरूप महाराष्ट्रीय असण्यापेक्षा अखिल भारतीय स्वरूपाचे आहे. वास्तवापेक्षा इतिहास तिला अधिक रुचतो. संगीत व शृंगाराच्या रसात ती नखशिखान्त नाहून निघाली आहे... रसिक मनाची नादिष्ट पात्रे त्यांच्या कथेत स्वप्नातल्याप्रमाणे वावरत आहेत. कलेसाठी आणि प्रेमासाठी ती आपले जीवन उद्‌ध्वस्त करून घेतात; आणि त्याची मुळीच खंत मानीत नाहीत.

रणजित देसाईंच्या कथांत वावरणाऱ्या स्त्रिया रूपवान, नाजूक, कलावंत आणि त्यागी आहेत. नायकीण असो, गाणारी असो वा कुलवती असो, त्यांनी तिच्या स्त्रीमनाचा, तिच्या मृदुलतर भावनांचा आविष्कार करताना आपली लेखणी मुलायमपणे वापरली आहे.

रणजित देसाईंच्या लेखणीत प्रसाद आहे, माधुर्य आहे; वाचकाला रम्य वातावरणात नेऊन वास्तवता विसरावयास लावणारी जादू आहे. आपल्या कथेची पार्श्वभूमीही ते मोठ्या कल्पकतेने, कथेतही स्वप्नमयता वाढावी, अशा तऱ्हेने वापरतात. त्यांच्या अवलोकनशक्तीचे आणि कल्पकतेचे कौतुक करावे, तेवढे थोडेच आहे.

त्यांच्या कथांतील वातावरण वास्तवापेक्षा अद्‌भुततेकडे झुकणारे असले, तरी पण त्यातून आकाराला येणाऱ्या व्यक्ती मात्र मानवी जगातल्या आहेत. आपल्या सुखात रंगणाऱ्या अन् आपल्या दुःखात पिचणाऱ्या त्यांच्या कोमल हृदयाचे त्यांनी केलेले चित्रण इतके जिवंत आणि चटकदार आहे, की ते अवलोकिताना वाचक हसावा नि रडावा...'

– प्रल्हाद केशव अत्रे